తిరగబడ్డ ఉచ్చు

వివాహ కథా వేదుక

సంపాదకులు

పద్మజ పామిరెడ్డి

వంగిపురపు హిమబిందు

Tiragabadda Vuchhu

Vivaha Katha Veduka

First Edition: July 2022

ISBN (Paperback): 978-81-963835-1-0
ISBN (E-Book) : 978-81-957840-9-7

Published By
Kasturi Vijayam,
3-50, Main Road,
Dokiparru Village –521322
Krishna Dist., Andhra Pradesh, India.

+91 95150 54998.
Email: kasturivijayam@gmail.com

Editors
Padmaja Pamireddy
Vangipurapu HimaBindu

విహహో కథా వేడుక

విచిత్ర ముడుల వివాహం

శృంగవరపు రచన

వివాహం అనేది ఓ వ్యక్తిని వ్యక్తిగత పరిధి నుండి సామాజిక పరిధికి విస్తరింపచేసే ఓ సాధనంగా గోచరిస్తుంది. దానికి కారణం వివాహం అనేది ఇద్దరు జీవితాంతం కలిసి ఉండాలని కోరుకుని, దానిని బలపరుచుకోవడానికి చేసే ప్రక్రియే అయినా; వివాహాన్ని ఆ ఇద్దరూ కూడా తమ వరకే అని అనుకోలేరు. వివాహాన్ని,జీవిత భాగస్వామిని సమాజంలో తమ ఐడెంటిటీ కార్డ్స్ అని అనుకునేవారు కూడా నేటికి ఉన్నారు. వ్యక్తుల లైంగికతకు–స్వేచ్చకు ఒక పవిత్రతను ఆపాదించే సాధనంగా వివాహం ఉన్నది అని భావించేవారు మరికొందరు. నాటి నుండి నేటి వరకు వివాహమనే బంధం బలపడిందా, లేకపోతే కాలంతో పాటు వివాహ ప్రాధాన్యత తగ్గిపోతోందా అనే అంశాన్ని ఆలోచిస్తే; వాస్తవానికి మనిషి తనకు తాను ఒక రకమైన వ్యక్తిగత స్వేచ్చ కోరుకునేంత ఉక్కిరిబిక్కిరితనం వివాహంలో ఉండటము,వివాహంలో ఒకరి మీద ఒకరికి ఓనర్షిప్ ఫీలింగ్ కలుగడం,కాలక్రమంలో అది 'టేకెన్ ఫర్ గ్రాంటెడ్'గా మారిపోవడము వల్ల నిజంగానే కొంత వివాహ బంధ దృఢత్వం సన్నగిల్లింది అని ఒప్పుకోక తప్పదు. ఈ వివాహ వ్యవస్థలో ఉన్న లోటు పాట్లను, లైంగిక అభిరుచులు వివాహ బంధాన్ని ప్రభావితం చేస్తున్న తీరును, వివాహం పట్ల విముఖత కలుగడానికి గల కారణాలను, ఇంకా అనేక వివాహ సంబంధిత అంశాలను 'కస్తూరి విజయం' సాహితీ సంస్థ **'తిరగబడ్డ ఉచ్చు'** పేరుతో వివిధ రచయితలు వివాహం మీద రాసిన కథలను ఒక సంకలనంగా తీసుకువచ్చింది. ఈ సంకలనంలోని 21 కథలు వివాహ వాతావరణంలో ఉన్న అనేక అంశాలను స్పృశించినవే. ఈ సంకలనం చదివితే తప్పకుండా వివాహ వ్యవస్థను పాఠకులు అనేక కోణాల్లో లోతుగా అర్థం చేసుకోవచ్చు.

★★★

వివాహ బంధంలో ఉండే విచిత్రం ఇంకే బంధాల్లోనూ ఉండదేమో! ద్వేషం, అసహ్యం, నిస్సహాయత ఉన్న పరిస్థితుల్లో కూడా భార్యాభర్తలు తమ బంధాన్ని ఎప్పటికీ నిలుపుకునే ప్రయత్నమే చేస్తూ ఉంటారు. వ్యక్తికి సోషల్ ఐడెంటిటీ ఇచ్చే వివాహ వ్యవస్థ మీద పరోక్షంగా ఉండే భయం–గౌరవాలు వ్యక్తి జీవిత పరిధి దాటి ఉంటాయి. అలాగే వివాహమనేది శారీరక అవసరాల కోసం, సంతానం కోసం అనే భావన బలపడి పోయి ఉంది. ఈ రెండు లక్ష్యాలకు ఉపయోగపడని వివాహ బంధంలో భార్యాభర్తలు ఎలా మారిపోతారో, జీవితాన్ని పై పై మెరుగులుగా చూసే

దృక్కోణం ఉన్నప్పుడూ తనతో సహచర్యం చేసే వ్యక్తితో ఉన్న సమీకరణం ఎలా మారిపోతుందో అన్న అంశాన్ని 'తనలో తాను' కథలో శానాపతి(ఏడిద)ప్రసన్న లక్ష్మి గారి స్పష్టం చేసే ప్రయత్నం చేశారు.

లైంగిక అభిరుచులు భిన్నంగా ఉన్నవారిని 'క్వీర్' గా వ్యవహరించడం తెలిసిన విషయమే. భార్యాభర్తల్లో భర్త క్వీర్ అవ్వడం వల్ల పెంచుకున్న న్యూనత, మానసిక వ్యథ వల్ల భార్య శారీరక అవసరాలు తీర్చలేని పరిస్థితిలో ఉన్నప్పుడూ ఆ భార్య చేసేది తప్పో, ఒప్పో అన్నది పక్కన పెడితే; ఈ కథలో అవసరాల కోసం నిర్దేశించబడిన ఈ వివాహ బంధంలో లోపాలను ఒప్పుకుని సహచరుడికి స్వాంతన కలిగేలా స్నేహంగా ఉండటం అంత తేలికైన విషయం కాదని రచయిత్రి పరోక్షంగా స్పష్టం చేశారు. ఈ కథలో కథకురాలు రూప ఆలోచనల ద్వారా కథను నడిపి పాఠకులు ఈ బంధంలో ఉండే విరుద్ధ అభిరుచల ప్రపంచంలో ఇమడలేని మనస్తత్వాలను పరిచయం చేశారు రచయిత్రి.

వివాహ బంధంలో ఎప్పుడూ ఓ ప్రశ్న తలెత్తుతూనే ఉంటుంది. తప్పకుండా భార్యాభర్తల్లో ఎవరో ఒకరు ముందు మరణిస్తారు. ఆ మరణం నడి వయసులోనో, లేకపోతే పెళ్ళయిన కొత్తల్లోనో జరిగితే ఆ జీవిత భాగస్వామి ఎలా తన జీవితం పట్ల స్పందించాలి అనేది ఎప్పటికీ సందిగ్ధమే. లేని వ్యక్తి కోసం కుమిలిపోతూ మిగిలిన జీవితాన్ని గడపడమే ఎక్కువగా స్త్రీలలో గమనించవచ్చు. వివాహం భార్యాభర్తల మధ్య వ్యక్తిగత బంధంగా కాకుండా సామాజిక బంధంగా భావించినప్పుడు తలెత్తే ఈ సమస్యను గురించి బి.నర్సన్ గారు రాసిన కథే 'తాళి-బొట్టు'.

ఎన్నో ప్రేమలు వివాహంతో ముగిసిపోతాయి. కానీ కొన్ని ప్రేమ కథలే ఆ యాంత్రిక వివాహ బంధాన్ని దాటి మళ్ళీ బలపడతాయి. అటువంటి ఓ ప్రేమ కథే కొత్తపల్లి రవికుమార్ గారి 'గౌతమీ తీరం'. వివాహంతో ముగిసిపోయిన ఓ ప్రేమ కథ మరలా ఎలా సుఖాంతం అయ్యిందో హృద్యంగా రాశారు రచయిత.

భార్య తన భర్త కేవలం తన పట్ల మాత్రమే ఆకర్షితుడిగా ఉండాలని కోరుకోవడం సహజం. ఆ ఆకర్షణలోనే స్త్రీ వైవాహిక బంధ భద్రతను వెతుక్కునే అవకాశాలు ఎక్కువ. ఆ భద్రత కోసం భార్య తన భర్తను ఇతర స్త్రీలకు దూరంగా ఉంచే ప్రయత్నాలు కూడా చేయడం కూడా చాలా సన్నివేశాల్లో జరుగుతూనే ఉంటుంది. ఈ సందర్భాన్ని గురించి డా. ఎం.వి.జె. భువనేశ్వరరావు గారు రాసిన హాస్య కథే 'సుందరమైనది నా సతీమణి.' భార్యలతో ఈ విషయంలో జాగ్రత్తగా ఉండాలని ముఖ్యంగా భార్య ఎదుట ఇతర స్త్రీలను పొగిడే ప్రయత్నం చేయకూడదని, అలా చేస్తే తనకు పట్టిన గతే పడుతుందని ఈ కథలో కథకుడి పాత్ర పాఠకులతో హాస్యంగా చెప్పింది.

వివాహం ఒక గొప్ప వేడుక. జీవితాంతం మధుర జ్ఞాపకంగా మారాల్సిన ఓ బంధం. కానీ నేటి వివాహాలు ఆర్భాటాలకు, ఆహార వృధాకు, శబ్ద కాలుష్యానికి, ఫోటో షూట్లకు నిలయంగా

మారిపోయింది. వివాహ మంత్రాల అర్థాలు తెలుసుకునే ఓపిక, వధూవరులు బావుండాలనే పాజిటివ్ వైబ్స్ ఎక్కడా కనిపించవు. గొప్పల ప్రదర్శనే ప్రత్యక్షంగా కనిపిస్తూ ఉంది. ఈ సందర్భంలో వివాహం జరిపే పద్ధతిలో రావాల్సిన మార్పు గురించి ఎస్.లలిత గారు రాసిన కథే 'ఇదీ ఒక పద్ధతే!' నేటి తరానికి అవసరమైన కథ.

మారిన సమానత్వ దృక్కోణ సమాజంలో స్త్రీ–పురుషుల మధ్య సమానత్వ గొడవలు వివాహ బంధంలో కూడా ప్రతిఫలిస్తూనే ఉన్నాయి. ఈ సందర్భంలో వివాహ బంధాన్ని స్త్రీ–పురుషులు ఓ ప్రేమతో కూడిన బంధంగా మార్చుకునే ప్రయత్నం చేయాలని చెప్పే కథ సింగంపల్లి శేష సాయి కుమార్ గారి 'ఎన్నాళ్ళో వేచిన ఉదయం.' వివాహ బంధం వల్ల భార్యాభర్తల మధ్య ప్రేమ బలపడుతుందని స్పష్టం చేసే కథ ఇది.

వివాహ బంధం మీద వ్యక్తి ఏర్పరచుకునే అభిప్రాయాలకు, స్థిరమైన నిర్ణయాలకు కుటుంబ ప్రభావం అధికంగా ఉంటుంది. సక్రమంగా లేని వివాహ బంధాలలో పెరిగిన పిల్లలు ఆ బంధం పట్ల విముఖత పెంచుకునే అవకాశం ఎక్కువ. అలాంటి విముఖత వల్ల వారు ఎలా నమ్మిన వారి అవకాశ వాదానికి బలైపోతారో చెప్పే కథే శానాపతి(ఏడిద)ప్రసన్నలక్ష్మి గారి 'నే రాసుకున్న నారాత'.

వివాహమయ్యాక భర్తల్లో కొంత భార్య మీద అధికార ధోరణి ప్రదర్శించడం కొంత మంది దంపతుల్లో కనిపిస్తూనే ఉంటుంది. ఈ అధికార ధోరణితో భార్య స్వీయ నిర్ణయ హక్కును హరించిన ఓ భర్త గురించి గాయత్రి శంకర్ నాగాభట్ల గారు రాసిన కథే 'బంధం నిర్బంధమైతే.' దానిని ప్రేమగా భ్రమ పడిన ఆ భార్య తన జీవితంలో ఏం కోల్పోయిందో చెప్పే కథ ఇది.

వివాహం తర్వాత స్త్రీ భార్యగా మాత్రమే కాకుండా వృత్తి జీవితంతో తనదైన వ్యక్తిత్వాన్ని బలపరచుకోవాల్సిన ఆవశ్యకతను గురించి చెప్పే కథే శివ కాకు గారి 'భార్యోద్యోగం!.' కుటుంబ బాధ్యతల పట్ల నిర్లక్ష్యం వహించకుండా వివాహం తర్వాత కూడా స్త్రీ తన కలలను మర్చిపోకుండా ముందుకు సాగాలని చెప్పే కథ ఇది.

అత్తామామలు అమ్మానాన్నలై,భర్త ప్రేమ ఉంటే ఆ స్త్రీ జీవితం ఎంత సంతోషంగా ఉంటుందో చెప్పే కథే సురేఖ దేవళ్ళగారి 'మనసైన బంధం' వివాహమంటే భయపడనక్కరలేదని భరోసా ఇచ్చే కథ ఇది.

నేటి వివాహ బంధాలను ఫోన్ మరియు సోషల్ మాధ్యమాలు సన్నగిల్లేలా చేస్తున్న మాట కొంత వరకు వాస్తవమే. ఆ భయంతో ఓ భర్త వ్యవహరించిన తీరు,భార్య అతనికి మృదువుగా బుద్ధి చెప్పిన తీరు గురించి చెప్పే కథే అవేరా (అనుసూరి వెంకటేశ్వర రావు) గారి 'చర్విత చర్వణము.'

వివాహ బంధం భార్యాభర్తల్లో బాధ్యతా ధోరణిని పెంచుతుంది. భాగస్వామి మరణించినా బిడ్డల కోసం జీవితాన్ని ధారా పోసే వ్యక్తులు ఎందరో. అటువంటి ఓ అమ్మ తన ప్రేమను అన్నకోసం

వదులుకుని, పిల్లల కోసం జీవితాన్ని ధార పోసి చివరకు వివాహం వల్ల తను కోల్పోయినదేమిటో తెలుసుకుని దానిని ఎలా పొందే ప్రయత్నం చేసిందో చెప్పే కథే నివేదిత ఆదిత్య తనికెళ్ల గారి 'గుప్పెడంత మనసు.'

వివాహ బంధంలో ఆపార్థాల వల్ల భార్యాభర్తల పంతాలు ఎలా ఒకరికి ఒకరిని కాకుండా చేస్తాయో స్పష్టం చేసే కథే మీనాక్షి శ్రీనివాస్ గారి '**మలి పొద్దులో.**' వివాహంతో భర్తలను తమకు తగ్గట్టు మార్చుకోవచ్చు అనే ఆలోచన ఎంత అసంబద్ధమో, దాని వల్ల జరిగే నష్టమేమిటో గట్టిగా చెప్పే కథ ఇది.

భార్యాభర్తల బంధం నిలబడేది ఒకరి మీద ఒకరికి ఉన్న ప్రేమ వల్ల పుట్టే నమ్మకం వల్ల.ఆ నమ్మకాన్ని నిలబెట్టుకుంటేనే ఆ బంధానికి విలువ ఉంటుంది. విదేశంలో ఉంటున్న భార్య తన మీద పెట్టుకున్న నమ్మకాన్ని నిలబెట్టుకోవడానికి చుట్టూ మోహపూరిత వాతావరణం ఉన్నా ఒక భర్త ఎలా తన భార్య పట్ల నిజాయితీగా ఉన్నాడో చెప్పే కథే శింగరాజు శ్రీనివాసరావుగారి '**నమ్మకాల నీడలో.**'

క్షణికావేశంలో వివాహ బంధం వీగిపోయినా భార్యాభర్తలు ఒకరి విలువ మరొకరు ఆ సమయంలోనే తెలుసుకుంటారని, తమ తప్పులను గురించి ఆలోచించుకుని జీవిత భాగస్వామి పట్ల తమ ప్రవర్తనను సరిచేసుకునే ప్రయత్నం చేస్తారని చెప్పే కథే కొడాలి బేబీ జగదీష్ గారి '**మాంగల్యబంధం.**'

ఒకరి జీవితంలో మరొకరు వెలుగు నింపుతూ, ఒకరి బలహీనతకు మరొకరు బలాన్ని చేకూరుస్తూ ముందుకు సాగేవారే భార్యాభర్తలను చెప్పే కథే ఉప్పలూరి మధుపత్ర శైలజ గారి '**తమసోమా జ్యోతిర్గమయా!**'

నేటి తరంలో స్త్రీ పురుషులిద్దరూ వివాహ బంధంలో తమ స్పేస్ కోరుకుంటున్నారు ముఖ్యంగా స్త్రీలు.అలాగే వివాహం పట్ల ఒక ఫోబియాను కూడా పెంచుకుంటున్నారు. ఈ సందర్భంలో వివాహ బంధం కాన్ని సిద్ధాంతాల మీద నడిస్తే సవ్యంగా సాగుతుందని స్పష్టం చేసే కథే భమిడిపాటి గౌరీ శంకర్ గారి '**హృదయ కరచాలనం.**'

'పరస్పర వ్యక్తిత్వాల ఎదుగుదల మీద, మార్పుల మీద, ప్రేమను వ్యక్తపరచే విధానాల మీద, పరస్పరం గౌరవమున్నప్పుడే దాంపత్య జీవితం సఫలమవుతుంది.' 'తగిన సమయంలో తగిన వ్యక్తిని ఎన్నుకోవడం మీద వైవాహిక జీవితంలో ఎనభై శాతం ఆనందం ఆధారపడి ఉంటుంది. మిగిలిన ఇరవై శాతం పరస్పర విశ్వాసం మీద ఆధారపడి ఉంటుంది.' 'కొన్ని వైవాహిక జీవితాలు విఫలం కావటానికి ప్రధాన కారణం– భార్యాభర్తల మధ్య ప్రేమ లేకపోవడం కాదు. స్నేహం లేకపోవడం.' ఈ మూడు అభిప్రాయాలను రచయిత సందర్భానుసారంగా వ్యక్తీకరించి వివాహ బంధం పట్ల నేటి యువత కలిగి ఉన్న భయాలను పోగొట్టుకుని సంతోషంతో వైవాహిక జీవితాన్ని ఆహ్వానించాలని పరోక్షంగా ఈ కథలో స్పష్టం చేశారు. వివాహానికి కుల మత పట్టింపులు

అడ్డంకులు కాకూడదని, హృదయ సౌందర్యం ముందు అవి చాలా అల్పమైనవని స్పష్టం చేసే కథే సత్యవతి దినవాహి గారి 'సౌందర్యం.'

జీవితంలో ఒక కష్టం వచ్చిందని జీవించడం కూడా ఆపేయ్యకూడదని, వివాహంతో జీవితంలోకి వచ్చే తోడుతో జీవితాన్ని మధురంగా మార్చుకోవచ్చని చెప్పే కథే సౌజన్య రామకృష్ణగారి 'మధురం.. ఈ అనుబంధం!!'

వరకట్న వేధింపులకు బలవుతూ, వివాహమనే ఉచ్చులో తమ జీవితాలు బిగుసుకుపోతుంటే మౌనంగా రోదిస్తున్న ఎందరో అబలలకు కనువిప్పు కలిగించే కథే సత్య ఎం గారి 'తిరగబడ్డ ఉచ్చు.' స్త్రీలు వివాహం తమకు విషపు బంధం అవుతున్నప్పుడు మొదటి దశలోనే దానిని గుర్తించి, ధైర్యంగా దానికి వ్యతిరేకంగా ముందడుగు వేయాలని లేకపోతే ఆ ఉచ్చు మరింత గట్టిగా బిగుసుకుపోతుందని హెచ్చరించే కథ ఇది.

వివాహ బంధం స్త్రీ పురుషుల మాత్రమే కాకుండా పురుషుల మధ్య గే రిలేషన్ కూడ ఆ బంధమే అని, వివాహ బంధంలో వచ్చిన ఈ మార్పులను సమాజం కూడ అర్థం చేసుకోవాలని స్పష్టం చేసే కథే నూతలపాటి నాగేశ్వర రావుగారి 'రెండు ముళ్లు–నాలుగడుగులు.'

★★★

వివాహం చుట్టూ అల్లుకుని ఉన్న ఉచ్చు ముడులను, అలాగే ఆ బంధం వల్ల భార్యాభర్తలు ఎలా సంతోషంగా ఉండవచ్చో కూడా రెండు కోణాల్లో చెప్పే కథలు ఇవి. భార్యల్లో ఉండే అభద్రతలు,అలాగే భర్తల్లో కూడా భార్య ఉద్యోగం చేయాలనుకున్నప్పుడు తలెత్తే అభద్రతలు; ఇలా ఈ 21 కథలు భార్యాభర్తల ఇద్దరి దృక్కోణం నుండి విభిన్నంగా రాసినవి. ఈ సందర్భంగా ఈ కథా రచయితలకు, ఇంత మంచి ప్రయత్నం చేస్తున్న 'కస్తూరి విజయం'సంస్థకు హృదయపూర్వక అభినందనలు.

v

కళ్యాణ రాగాలు

కస్తూరి విజయం

వంగిపురపు హిమబిందు

ప్రకృతి(స్త్రీ), పురుషుడు...ఇదే కదా సృష్టి. సృష్టికి ప్రతి సృష్టి పెళ్లి తంతుతో మొదలు. అనాగరిక కాలం నుండి నేటి కాలం వరకు అర్ధనారీశ్వర తత్వం లోకకళ్యాణం కోసం ఆచరించవలిసిన ధర్మం. అదే సృష్టి రహస్యం, మానవుని మనుగడకు మూలం.పెళ్లి అనేది స్త్రీ, పురుషుల మధ్య అనురాగాన్ని, ఆత్మీయతను, భరోసాను, బంధాన్ని, బాధ్యతలను, భావితరానికి తల్లిదండ్రులను అందించు ఒక పవిత్రమైన ప్రక్రియ. విభిన్న దారులైనా, భేదాభిప్రాయాలున్నా, అభిరుచులు వేరైనా, ప్రాంతాలు మారినా, ప్రేమ అనే పసుపుతాడు, అనురాగమనే పుస్తెలు, అగ్నిసాక్షిగా వేసిన ఏడడుగులు, ఆత్మీయుల ఆశీస్సులు స్త్రీ పురుషులకు కొండంత వరమై, జీవితానికి ఫలమై, కలలాంటి తీపి జ్ఞాపకాల అలల మధ్య సాగే సంసార నావ వివాహం.

అరిషట్వర్గాలైన కామ, క్రోధ, లోభ, మోహ, మద, మాత్సర్యాలను జయించి మోక్షాన్ని చేరుకోవటానికి ఒంటరిగా పోరాటం చెయ్యటం కన్నా స్త్రీ, పురుషులిరువురూ వివాహమనే బంధంతో గృహస్థాశ్రమ ధర్మాన్ని నిర్వర్తించి, వానప్రస్థానికి చేరుకుని మోక్షాన్ని పొందింది ఆ నాటి తరం. ఆనాటి వివాహ బంధం విలువలకు తోరణమై, ప్రేమానురాగాలు ప్రధానంగా, ధనాపేక్షకు దూరంగా, సంస్కృతీ సంప్రదాయాలను గౌరవిస్తూ ముందుకు సాగే మూడుముళ్ల బంధం. అందుకే భారతీయ వివాహ వ్యవస్థ ప్రపంచ దేశాలకు ఆదర్శం.

కానీ నేటి వివాహాలు విందులు, వినోదాలు, ఆస్తులు, అంతస్తులు,ఆడంబరాలే పునాదిగా, ఆకాశాన్నంటే సంబరాలతో అట్టహాసంగా, విద్యుత్ కాంతుల మధ్య ఎంతో ఉన్నతంగా కనిపించే విధంగా జరుగుతున్నాయి.కానీ ఇవి వాస్తవానికి దూరంగా వివాహానంతరం వారి జీవితాలు చిందరవందరగా సాగుతున్నాయి.

భార్యాభర్తల మధ్య అహోలు,అపోహలు, అహంకారాలు అడ్డుగోడలుగా నిలిచి వివాహ బంధమంటేనే విలువలు కోల్పోయిన ఒక వ్యవస్థగా, అనుసరించటానికి వీలు కాని ఒక పద్ధతిగా నేటి తరానికి గోచరమౌతున్నది. సంకుచిత మనస్తత్వాలతో ఆలోచిస్తూ ,చిన్న చిన్న సమస్యలను భూతద్దంలో చూస్తూ మావిడాకులను విడాకులుగా మార్చుతూ వివాహ వ్యవస్థను ఛిన్నాభిన్నం చేస్తున్నారు.

ఇటువంటి భావనలు సమాజ శ్రేయస్సుకు విఘాతం కలిగించి ,విష సంస్కృతులకు తెర తీసి, తరాల నాశనానికి, సృష్టి వినాశనానికి కారణమోతున్నాయి.

"తిరగబడ్డ ఉచ్చు" వివాహ కథా వేదుక , వివాహంలోని విభిన్న అంశాలను స్పృశిస్తూ వివిధ రచయితచే రచించబడిన 21 కథల సంకలనం. నేటి సమాజం యొక్క తీరు తెన్నులను,వివాహ బంధాలను,కుటుంబ సభ్యులతో నడవడికను, ఆశలు,అత్యాశలు, నూతనత్వం, పైశాచికత్వం ధోరణులకు, నేటి సమాజంలోని నిజ జీవితాలకు అద్దం పట్టే అద్భుతమైన పుస్తకం. పాశ్చాత్య సంస్కృతీ సంప్రదాయాలను అలవర్చుకొని ,అదే నిజమైన ఆనందం అని భ్రాంతి చెందే యాంత్రిక జీవుల జీవిత సంఘర్షణలు ఈ పుస్తకమునందు వివిధ రచయితల కలాల నుండి జాలువారిన కథనాలు కళ్ళకు కట్టినట్లు వివరించటం జరిగింది.ఇటువంటి మంచి కథలను పాఠకులకు అందించిన రచయితలకు హృదయపూర్వక నమస్సులు.

తనలో తాను గా తనువులు వేరుగా తాళిబొట్టు ఏర్పాటు చేసిన మధురం ఈ అనుబంధం అనునట్లు ఇదీ ఒక పద్ధతే అంటూ నమ్మకాల నీడలో మాంగల్య బంధం తో ముడిపడి హృదయ కరచాలనం చేసుకుంటూ తనువుల సంగమం జరుగుతూ సుందరమైనది నా సతీమణి అని భావించే భర్తల హృదయాలకు వివాహం తమసోమా జ్యోతిర్గమయా అనే నినాదం తో నిలిచి పోతుంది.

గుప్పెడంత మనసు, సౌందర్యం అనే హవిస్సు సంసారం అనే యజ్ఞానికి సమిధలుగా మార్చి మలిపొద్దులో వరకూ తన సంతోషాన్ని, సుఖాన్ని వదిలి మనసైన బంధం ను ఏర్పాటు చేసుకొని కుటుంబ మనుగడే భార్యోద్యోగంగా నేను రాసుకున్న నా రాత గా సాగిపోయే స్త్రీ జీవితం గౌతమీ తీరం న అహల్య గా మారుతున్నది.

పాశ్చాత్య పోకడలు పరవళ్ళు తొక్కే వేళ పరాయి గడ్డపై జీవితం ఎన్నాళ్ళో వేచిన ఉదయం గా ఉవ్విళ్ళు ఊరుతూ మూడు ముళ్ళు – ఏడడుగుల బంధాలు విలువను కోల్పోయి రెండు ముళ్ళు– నాలుగడుగులు గా మారి చరిత్రలో చీకటి కోణాలై నిలిచిపోతున్నాయి. బంధాలు నిర్బంధమైతే మూడు ముళ్ళ బంధమే తిరగబడ్డ ఉచ్చు అవుతుంది.కానీ పెళ్ళి అనే బంధం చర్విత చరణము అయి విడిపోయిన రెండు జీవితాలను మళ్ళీ కలుపుతుంది

కస్తూరి విజయం వ్యవస్థాపకులు శ్రీ పాలమిరెడ్డి సుధీర్ గారు అందించిన ఈ సదవకాశం నాకెంతగానో ఆనందం కలిగించింది. భాషా జ్ఞానమే నిజమైన సంపదని గ్రహించి, వీరు

విదేశాలలో నివసిస్తున్నప్పటికీ, నేటి తరానికి, నవ తరానికి వారధిగా నిలిచి, సామాజిక విలువలను, భాషా, సంస్కృతీ, సంప్రదాయాల యొక్క గొప్పతనాన్ని, తెలుగు రచయితల ఔన్నత్యాన్ని ప్రపంచం నలుమూలలా విస్తరింప చేసేలా ఉన్న ఈ సంస్థ ఆలోచనలు, కృషి, పట్టుదల, ప్రశంసనీయం

శరీర దారుఢ్యానికి ఆహారం ఎంత అవసరమో, మేధో వికాసానికి పుస్తక పఠనం అంతే అవసరం. వెలుగును పంచేది సూర్యుడు అన్నట్లే ఈ సంస్థ సాహితీ వెలుగులను ప్రపంచవ్యాప్తంగా భావితరాలకు పంచి మార్గదర్శకం అవాలి.

ఈ పుస్తకానికి మరో సహ సంపాదకురాలిగా వ్యవహరిస్తున్న పామిరెడ్డి పద్మజ గారికి శుభాకాంక్షలు. కస్తూరి విజయం ప్రచురణలు సాహితీ లోకానికి మరింత దగ్గరై జ్ఞానాన్ని అందించే మరిన్ని పుస్తక ప్రతిమలను భవిష్యత్తులో అందించాలని మనస్ఫూర్తిగా కోరుకుంటూ శెలవు తీసుకుంటాను.

కథా మార్గం

కస్తూరి విజయం
సుధీర్ రెడ్డి పామిరెడ్డి

తెలుగు సాహిత్య లోకంలో ఉండాలంటే భావజాలం బట్టి గ్రూప్స్ కట్టాలని, ఎవరు ఊరికే ఇక్కడ ఎవరిని ప్రోత్సహించరని, కొత్తగా రాసేవారిని ఎదగనీయరని, నాణ్యమైన కథల కన్నా రాజకీయాలూ ఎక్కువన్న రకరకాల అనుమానాలున్నాయి. దీనికి భిన్నమైన వాతావరణంలో కస్తూరి విజయం ప్రచురణ సంస్థ కథకుల ప్రయాణంలో వెన్నుతట్టి, కథా లోకాన్ని ప్రోత్సహించింది. 'పెళ్ళి కథలు' శీర్షికన సేకరించిన ఈ కథలన్నీ రచయితలు/త్రులు రాయటమ్మీదనే దృష్టి పెట్టి రాసినవి. సమయం వృధా చేసుకోకుండా పూర్తి చేసినవి. కథకులు పూర్తిగా ఆస్వాదిస్తూ చరిత్రలో మిగిలిపోయే కథలను పుట్టించారు. అందించిన రచయిత/త్రుల అందరికి అభినందనలు

పబ్లిషర్ అనేవాడు పోటీలు పెట్టి, కథలు సేకరించి మధ్యలోనే వదిలేసి పోతే కుదరదు. ఎన్ని తిప్పలైనా పడి కథలన్నీ కంచికి చేర్చాల్సిందే. రచయితల ప్రయోజనార్థం, కస్తూరి విజయం సదుద్దేశముతో ఎక్కువ మందికి అందుబాటులోకి తేవటంలో భాగంగా ప్రపంచ వ్యాప్తంగా ప్రింట్ ఆన్ డిమాండ్ లో భాగంగా ఈ పుస్తకాలని లభ్యం చేసింది.

'తిరగబడ్డ ఉచ్చు' వివాహ కథా వేదుక కథలన్నీ నలుగురూ ని చదివేలా చేస్తాయి. ఆలోచింపజేస్తాయి. ఈ కథల్లోని మలుపులు, మెలికలు, సుఖాంతాలు, దుఃఖాంతాలు రూపంగా పాఠకుల మీద చెరిగిపోని ముద్ర వేస్తాయి. సమాధానాలు వెదుక్కోటానికి అవసరమైనంత సమాచారాన్ని పాఠకుడికి ఇస్తాయి. సత్యానికి దారి చూపిస్తాయి. మెదడు కుడి భాగం సృజనాత్మకతకి పేరు పొందితే ఈ కథలన్నీ కథ నిర్మాణం లోని కథనం, సంభాషణలు, పాత్ర చిత్రణ, శైలి కేంద్రంగుండా కళా సృజన చేస్తూ సాగటం విశేషాంశం.

ఈ కథలు చదివితే పెళ్ళి పట్ల అవగాహన పెరుగుతుంది. పెళ్ళి బంధంలో చిక్కుముడులన్నీ విడిపోతాయి. బంధంలో గొప్పదనం పై సహానుభూతి మొదలవుతుంది. నేటి పెళ్ళిళ్ల సమస్య లోతు తెలుస్తుంది. వాటి పరిష్కార మార్గాలపై అంచనా వస్తుంది. ఈ పాత్రలు అపనమ్మకం, నింద, భాగస్వామి విలువ తెలుసుకోలేకపోవడం వంటి సమస్యల నుండి ఎలా బయటపడ్డాయే తెలుస్తుంది.

ప్రతి కథ ఉద్దేశపూర్వకంగా ఎడిటర్ దృష్టిని ఆకట్టుకోటానికి ప్రయత్నిస్తుంది. సంపాదకులు, సామిరెడ్డి పద్మజ, వంగిపురపు హిమాబిందు కథ ఆసాంతమూ చదివించగలదనే నమ్మకమొచ్చాక మాత్రమే కథను ఎన్నుకున్నట్లు స్పష్టంగా తెలుస్తుంది. ఎన్ని తిప్పలయిన పడి అతి తక్కువ సమయంలో వీరి ఇరువురి కృషి పట్టుదలతో ఈ ' తిరగబడ్డ ఉచ్చు ' వివాహ కథా వేదుకను సంతోషంగా ఒడ్డుకు చేర్చారు. వీరి సాహితి సంకల్పానికి కృతజ్ఞతలు.

★★★

తనలోతాను

శానాపతి(ఏడిద)ప్రసన్నలక్ష్మి
Ph:9492339499

కృష్ణకు ఆక్సిడెంట్ అయ్యింది...!

బండిమీద వెళ్తుండగా... టైర్ పంచరవ్వడం, ఆ ఊపుకు డివైడర్ని గుద్దుకుని పడిపోవడం... అంతా క్షణాల్లో జరిగిపోయింది. అది చూసినవారు నూట ఎనిమిదికి ఫోన్ చేసి... హాస్పిటల్ కి చేర్చడం కూడా వెంట వెంటనే జరిగిపోయాయి.

భర్తకు ఆక్సిడెంట్ అయ్యిందన్న పిడుగులాంటి వార్త తెలిసిన వెంటనే... హాస్పిటల్ కి పరుగున వెళ్ళింది రూప.

అక్కడ అపస్మారక స్థితిలో పడున్న భర్తను చూడగానే గుండెలవిసేలా ఏడ్చింది. "డాక్టర్... ఎలాగైనా నా భర్తను రక్షించండి" అంటూ ఎంతో దీనంగా వేడుకుంటుంది రూప.

"లాభం లేదమ్మా...! తెలివిలోకి తీసుకురావడానికి మా శాయశక్తులా ప్రయత్నించాం. తలరు వాలా బలమైన దెబ్బ తగలడంతో... ఎప్పుడు కోలుకుంటాడో తెలియదు. పరిస్థితిని చూస్తుంటే... ప్రాణాలు పోయే అవకాశం కూడా ఉంది..." అతని ప్రాణాలకు భరోసా ఇవ్వలేమన్నట్టు ముందుగానే వివరించి చెప్పేసాడు డాక్టర్.

"లేదు డాక్టర్ నా భర్త బ్రతకాలి. ఎంత డబ్బు ఖర్చైనా పర్లేదు" పిచ్చిదానిలా తల బాదుకుంటూ... వేడుకుంటుంది.

"మేమిచ్చే ట్రీట్మెంట్ మేమిస్తూనే ఉంటాం. ఒక వారం రోజులు చూడండి. ఆ తర్వాత కూడా ప్రాణం కొట్టుకుంటూ ఉంటే... ఈ కోమాలోని పేషెంట్ ని మీ ఇంటికి తీసుకుపోయి.. ఏ విధంగా సపర్యలు చేయాలో ఆ విధంగా చేయడమే" అంటూ అక్కడ నుంచి వెళ్ళిపోయాడు... డాక్టర్.

"పోతే పోతాడు. వీడి గురించి నువ్వెందుకింతగా బాధ పడిపోతున్నావో నాకర్థం కావడం లేదు. ఈ మాయదారి మొగుడు ఉండేం లాభం? పీడా విరగడవుతున్నందుకు సంతోషించు" అంటూ కూతురు రూపపై విరుచుకుపడింది తల్లి.

తాను కష్టంలో ఉన్నందుకు, తల్లి ఓదార్చాల్సింది పోయి... చావు బ్రతుకుల మధ్య ఉన్న తన భర్తపై ఈసడిస్తూ విసురుతున్న తల్లి మాటలు ఆ దుఃఖంలో మనసును కలుక్కుమనిపించాయేమో... రుద్రకాళి అయ్యింది రూప.

"అమ్మా! ఇక ఆపుతావా...? నీలాంటి వారి నోటినుంచి వచ్చే శూలాల్లాంటి మాటలు ఈ స్థితిలో కూడా ఆయన చెవిన పడ్డం నాకిష్టం లేదు. తల్లివి కదాని ఎప్పుడో నా మనసులోని మాట నీకు చెప్పుకున్నందుకు... నాపై సానుభూతి కురిపించడానికి ... ఆయన్ని తక్కువ చేసి మాట్లాడక్కర్లేదు. చాలమ్మా...!

ఇన్నాళ్ళూ ఎన్నో అవమానాలు మోసారు, తన మనసును ఎవరికీ చెప్పుకోలేక చస్తూ బ్రతికారు. నాతో పెళ్ళైన పాపానికి నాకు భర్తగా... నా బిడ్డకు తండ్రిగా బాధ్యతల్ని మోస్తూ వచ్చిన దేవుడతను. నా మెళ్ళో తాళి కట్టినందుకు... నా పసుపు కుంకుమలు కాపాడుకోవడానికి నా శాయశక్తులా ప్రయత్నిస్తూ సేవలు చేసుకోవడం నా ధర్మం. తక్షణం నీవిక్కడ నుంచి వెళ్ళిపో" తల్లిపై ఆవేశంగా విరుచుకుపడి... మరిక తల్లిని మాట్లాడనీయకుండా అక్కడ నుంచి పంపేసింది.

అపస్మారక స్థితిలో ఉన్న తండ్రిని చూస్తూ... "నాన్నా నాన్నా" అంటూ ఏడుస్తున్న ఏడేళ్ళ కొడుకుని దగ్గరకు తీసుకుంటూ గుండెలకు హత్తుకుంది. ఈ లోకంతో సంబంధం లేనట్టు... మంచం మీద పడున్న భర్త ఎదురుగా కనిపిస్తుంటే... దుఃఖాన్ని దిగమింగుకుంటూ, కరిగిన గతాన్ని తల్చుకుని... ఈ బిడ్డకు తండ్రి నా భర్త కాదు కదా అనుకుంది.

★★★

రూప పరాయి మగాడి కౌగిట్లో రాత్రంతా కరిగిపోయి... ఉదయాన్నే ఇంటి తాళం తీసుకుని లోపలికి వస్తుంటే... ఎదురుగా కనిపించాడు భర్త కృష్ణ.

తన నలిగిన చీర... చెరిగిన బొట్టు... వాడిన పూలు. ఇవి చాలు, ఓ మగాడికి తన శరీరాన్ని అర్పించుకున్న సంగతి భర్తకి తెలిసిపోయిందని. కైపుగా కనిపిస్తున్న అదొక రకమైన చెదిరిన అందాలని భర్త గమనించినా తనను చిన్నమాట కూడా అనకపోవడం ఆశ్చర్యంగా అనిపించింది. మొగుడన్నాక, పెళ్ళాం ఆ రకంగా బరితెగించి కనిపించినా, తనపై చేయి చేసుకునే జులుం అతనిలో కొంచెమైనా కనిపించలేదు. అతని చేతగానితనానికి నన్నేమీ చేయలేదనే ధీమాతో భర్తను అలుసుగా తీసుకుంది రూప.

రూప రూపంలో కూడా తన పేరుకు తగ్గట్టు ఎంతో అందగత్తె. పాలరాతి బొమ్మలాంటి తన కోమలత్వాన్ని భర్తగా అతనెప్పుడూ తాకనైనా తాకలేదు. తన కోసం కోరికతో చూసే మగాళ్ళు ఎంతో మంది ఉన్నా... తన భర్త మాత్రం ఎలాంటి స్పందనా లేని జడపదార్థంగా ఎందుకుంటున్నాడో అర్థమయ్యేది కాదు. రతీదేవిలా తన అందచందాలతో ఎన్నోసార్లు ఆకట్టుకోవాలని చూసిన చిలిపి అల్లర్లేవీ... అతన్ని మన్మధుడ్ని చేయలేక పోవడంతో... తన అహం దెబ్బతింది. అందుకేనేమో అతనంటే విసిగి వేసారిపోయింది. తన బ్రతుకు అడవి కాచిన వెన్నెలయ్యిందని ఎన్నోమార్లు నిందించింది. శరీరం కోర్కెతో కాలిపోతుంటే... చల్లార్చలేని మొగుడనే మొద్దుని కట్టుకున్నందుకు అసహాయతతో చేతికి ఏది దొరికితే అది అతనిపై విసిరేసేది. ఉక్రోషంతో నిలువెల్లా కోపంతో ఊగిపోయేది. అసలు నన్ను పెళ్లి చేసుకుని నాకెందుకు అన్యాయం చేస్తున్నావని సిగ్గువిడిచి కామపిశాచిలా భర్తమీద పడినా అతని జడత్వానికి పిచ్చిదయ్యేది. కానీ... తన భర్త ఏమీ అనేవాడు కాదు. తనవైపు జాలిగా చూస్తాడు, తనను క్షమించమన్నట్టు దీనంగా చూస్తాడు తప్పించి ఓ మగాడిలా ఎప్పుడూ ప్రవర్తించలేదు. అతనితో తాళి కట్టించుకున్నందుకు తన యవ్వనమల్లా వాడిపోవడం సహించలేకపోయేది. లోకం దృష్టిలో తాము మొగుడూ పెళ్ళాలు మాత్రమే. తాము శారీరకంగా కలిసేది ఇక లేదనే నిర్ధారణకు వచ్చేసాకా... మనసు విచ్చలవిడితనాన్ని కోరుకుంటూ....

పూర్తిగా తన శరీరాన్ని పరాయివాడికి అర్పించేసుకుంది. తనలో వచ్చిన బరితెగింపుకు అతనేమీ అడ్డు చెప్పకపోవడంతో తనకు కావాల్సిన ఆనందాన్ని ఇకపై వదులుకోకూడా దనుకుంది. తన గురించి అంతా తెలిసికూడా కిమ్మనకుండా ఉన్నాడంటే... తను చేస్తున్నదేమీ తప్పు కాదనే ఉద్దేశ్యంతో, భర్త మూగ వాడయ్యాడనుకుంది.

రాను రాను రూపలో చికాకులు పోయాయి. వికసించిన పూవులా మనోహరంగా ఉంది. తాను పొందిన ఆనందం గుండెల నిండా పరిమళిస్తూనే ఉంది. మనసంతా మయూరంలా చిందులేస్తుంది. పెళ్ళై ఇన్నాళ్ళైనా మొగుడివ్వలేని సుఖానుభూతిని వేరొకరి ద్వారా పొందుతున్నందుకు... ఎంతో తృప్తి తన ముఖంలో కొట్టాస్తూనే ఉంది. ఒకసారి మగాడితో శారీరక సంబంధం పెట్టుకున్నాక ... ఆ కలయికకు తానెంతగా తపించిపోతుందో తనకు అర్థమవుతానే ఉంది.

ఇలా రోజులు సాగిపోతున్నాయి...

రూప గర్భవతయ్యింది...!

తనలోతాను

తాను మాతృత్వాన్ని పొందబోతున్న అదృష్టానికి పొంగిపోయింది. అత్తింటివారు, పుట్టింటి వారు తనకు చేస్తున్న సంబరాలకు పులకించిపోయింది.

ఏడవ నెల రాగానే... పుట్టింటి వారొచ్చి రూపకు సీమంతం చేసి పురిటికి తీసుకెళ్ళడం... పండంటి బాబు పుట్టడం... ఆ బాబుకి రోహిత్ అని కృష్ణతో నామకరణం జరిపించి బారసాల చేయడం అన్నీ శుభంగా జరిగిపోయాయి.

బాబుకు మూడవనెల వచ్చింది...!

పుట్టింటి నుంచి తన ఇంటికి తిరిగొచ్చిన రూపకు కొడుకే ప్రాణమైపోయాడు. తల్లి కాగానే బిడ్డపై మమకారమలా అల్లుకుంటుందేమో...? రూప మాత్రమే కాదు... ముద్దులోలికే ఆ పసివాడిని ప్రేమగా చేరదీసేవాడు కృష్ణ కూడా. తల్లిగా తనకుంటుంది ఆ అనుబంధం. కానీ... ఆ బిడ్డ పుట్టడానికి తన భర్త ఎంతమాత్రమూ కారణం కాకపోయినా పిల్లవాడిపై ప్రేమనెలా చూపిస్తున్నాడో అర్థం కావడం లేదు.అతను ఆ బిడ్డపై ప్రేమానురాగాలు కురిపిస్తుంటే... అతను మరింత అమాయకుడిలా కనిపించేవాడు. తానింతకు తెగించినా... తను పల్లెత్తు మాటకూడా అనకుండా.... బిడ్డ పెంపకంలో తండ్రిగా బాధ్యత వహిస్తున్న భర్తంటే గౌరవం రాసాగింది. బారసాల కార్యక్రమంలో... బిడ్డ పుట్టుకకు తాను తండ్రి కాకపోయినా, తానే తండ్రిగా బిడ్డకు పేరుపెట్టి, ఈ లోకానికి పరిచయం చేయడంతో... దేవుడిలా కనిపించాడు. తండ్రి పాత్రలో ఎందుకంతగా లీనమయ్యాడో కూడా అర్థం కాలేదు. ఆపాత్రలో నటించడం కూడా అంత తేలికైనది కాదు. తన బిడ్డకు ఏ మాత్రం సుస్తీ చేసినా, తనకంటే కూడా అతనే ఎంతగానో అల్లాడిపోవడం చూసి ముచ్చటగా అనిపించినా... ఒకింత ఆశ్చర్యపోతూనే ఉంటుంది. ఇదెలా సాధ్యం...? మనసు లోతుల్లోంచి వచ్చే ఆ ప్రశ్నకు జవాబు మాత్రం దొరికేది కాదు.

ఓరోజు...

"రోహిత్ ని బాసర తీసుకెళ్లి అక్షరాభ్యాసం చేయిద్దాం. మంచిరోజు చూసి ముహూర్తం పెట్టించు. వీడు బాగా చదువుకుని... ఎంతో వృద్ధిలోకి రావాలి. ఇదే నా ఆశా... కోరికా" అంటూ వాడిని దగ్గరకు చేరదీసి ముద్దాడాడు కృష్ణ.

అతని మాటలకు... విస్తుపోయింది రూప. నవమాసాలూ మోసి బిడ్డను కన్నది తనే అయినా... బిడ్డ విషయంలో అతనాలోచించినట్టుగా తాను ఆలోచించలేకపోయింది. అలాంటి మంచి కార్యం చేస్తానంటుంటే... ఏ విధంగా అతన్ని పొగడాలో మాటలు రాలేదు. ఆమె మౌనమే సమాధానంగా తీసుకుంటూ... బయటకెళ్లిపోయాడు కృష్ణ.

బిడ్డ రోహిత్ స్కూల్ అడ్మిషన్ ఫారం పై తండ్రి పేరు దగ్గర కృష్ణ పేరుచూసి.... మరింతగా చలించిపోయింది రూప. లోకంలో ఎంతో మంచివాళ్ళను చూసింది గానీ... మరీ ఇంత మంచితనం ఉన్న వ్యక్తిని కళ్ళారా చూసాకా... ఆనందంతో కళ్ళు చెమ్మబారాయి.

రూప ఆలోచిస్తుంది....

అన్ని విషయాల్లో ఎంతో శ్రద్ధ కనబర్చే అతనికి లోకజ్ఞానం కూడా ఎక్కువే. పెద్ద చదువులు చదివాడు కాబట్టే... పెద్ద ఉద్యోగం చేస్తున్నాడు. ఆ విధంగానే... రోహిత్ ను ఓ మంచి విద్యావేత్తను చేయాలని కలలు కంటున్నాడు. చదువు మనిషికి తోడుంటే... జీవితాన్ని ఏ విధంగానైనా నెట్టుకురావచ్చనే ఫిలాసఫీ చెప్తాడు. చాలా తెలివైన మనిషి. కరుణా మూర్తి. ప్రేమతత్వం తెలిసిన మనిషి. తానెంతగా అతన్ని ఈసడించి, అవమానించినా... ఏనాడూ తనపై చెయ్యెత్తి ఎరుగడు. సహనం అతని ఊపిరేమో...? అతనిలోని మౌనం సమాధానం చెప్పలేని వేదనేదో అతన్ని వెంటాడుతుందని గ్రహించకపోలేదు రూప.

అదే విషయం అతన్ని అడిగింది. మొదట్లో చెప్పడానికి నిరాకరించినా... అదేపనిగా గుచ్చిగుచ్చి అడగడంతో... తనలో తాను దాచుకున్న నిజాన్ని విప్పి చెప్పేసాడు.

అదంతా విని... ఎంతగానో నిర్ఘాంతపోయింది రూప.

★★★

ఎంతో ఉత్తముడైన భర్త ప్రాణాల్ని కాపాడాలని ఎన్ని దేవుళ్లను ప్రార్ధించినా... రూప కోరిక తీరలేదు.

కృష్ణ ఈలోకం నుంచి శాశ్వతంగా సెలవు తీసుకున్నాడు. పుట్టింది మొదలు జీవితమంతా మానసికంగా అనుభవించిన బాధ నుంచి విముక్తి పొందాడు.

'పాపం అతను చేసిన తప్పేమిటో తెలీదతనికి. నా మెళ్ళో తాళి కట్టిన మొగుడైనందుకు... నా బిడ్డ బాధ్యత తీసుకుని తానే తండ్రిగా గుర్తింపునిచ్చాడు ఈ సమాజంలో. అతనికి మళ్ళీ జన్మంటూ ఉంటే... సంతృప్తికరమైన పరిపక్వ జీవితాన్ని ప్రసాదించు దేవుడా'' అంటూ...అతని ఆత్మ శాంతికి ప్రార్ధించింది రూప.

కృష్ణలోని మంచితనాన్ని లోకువుగా తీసుకుని... తాను బరితెగించి జీవించిన బ్రతుకెంతవరకూ న్యాయమో తెలీని అయోమయంలో ఉన్నప్పుడు... తన బిడ్డను అతను కన్నతండ్రిలా చేరదీయడంతో... అతన్ని ఏవిధంగా అర్ధం చేసుకోవాలోననే సందిగ్ధం ఆమె మనసును కుదిపేసింది. తనలో జీర్ణించుకోలేక పోయిన ఆ ప్రశ్నను సూటిగా అడిగినప్పుడు... అతను చెప్పిన వ్యధనంతా విన్నాక ... నిర్ఘాంతపోయిన ఆరోజును మర్చిపోలేకపోతుంది రూప.

ఆరోజు ....

తాను పరాయి మగాడితో శారీరక సంబంధం పెట్టుకుందన్న విషయం తెలిసికూడా... భర్త ఎప్పుడూ నిలదీసి ఆమెను అడగకపోయేసరికి... చేసిన ఆ తప్పునే మళ్ళీ మళ్ళీ చేస్తూ వచ్చినా, ఆమెపై చేయి చేసుకోలేదు. పైగా తన బిడ్డకు తండ్రి అతను కాకపోయినా... కన్న తండ్రిగా చేరదీసి... ప్రేమను పంచాడు. అతనిలోని ఆ అమాయకత్వమే... ఉత్తముడ్ని చేసింది రూప దృష్టిలో.

"నీకిది ఎలా సాధ్యమవుతుంది...? ఇదంతా నిజమేనా...? అలాగని నటిస్తున్నట్టు కూడా లేదు. అసలు నా బిడ్డను తండ్రిగా ఎలా స్వీకరించావు" అని సూటిగా అడిగినప్పుడు... మొదటిసారిగా తన మనసులోని అగ్నిపర్వతాన్ని బయట పెట్టాడు. ఆ చేదు నిజాల్ని విన్నాక ఆమె గుండె బరువెక్కింది. ఇన్నేళ్ళుగా తనలో తాను ఎలా భరించాడో తెలిసాక అతనిపై విపరీతమైన జాలి... తనపై తనకు అసహ్యం వేసి వెక్కివెక్కి ఏడుస్తున్న రూపను ఓదార్చాడు కృష్ణ.

రూప చేసిన పనిని సమర్థిస్తూ వచ్చాడు....

"నువ్వేం తప్పు చేశావని బాధ పడుతున్నావు...? నావల్ల పొందలేకపోయిన సుఖాన్ని పరాయివాడితో పొంది మాతృత్వాన్ని కూడా గెలుచుకున్నావు. నువ్వు చేసిన పనిని నేను తప్పనుకోవడం లేదు. నా మానసిక పరిస్థితి నాకు తెలుసు కాబట్టి... ఈ పెళ్లి అనే తంతుకి దూరంగా ఉండాలని ఎంత ప్రయత్నించినా... నన్ను కన్న మమకారంతో నాకంటూ ఒక తోడు ఉండాలని నీ మెళ్ళో బలవంతంగా తాళి కట్టించారు నా తల్లిదండ్రులు. పెళ్ళి చేసుకుని నీ బ్రతుకుని నాశనం చేసానని నాకు తెలుసు. నేను నీతో సంసార జీవితం చేయలేనప్పుడు... నీవు మాత్రం ఎన్నాళ్ళని నీలోని కోరికల్ని అణుచుకోగలవు. నువ్వు మరొక మగాడితో తృప్తి పడుతున్నందుకైనా... సంతోషించాను. నువ్వు ఓ బిడ్డకు తల్లివైనందుకు మరింత ఆనందపడ్డాను. అభం శుభం తెలియని చంటివాడిని చూస్తే జాలేసింది. వీడికి తండ్రి నేను కాదన్న విషయం ఎప్పటికీ మన మధ్యనే ఉండనీయి. ఏ మాత్రం బయటకు వచ్చినా, వాడి జీవితంలో మచ్చ రావడమే కాకుండా మనం కూడా హేళనైపోతాం. ఇప్పటివరకూ నువ్వూ, నేనూ భార్యాభర్తలుగానే అందరి ముందూ సాగిపోతున్నాం కాబట్టి, వీడి పుట్టుకకు ఓ గౌరవం లభించాలని, ఎంతో ప్రేమనిస్తూ కన్నతండ్రిగానే... వీడిని పెంచుకుంటూ వచ్చాను. వీడు నా కొడుకని చెప్పుకోవడం వల్ల కూడా, నేనెవరన్నది నాకే సరిగా నిర్ధారణ కాకపోయినా, మగాడిననే అపోహ అందర్లోనూ కలిగింది.

నేను పుట్టుకతో మగాడిగా పుట్టినా... శారీరక ఎదుగుదల్లో... ఆడదాన్నో, మగవాడినో తెలుచుకోలేని అయోమయంలో నేనున్నప్పుడు... అందరి వెక్కిరింపులు తట్టుకోలేక ఆత్మహత్యకు కూడా ప్రయత్నించి... విరమించుకున్నాను. నేనెలా పుట్టినా... ఈ భూమిపై పడ్డందుకు... నాకోసం నేనైనా ఈ జీవితాన్ని గడిపేయాలని నాకు నేను ధైర్యం చెప్పుకుంటూ వస్తున్నాను. అలాంటి స్థితిలో నీతో పెళ్ళైపోవడం... గృహస్థుడిలా అనుకుంటూనే నీతో జీవితాన్ని గడపడం, తండ్రిని

కాకపోయినా నేనొక తండ్రేనని ఈలోకం గుర్తించడం... నాకూ తృప్తిగానే అనిపించింది. నువ్వు తప్పు చేశానన్న భావన నీకుందేమో గానీ... నాకైతే అనిపించలేదు. మానసిక ఎదుగుదల్లో నేను ఓ 'క్వీర్' నని గుర్తించాను. అంటే నాలో ఏదో లోపం ఉందని కాదు. నా ద్వారా కూడా నువ్వు తల్లివి కాగలవు. కానీ... ఓ స్త్రీని లోబర్చుకోవాలనే కోరిక నాకు ఎప్పుడూ కలగలేదు. కలగదు కూడా. ఇప్పటికే నిన్ను పెళ్లి చేసుకుని ఒక తప్పు చేసాను. నీపై నాకు ఆకర్షణ అంటూ లేకుండా... నీకు లొంగిపోతే నేనింకో తప్పుచేసినట్టు. అది నాదృష్టిలో సంసారమే కాదు. నేనూ మనిషినేనని... నాకూ ఓ మనసుంటుందని... కోరికలతో పాటూ... ప్రేమా, ఆప్యాయతా, అనురాగం...ఇలాంటి తీయని అనుభూతులు కూడా నా మనసంతా నిండి వుంటాయని, నువ్వు నన్ను అర్థం చేసుకుంటే చాలు. నేనేకాదు... మాలాంటి వాళ్ళ జీవితాలెందరివో ఇలాగే ఉంటాయి."

అంటూ తనలో తాను మనసులో దాచుకున్న సంఘర్షణని బయటపెట్టాడు కృష్ణ.

భర్త మానసిక వేదన విన్నాక రూప మనసు కరిగిపోయింది. మొగుడుగా వచ్చి తనతో సంసారం చేయలేదని ఎన్నో రకాలుగా అవమానించి దూషించినందుకు విపరీతమైన జాలి కలిగింది. ఇన్నాళ్లూ తనకు భర్తగా, తన బిడ్డకు తండ్రిగా లోకం దృష్టిలో అండగా నిలబడినందుకు ...ఇకనైనా భర్తకు మంచి స్నేహితురాలై ప్రాణం పెట్టాలనుకుంది. కానీ ఇంతలోనే అంత ఘోరం జరిగి తనకు కాకుండా వెళ్లిపోతాడని ఊహించలేదసలు.

ఏడేళ్ల తన కొడుకుతో... భర్తకి జరపాల్సిన అంత్యక్రియలు జరిపించి... ఇక నుంచైనా అతని జ్ఞాపకాల్లోనే కాలం గడపాలనే నిశ్చయానికొచ్చి... కంటినుంచి కారుతున్న కన్నీళ్లను తుడుచుకుంది రూప.

(ఈ కథ LGBTQIA+ వర్గంలోని సభ్యులైన ఓ క్వీర్ కథ)

తాళి – బొట్టు

బి.నర్సన్
Ph: 9440128169

ఫంక్షన్ హాలు ముందు 'తోడూ నీడా' పునర్వివాహ సమ్మేళనం అని బ్యానర్ కట్టి ఉంది. అటు ఇటు చూస్తూ లోపలికి అడుగు పెట్టిన ప్రమీల ఓ మూలన వెళ్లి కూచుంది. వేదిక పైకి సూటులో వచ్చిన ఒకాయన తన ప్రసంగం మొదలు పెట్టాడు.

'సృష్టిలో జీవుల మధ్య సఖ్యత, వాటి వృద్ధి కోసమే ఆడ మగ అనే భిన్న రూపాలు పుట్టాయి. ప్రకృతి తన వంతుగా సర్వ జాతులకీ జీవ ఫలాలను అందించి చరాచర జగత్తును తన ఒడిలోకి తీసుకుంటుంది. ఈ భిన్నతకు ప్రతిఫలంగా ప్రతి చిన్న ప్రాణి సైతం తన విజాతి సాహచర్యం కోసం పెనుగులాట సహజాతి సహజం. మనుషులు దీనికి అతీతులు కాదు. మనుషుల్లో ఆడ మగ పరస్పర ఆధార జీవులు. శారీరక నిర్మాణాల దృష్ట్యా ఎవరి ఆకర్షణ వారిది. దాంపత్య రీత్యా ఎవరి బాధ్యతలు వారివి. అయితే పెళ్లి అనే బంధమే ఆడ మగని దంపతులుగా మార్చుతుంది. అలా ఒక్కటైన జంటను పిల్ల పాపలతో, ఆయురారోగ్యాలతో, సుదీర్ఘ కాలం సుమంగళంగా నిలవాలని అక్షింతలతో ఆకాంక్షిస్తారు. అయినా దౌర్భాగ్యవశాత్తు కొన్ని జంటలు మధ్యలోనే చీలిపోతాయి. దానికి తీవ్ర మనస్పర్థలో, అనూహ్య మరణాలో కారణం కావచ్చు. అయితే ఎంతకాలం ఈ ఒంటరితనం? పోయిన సహచరులు వచ్చే అవకాశం లేనప్పుడు వారి జ్ఞాపకాలతో కుమిలిపోతూ బతకడంలో అర్థం లేదు, ప్రయోజనం లేదు. నేలను విడిచిన మొక్క మళ్ళీ మట్టిలో నాటుకుంటేనే వికసిస్తుంది. అలాగే కాలం కాటుకు ఒంటరైన మనిషి తిరిగి పాదుకుంటేనే జవం జీవం జీవన సౌరభం. పెళ్లయ్యాక భర్త లేదా భార్య చనిపోతే జీవితం అంధకారం కాదు. అది మళ్ళీ పెళ్లితో వెలిగించుకొనే దీపం. ఏ వయసువారైనా ఆడ మగల జత రాలిపోతే మరో నవబంధానికి లతలా పెనవేసుకోవడమే మిగిలిన జీవితానికి నందనవనం, ఆనంద చందనం.

పెళ్ళి, మళ్ళీ పెళ్ళి గురించి ఎవరో ఇంగ్లీషులో రాసిన వాక్యాలను తెలుగులోకి ట్రాన్స్ లేట్ చేసినట్లు ఆయన మాటలు చప్పగా ఉన్నాయి. దీంట్లో తెలియని విషయమేముంది అన్నట్లు ప్రమీల విసుగ్గా కళ్ళు మూసుకొని తల దించుకుని ఆలోచనల్లోకి వెళ్ళిపోయింది. ఆమె మనసు రెండుగా చీలిపోయి ఏది కరెక్టో తేల్చుకోలేక సతమతమౌతుంది. ఒకవైపు భర్త మరణంతో మిగిలిన ఒంటరి జీవితం, మరోవైపు పునర్వివాహాన్ని ఒప్పుకోని పట్టింపుల సమాజం. ఎటూ తేల్చుకోని దశలో బెదురుగా బెరుకుగా వచ్చిన ఆమె ఇంతసేపు దొంగ చూపులతో దించిన తలను పైకెత్తింది. రెండు వైపులా చూసింది. మధ్య, ముదురు వయసుల ఆడ మగలతో చాలా సందడి కనబడింది. జీవితంలో మళ్ళీ పెళ్ళి చేసుకొనే చాన్సును ఎట్టి పరిస్థితుల్లోనూ వదులుకోవద్దన్నట్లు అందరి చూపుల్లో ఆశ, పరిశీలన కనబడుతున్నాయి.ఈ సామూహిక పెళ్ళి చూపుల్లో జత కోసం వెతుకుతున్నట్లు అందరూ బిజీగా ఉన్నారు. మగవాళ్ళ చూపులకు నడివయసు మహిళలు కొత్త పెళ్ళి కూతుర్లలా సిగ్గుపడిపోతున్నారు.

చప్పట్ల చప్పుడు వినగానే మళ్ళీ వేదిక వైపు చూసింది. ఇందాక మాట్లాడినాయన దిగిపోగానే స్క్రీన్ పై ఏవో జంటలు ప్రత్యక్షమయ్యాయి. గత కొన్నేళ్ళుగా ఈ సంస్థ ఏర్పాటు చేసిన సమ్మేళనాలలో మరో పెళ్ళితో ఏకమైన జంటల అనుభవాలను వీడియోలు తీసి ప్రదర్శిస్తున్నారు. వారిలో నలభై నుండి డెబ్బయి ఏండ్లవారు కూడా ఉన్నారు. ఒంటరి జీవితంలోంచి బయటపడి ఇప్పుడు ఎంతో ఆనందంగా ఉన్నామని అందరూ ఒకే పాట పాడుతున్నారు.

ఇంతలో వేదికపై నుంచి భోజన విరామం ప్రకటించారు. ప్రమీల బ్యాగులోంచి ఫోను తీసి కూతురు నందినికి కాల్ చేసింది. వెంటనే ఆవైపు నుంచి ఆసక్తిగా 'ఎలా ఉంది మమ్మీ! మీటింగ్ బాగా జరుగుతోందా? చాలా మందే వచ్చారా! ఎవరన్నా నచ్చారా?' ఇలా ప్రశ్నల వర్షం కురిపిస్తోంది నందిని.

'ఏదో నీ ఒత్తిడికి తట్టుకోలేక వచ్చాను గాని ఈ అంటే ఎన్ని అడ్డంకులో నీకేం అర్థమవుతుంది' అంది ప్రమీల.'మళ్ళీ మొదటికి వచ్చావా తల్లీ! నీ వయసు నలభై ఐదేళ్ళు, నాన్న పోయి మూడేళ్ళవుతోంది. నేనున్నప్పుడు ఎలాగో గడిచింది గాని ఇప్పుడు నీకు దూరంగా హాస్టల్లో ఉంటున్న. చదువు పూర్తయ్యాక ఉద్యోగం, పెళ్ళి.. అలా నా బతుకు నాదే కదా! దిక్కు లేనట్లు నా ఇంట్లో ఆయాగా బతికే కర్మ నీకేం పట్టింది. నచ్చినవాణ్ణి వెదుక్కో.. మరో నలభై ఏండ్లు హాయిగా బతుకు. నేను కోరుకొనేది అదే!' ఇంకేం మాట్లాడకన్నట్లు చెప్పింది నందిని.

'నీకెవరు కానరారు కానీ నాకైతే ఇదేం పద్ధతే అంటూ అందరూ నా చుట్టూ తిరుగుతున్నట్లే ఉంది. మీ అమ్మమ్మే.. అదే మా అమ్మే నన్ను తన వయసు విధవలా చూస్తుంది. మనం ఇలా ఉండాలి అలా ఉండాలి అని వెధవ కబుర్లు చెబుతుంది. మళ్ళీ పెళ్ళి అంటే అందర్నీ పోగేసి నా పరువు తీస్తుంది. ఇది నావల్ల కాదే నందినీ!' అని సర్ది చెప్పబోయింది.

'మమ్మీ! ఇప్పుడవన్నీ వద్దు. హోయిగా మీటింగ్ పూర్తయేదాకా ఉండి రా! ఇంటికొచ్చాక మాట్లాడుకుందాం!' అని ఫోన్ పెట్టేసింది.ఫోను బ్యాగులో వేస్తూ ప్రమీల లంచ్ వైపు నడిచింది. వచ్చిన వారిని చూస్తుంటే ఎవరు పరిచయమున్నట్లు లేదు. నచ్చిన పదార్థాలు ప్లేటులో వేసుకొని ఓ ఖాళీ టేబుల్ వద్దకెళ్లి కూచుంది. కొద్దిసేపటికి ఒకాయన ప్లేటుతో సహా వచ్చి ప్రమీల ఎదురుగా కూచున్నాడు. అన్నం కలుపుతూ 'మీరు పాపడ్ తినరా?' అని ప్రమీలని అడిగాడు. నన్నేనా అన్నట్లు తలెత్తి చూసింది. ఔనన్నట్లు తలాడించాడు. 'తింటాను.. కనబడలేదు' అని చిన్నగా అంది. నిజానికి మసాలా పాపడ్ అంటే ప్రమీలకు ఇష్టమే! ఆయన ప్లేట్లో మూడు పాపడ్ లు ఉన్నాయి. లేచి వెళ్లి తెచ్చుకుంటే ఏదో కక్కుర్తి పడ్డట్లు ఉంటుంది అని ఊరుకుంది. ఆయన ఒక పాపడ్ ను ప్రమీల ప్లేట్లో వేస్తూ 'తీసుకోండి!' అన్నాడు. కాదనలేక 'థాంక్సండీ!' అంది. 'నేను బళ్లారి నుంచి వచ్చాను. ఏర్పాట్లు బాగున్నాయి' అన్నాడు తింటూనే. అలాగా అన్నట్లు చిరునవ్వుతో ఆయన వైపు చూసింది. యాభై ఏళ్లు ఉండొచ్చు. వెంట్రుకలు నలుపు తెలుపు కలగలుపుగా ఉన్నాయి. నీలి గీతల తెల్ల టీ షర్ట్, జీన్స్ ప్యాంట్ వేసుకున్నాడు. మొత్తానికి వయసు కన్నా లేటెస్ట్ గా ఉన్నాడు.

భోజనాలు పూర్తి కావచ్చాయి. 'ఈ కార్యక్రమం మీకు ఎలా అనిపిస్తోంది?' అన్నాడు చివరి మాటగా. బాగుంది అన్నట్లు తలాడిస్తూ ప్లేటు పట్టుకొని లేచింది ప్రమీల.

అందరూ వేదిక ముందుకు చేరక 'ఇష్టమున్నవారు తమ వివరాలు ఇక్కడికొచ్చి చెప్పుకోవచ్చు' అని ప్రకటించి మరో అంకానికి తెర లేపారు. సహజంగానే ముందు మగాళ్లు ముందుకొచ్చారు. ఒక్కొక్కరు వచ్చి తమ గురించి చెప్పి వెళుతున్నారు. ఈసారి తనతో పాటు టేబుల్ పై లంచ్ చేసినాయన మైకు ముందుకొచ్చాడు. ప్రమీల ఆసక్తిగా ఆ వైపు మనసు పెట్టింది.

'నా పేరు శివ కుమార్. వయసు నలభై ఎనిమిది సంవత్సరాలు. మాది బళ్లారి. తెలుగు కుటుంబం. చదువు ఎమ్మెస్సీ పీ హెచ్ డి. ఇంజనీరింగ్ కాలేజీలో లెక్చరర్ ని. నెలకు లక్ష రూపాయల శాలరీ. భార్య మూడేళ్ల క్రితం క్యాన్సర్ తో చనిపోయింది. మాకో అమ్మాయి. యూ ఎస్ లో చదువుకుంటోంది. నేను నచ్చితే నాతో మాట్లాడొచ్చు. మిగతావివరాలు రిజిస్టర్ లో ఉన్నాయి.' అని వినయంగా చేతులు జోడించి దిగిపోయాడు.

అయిదు గంటలకు టీ టైమ్ ప్రకటించారు.

ప్రమీల టీ కోసం వెళుతుండగా 'ఎక్స్ క్యూజ్ మీ!' అంటూ శివ కుమార్ ఎదురయ్యాడు. ఆయన చేతుల్లో రెండు టీ కప్పులున్నాయి. ఒకటి ప్రమీలకు అందిస్తూ 'రండి!' అంటూ కుర్చీల వైపు నడిచాడు. టీ ని రుచి చూసిన ప్రమీల వెంటనే 'వాహ్! మసాలా టీ. నాకెంతో ఇష్టం' అనేసింది. అందరి చేతుల్లో చిన్న డిస్పోజల్ కప్పులు చూసి 'ఇదెక్కడిది?' అని అడిగింది. తన బ్యాగు వైపు చూపిస్తూ 'సరంజామా అంతా నా దగ్గర రెడీగా ఉంటుంది' అన్నాడు.

టీ కి కృతజ్ఞతగా 'కప్ ఇవ్వండి!' అని బలవంతంగా ఆయన చేతిలోంచి తీసుకొని కడిగి తెచ్చింది. కప్పులను బ్యాగులో పెట్టుకుంటూ 'రేపు వస్తారా! పెళ్లిళ్లు, ఒప్పందాలు. సరదాగా ఉంటుంది. రండి!' అన్నాడు.

'సరేనండీ! వస్తాను' అంటూ బయటికొచ్చి ఇంటి దారి పట్టింది. మధ్యలోనే నందిని ఫోన్ చేసింది 'ఎలా ఉందమ్మా?' అంటూ.

'బాగానే ఉంది. నీ మాట కాదనలేక వెళ్ళాను కానీ నాకిదంతా అవసరమా!' అంది. 'ఖచ్చితంగా అవసరమే. నీకెవరైనా నచ్చారా ముందది చెప్పు' అంది నందిని.

'నాకు నచ్చడమేమిటి? మళ్ళీ పెళ్లిని ఎవరైనా మెచ్చుతారా!' అంది మనసులోనే ముక్కుపై వేలేసుకున్నట్లు.

'అవేమి మాట్లాడకు. రేపు తప్పకుండా మీటింగ్ కు రా! ఇదిగో మీ కొత్త నాన్న అని ఒకరిని పరిచయం చేయాలి. ఎదురు చూస్తూ ఉంటాను' అని ఫోన్ పెట్టేసింది నందిని.

ఇది ఇంత బరితెగించిందేమి అనుకుంటూ ఇల్లు చేరుకుంది.

కొద్దిసేపటికి బైక్ ఆగిన చప్పుడు వినొచ్చి తలుపు తెరిచి చూసింది. ఎదురుగా వస్తున్న ప్రమీల అన్న సుధాకర్ 'అమ్మ హాస్పిటల్లో ఉంది. గుండెలో నొప్పిగా ఉందంటే ఇప్పుడే చేర్పించాం. నిన్ను తీసుకు రమ్మంది' అన్నాడు. 'అయ్యో! ఇప్పుడెట్లుంది?' అనుకుంటూ నొసట బొట్టును తీసి అద్దానికి అతికించి ఆయన వెంట హాస్పిటల్ కు వెళ్ళింది.

అమ్మ బెడ్ కు ఆవైపు తిరిగి పడుకుంది. అమ్మా అని ప్రమీల నాలుగు సార్లు పిలిస్తే ఇటు తిరిగింది. ఆమె ముఖంలో నీరసం కన్నా నిరసన కొట్టొచ్చినట్లు కనబడుతోంది.

'ఎలా ఉన్నావమ్మా!' అంటే ముడిచిన మూతి తెరవనే లేదు. సుధాకర్ కూడా లోలోన బుసలు కొడుతున్నట్లు ఉన్నాడు. అదే ఊపులో 'అమ్మను రేపు సాయంత్రం డిశ్చార్జ్ చేస్తానన్నారు. నేను ఆఫీసుకు, వదిన స్కూల్ కి వెళ్ళాలి. అమ్మ వెంట ఉండు' అని వెళ్ళిపోయాడు.

తాను తోడూ నీడా మీటింగుకు వెళ్లిన విషయం వీళ్లకు తెలిసినట్లుంది. అందుకే రేపు తాను అక్కడికి వెళ్లకుండా ఈ ప్లాను వేసినట్లున్నారు అనుకుంది ప్రమీల. కానీ ఏది పైకి అనరాని పరిస్థితి ఉంది. నందిని ఫోన్ చేస్తే ఎత్తలేదు. తల్లి పక్కన చిన్న బెడ్ పై రాత్రి ఆలస్యంగా నిద్ర పట్టింది. పొద్దున ఫోన్ రింగ్ అవడంతో లేచింది.

'అమ్మకు ఎలా ఉంది?' అని సుధాకర్ ఫోను. 'ఇంకా నిద్ర లేవలేదు. ఒకసారి వస్తావా! నేను ఇంటికెళ్ళి ఫ్రెష్ అయి వస్తాను' అంది.

'సరే!' అని ఫోను పెట్టేశాడు.

అరగంటలో వచ్చిన సుధాకర్ సాయంతో అమ్మను లేపి ముఖం కడిగి టీ తాగించింది.

'వెళ్దామా అన్నయ్యా!' అనగానే తల్లీకొడుకులు మౌన భాషలో ఒకరి ముఖాలు ఒకరు చూసుకున్నారు.

'నేను బాత్ రూమ్ కి వెళ్ళాలి!' అంది తల్లి.

'నీవు అమ్మ వెంటే ఉండు. కీ ఇస్తే నేనే అవసరమైనవి తీసుకొస్తాను' అన్నాడు.

సుధాకర్ చేతిలో ఇంటి తాళంచెవి పెట్టి తల్లికి ఆసరాగా ఉండి బాత్ రూము వైపు తీసికెళ్ళింది.

అసహనంగా ఉన్న తల్లి, అన్యమనస్కంగా ఉన్న కూతురు మధ్య కాలం ముళ్లపై కదులుతోంది. పగలు ఒంటి గంటయింది. అప్పటికే నందిని నాలుగు సార్లు ఫోన్ చేసింది.

'మాట్లాడవే!' అంటోంది తల్లి. ఇదంతా ఎలా చెప్పేది అని ఫోన్ స్విచ్ ఆఫ్ చేసింది.

తల్లిని సాయంత్రం ఆరింటికి డిశ్చార్జి చేశారు. ప్రమీల ఇంటికొచ్చే ఫోన్ ఆన్ చేసింది.

వెంటనే వచ్చిన కాల్ లో నందిని 'మీటింగ్ కు ఎందుకు పోలేదు?' అని విరుచుకు పడింది.

కూతురు చీవాట్లు ఓపిగ్గా విని చివరకు తను ఎలా ఇరుక్కుపోయిందో వివరించింది.

'డోంటే లేదు. నువ్వు వెళ్లిన సంగతి వారికి ఎలాగో తెలిసింది. అందుకే హాస్పిటల్ డ్రామా ఆడారు. ఈ సారి ఛాన్స్ పోయింది. నెక్ష్ట్ టైం పక్కాగా ప్లాన్ చేద్దాం!' అని తల్లిని ఓదార్చి ధైర్యం చెప్పింది.

'అది కాదే నందిని! ఒకాయన..' అంది ప్రమీల.

'ఆ! చెప్పు చెప్పు. ఒకాయన.. డిటైల్ గా చెప్పు!' తొందర పెట్టింది నందిని.

మీటింగ్ లో కనబడ్డ శివకుమార్ గురించి జరిగిందంతా చెప్పింది.

'అరె! బాగున్నాడు కదా! వెంటనే పట్టేద్దాం!' అంది నందిని.

'రెండో రోజు నేను పోలేదు కదా! ఎవరైనా ఇష్టపడి..' అంది అనుమానంగా ప్రమీల.

'అదీ పాయింటే! నీవు డిస్సప్పాయింట్ అవకు. అంతా నేను చూసుకుంటాను' అంది నందిని.

వెంటనే ఇంటర్ నెట్ లో తోడూ నీడా ఆఫీసును వెదికి ఫోన్ చేసి 'ఈసారి మళ్ళీ పెళ్లి చేసుకున్న వాళ్లలో శివ కుమార్ అనే పేరు ఉందా?' అని అడిగింది.

'ఇద్దరు శివ కుమార్ లు వచ్చారండి! అందులో ఒకరు మ్యాచ్ సెలెక్ట్ చేసుకున్నారు' అన్నారు.

'బళ్లారి నుంచి వచ్చినాయన' అంది.

'రిజిస్టర్ లో అన్ని డిటైల్స్ లేవండి! పేర్లు, ఫోన్ నెంబర్లు మ్యాచ్ కుదిరినవారి పేర్లు రౌండప్ చేసి ఉన్నాయి'

'సరే! ఇద్దరి ఫోన్ నెంబర్లయితే ఇవ్వండి!' అని చెప్పిన నెంబర్లు నోట్ చేసుకుంది.

సాయంత్రమే కదా అందరూ ఫ్రీగానే ఉంటారని ఒక నెంబర్ కు 'ఆర్ యూ శివ కుమార్ సర్!' అని మెసేజ్ పెట్టింది.

కొద్ది సేపటికి 'ఎస్! బట్ ఐ ఆమ్ బిజీ ఇన్ ట్యూషన్ క్లాసెస్.' అని రిప్లై వచ్చింది.

'ఐ వాంట్ టు టాక్ టు యూ సర్' అని మరో మెసేజి పంపింది.

'ఒకే, ఐ విల్ బి ఫ్రీ ఎట్ నైన్ పి ఎమ్' అని వెంటనే జవాబు వచ్చింది.

సరే, సంతోషం అన్నట్లు రెండు ఎమోజిలు పోస్ట్ చేసి, ఈ నెంబర్ సంగతి తేలాకే మరో శివ కుమార్ కు ఫోన్ చేద్దామనుకొని ఆగింది.

తొమ్మిదికి రెండు నిమిషాల ముందే నందిని ఫోన్ రింగయింది.

అదే నంబర్. కాల్ ఎత్తి 'సర్! ఐ ఆమ్ నందిని ఫ్రమ్ హైదరాబాద్' అంది మర్యాదగా.

'తెలుగువాళ్లా?'

'అవునండి!'

'చెప్పండి!'

మీకు పెళ్లి సంబంధం కుదిరిందా అని డైరెక్టుగా అడగలేక 'మా అమ్మకు మీరిచ్చిన మసాలా టీ చాలా నచ్చిందట' అంది హింట్ ఇస్తున్నట్లు.

'ఓహ్! రీమ్యారేజెస్ కాన్ఫరెన్స్ లోనా! బాగుంటే నెక్స్ట్ డే కూడా రావాలి కదా!' అన్నాడు నిరాశ చెందినట్లు.

జరిగిందంతా చెప్పకుండా 'అనుకోకుండా సిక్ అయింది. మీరు కలిసిన సంగతి నాకు చెబితే ఆఫీసు నుండి మీ నెంబర్ తీసుకున్నాను' అంది.

'ఒకే, వాట్ నెక్స్ట్.' అన్నాడాయన ముందురు సాగుదామా అన్నట్లు.

'నా బలవంతానికి మీటింగ్ కు వచ్చిన మమ్మీ ఇప్పుడేమో మీరెక్కడ జారిపోతారో అన్నట్లు మీ పేరు చెప్పింది. ఇంతకన్నా నాకేం కావాలి' అంది వణుకుతున్న గొంతుతో.

'ఏయ్! కూల్ కూల్. మీ మమ్మీ విషయం మా అమ్మాయికి చెబితే కనీసం పేరైన తెలుసుకోకుండా ఎలా వచ్చారు డాడీ అని కోప్పడింది, తెగ బాధ పడింది. మ్యారేజెస్ ఆర్ మేడ్ ఇన్ హెవెన్ అంటారు కానీ రీమ్యారేజెస్ కూడానా అని ఆశ్చర్యమేస్తోంది ఇప్పుడు' అన్నాడు.

ఆయన చివరి మాటకు జవాబుగా 'బాగా చెప్పారు సర్!' అంది.

'థాంక్స్' అని కొద్దిసేపటికి 'నిజానికి నాకైతే మా పెళ్లి చూపులు అయిపోయినట్లే!' అన్నాడు.

'థాంక్యూ థాంక్యూ సర్!' అంది కళ్ళు తుడుచుకుంటూ.

'మీరు ఫోన్ చేశారని తెలిస్తే మా అమ్మాయి వెంటనే విమానం ఎక్కేస్తుంది. మీరిద్దరూ కలిస్తే మా పెళ్లి బాజా భజంత్రీలు మోగినట్లే కదా!' అని ఆగి 'ఇంకో ముఖ్యమైన విషయం' అన్నాడు.

కండిషన్స్ ఏమైనా పెడతాడా అనుకుంటూ' చెప్పండి!' అంది మెల్లగా.

'మ్యాచ్ కుదిరాక నా భార్యకు నేను కట్టిన తాళి అండ్ మీ డాడీ మీ మమ్మీకి కట్టిన తాళి రెంటికి కలిపి కొత్త ఆర్నమెంట్ చేయిద్దామని మా అమ్మాయి సెంటిమెంటల్ ఆంబిషన్. మీకు ఓకేనా?' అన్నాడు.

'వెరీ గుడ్ ఐడియా సర్! తప్పక అట్లాగే చేద్దాం!' అంది సంతోషంగా.

నవ్వుతూ 'ఇంకేముంది? శుభం' అన్న శివకుమార్ మాటలు నందినిపై పన్నీటి జల్లులు కురిపించాయి.

గౌతమీ తీరం

కొత్తపల్లి రవికుమార్
Ph:9491804844

చాలాకాలం తర్వాత, గోదావరి లోంచి పుట్టుకొచ్చే సూరీడుని చూస్తున్నాను. లేత ఎరుపు, ముదురు నారింజ రంగులు కలగలిసిన అందమైన మేనితో ఆకాశంలో కనువిందు చేయడానికి బయల్దేరాడు. గోదావరి ఇసుక తిన్నెలపై కూర్చుని ఆ అందాన్ని వీక్షిస్తున్నాను. చాన్నళ్ల తర్వాత మరలా ఆ అనుభూతిని ఆస్వాదిస్తున్నాను.

అప్పుడే గోదావరిలో నీళ్లు పట్టుకోవడానికి పల్లె పడుచులు బారులుదీరారు. నీళ్ల బిందెలు పట్టుకుని నడుస్తూ ఉంటే ఆ పడుచుల చేతి మట్టిగాజులు, ఆ బిందెలతో చక్కటి సంగీతాన్ని ఏర్పరుస్తున్నాయి. ఆ సంగీతం చెవులకు శ్రావ్యంగా వినిపిస్తోంది. గోదావరిలో చేపల వేటకు బయలుదేరిన జాలరోళ్ల కూనిరాగాలు ఆ సంగీతానికి లయబద్ధంగా పాడుతున్నట్టనిపించింది. ఆ పల్లెటూరు, ఆ వాతావరణం ఏమీ మారలేదు.

అలా అందరినీ చూస్తుండగా నా చూపు ఆ పడుచుల మధ్యలో ఉన్న ఒక పదెనిమిదేళ్ల అమ్మాయి దగ్గర ఆగింది. చంద్రబింబం లాంటి ముఖం, చిరుమందహాసం తొణికిసలాడుతూ చాలా చక్కగా ఉంది. ఆ అమ్మాయిని ఎక్కడో చూసినట్టనిపించి తదేకంగా తననే చూస్తున్నాను. ఆ అమ్మాయి కూడా నేనెందుకు అలా చూస్తున్నానా అని ఆగి మరీ నా వైపు వింతగా చూస్తోంది. ఆ అమ్మాయి ఆగిపోవడంతో ఆ పడుచులందరూ కూడా ఆగి నన్నే చూస్తున్నారు. ఎవరైనా చూస్తే ఏమైనా అనుకుంటారని నేను చూపు మరల్చి గోదావరి వైపు తిరిగాను. ఒక ఐదు నిమిషాల తర్వాత వెనక్కి తిరిగి చూసాను. వాళ్లందరూ దూరంగా నడిచి వెళ్లిపోతున్నారు. కాసేపటికి కనుచూపుమేరలో వాళ్ల జాడ కనబడలేదు.

పదిహేనేళ్ల తర్వాత ఈ ఊరు వచ్చాను. ఎన్నో మధురానుభూతులను మిగిల్చిన ఈ గోదావరి అంటే చాలా ఇష్టం. అందుకే కారు దిగి నేరుగా గోదావరి ఒడ్డుకే వచ్చాను. ఆ అమ్మాయిని చూసిన

దగ్గర నుండే మనసులో ఏదో అలజడి మొదలయ్యింది. అదే ముఖ వర్చస్సు, అదే చిరునవ్వు. ఆనాడు నా గుండెలో గుడి కట్టుకున్న దేవతను గుర్తు చేస్తోంది. గోదావరి వైపు చూస్తున్నానే గానీ ఆ నీటిలో ఆ దేవత రూపం కదులుతోంది. ఆ పాత మధురాలను జ్ఞప్తికి తెస్తోంది. మరలా నన్ను పదిహేనేళ్లు వెనక్కి తీసుకెళ్తున్నాయి.

★ ★ ★

"అటెండెన్స్ చెప్పండిరా పిల్లకాయలూ!" అని అటెండెన్స్ బుక్ తో లోపలికి వచ్చారు మా సంస్కృతం మాస్టారు జగన్నాథం గారు. అది మా పదవ తరగతి గది. తొమ్మిదవ తరగతి ఎగ్జామ్స్ బాగా రాసి పదవ తరగతి లోకి వచ్చాం. వేసవికాలం సెలవలయ్యి కొత్త పుస్తకాలతో కొత్త తరగతిలో అడుగుపెట్టాం. వేసవి సెలవుల తర్వాత కలిసిన మిత్రులంతా చాలా ఉత్సాహంగా ఉన్నాం. జగన్నాథం మాస్టారు రాకతో మా ఉత్సాహానికి బ్రేక్ పడ్డట్టయ్యింది. ఆయన అటెండెన్స్ తీసుకుంటున్నారు.

"నెంబర్ 6, నెంబర్ 6" అని గట్టిగా అరుస్తున్నారు. "ఏమ్మా! కరణం గారమ్మాయి ఇంకా రాలేదా?" అని అడిగారు జగన్నాథం మాస్టారు.

"ఇంకా రాలేదండి" అని అమ్మాయిల గ్రూప్ నుండి సమాధానం వచ్చింది.

ఇంకా తను రాలేదని తరగతి గది గుమ్మం వంకే చూస్తున్నాను. "నెంబర్ 24" అని గట్టిగా నాలుగైదుసార్లు పిలిచారు. అయినా ఎవరూ పలకలేదు. "ఏరా, తెలుగు మాస్టార్ గారి అబ్బాయ్! అటెండెన్స్ పలకకుండా అలా దిక్కులు చూస్తున్నావేరా గాడిదా!" అన్న పిలుపుకు మాస్టారుకేసి తిరిగి అటెండెన్స్ పలికాను. చెప్పనే లేదు కదూ! ఆ స్కూల్ లోనే మా నాన్నగారు తెలుగు టీచర్ గా పనిచేసేవారు.

"ఏరా! ఆ గుమ్మం కేసే చూస్తున్నావు, ఎవరికోసమేమిటి?" అని అడిగారు జగన్నాథం మాస్టారు.

"కరణం గారి అమ్మాయి కోసం సార్!" అని వెనకాల బెంచి అబ్బాయిల అరుపుతో నాకు సిగ్గు వేసింది.

అదేమీ వినిపించుకోనట్టు అటెండెన్స్ వేసుకుంటూ వెళ్లిపోతున్నారు జగన్నాథం మాస్టారు. అటెండెన్స్ తీసుకుని కొత్త పాఠం మొదలు పెట్టారు. అయినా ఆ పాఠమేది నా మెదడుకు చేరట్లేదు. నా దృష్టంతా ఆ గుమ్మం వైపే ఉంది. అలాగే చూస్తున్నాను. ఒక్కసారిగా ఒక మెరుపు వచ్చినట్టయ్యింది. పసుపు, ఎరుపు రంగుల కలయికల పట్టుపరికిణీతో దేవతలా ప్రత్యక్షమయ్యింది శ్రావణి, అదే కరణం గారి అమ్మాయి. తన సీటులో కూర్చుంటూ ఓరగా నాకేసి చూసి నవ్వింది.

ఎప్పుడూ తను నన్ను చూసి అలా నవ్వింది లేదు. ఇన్నళ్లూ నేను తనని ఆరాధనా పూర్వకంగా చూసినా ఎప్పుడూ నన్ను పట్టించుకోనట్టు ఉండేది. అలాంటిది మొట్టమొదటి సారి

నన్ను చూసి నవ్వింది. ఇక నా మనసు మనసులో లేదు. గాల్లో ఎగిరిపోతున్నట్లనిపించింది. ఇదంతా గమనించిన మా తొట్టిగ్యాంగ్ అదేనండీ నా స్నేహితులందరూ శ్రావణి పేరు చెప్పి ఉదయం బ్రేక్ లో నా దగ్గర పార్టీ కూడా తీసేసుకున్నారు.

సాయంత్రం స్కూల్ అవ్వగానే ఇంటికి బయల్దేరాం. ఊరికి నాలుగైదు కిలోమీటర్ల దూరంలో ఉంటుంది మా స్కూల్. ఈ మధ్యలో అరటి తోటలు, మామిడి తోటలు, కాలువ, కాలువ దాటడానికి ఒక చిన్న వంతెన. చాలా అందంగా ఉంటుంది ఆ దారి. మా ఫ్రెండ్స్ందరం కలిసి వంతెన దాటుతున్నాం. వంతెన చివర శ్రావణి ఎవరికోసమో ఎదురుచూస్తోంది. తన ప్రక్కనే నాకు వరుసకు బాబాయ్ కూతురు అయిన కస్తూరి. తనూ మా క్లాసే! నేను నా ఫ్రెండ్స్ందరితోనూ వంతెన దిగుతూ ఉంటే నన్ను చూసి మరలా అదే నవ్వు నవ్వింది. ఇక నా ఆనందానికి పట్టపగ్గాలు లేకుండా పోయాయి. ఇక ఇంటికి వెళ్లినా, భోజనం చేస్తున్నా, నిద్రపోతున్నా, మెలకువగా ఉన్నా తన ధ్యాసే.

ఏదో కొద్దో గొప్పో చదువుతానన్న పేరు నాకుండేది. అలాంటిది ఆ రోజు నుంచీ చదువు సెకండరీ అయిపోయింది. పుస్తకం తీస్తే చాలు, తన నవ్వే మరీ మరీ గుర్తుకొచ్చి ప్రతీ అక్షరంలోనూ తన రూపే దర్శనమిచ్చేది. సుమారు రెండేళ్ల నుంచి మౌనంగా అభిమానించే నా దేవత ఆ రోజు నన్ను చూసి నవ్వేటప్పటికి నేను నేనుగా ఉండలేకపోతున్నాను. ఇదే విషయం కస్తూరిని అడిగాను.

"ఎప్పుడూ లేనిది శ్రావణి నన్ను చూసి ఎందుకు నవ్వింది?" అని అడిగాను.

"ఏమో నాకేం తెలుసు? నవ్విన ఆ శ్రావణీనే అడుగు" అని ఒక ఉచిత సలహా పడేసింది కస్తూరి.

తనని ఎలాగ అడగడం అని ఆలోచిస్తుండగా శ్రావణియే కస్తూరి ఇంటికి వచ్చింది. మమ్మల్నిద్దరినీ తన రూమ్ లో వదిలేసి ప్రైవసీ కోసం కస్తూరి బయటికి వెళ్లిపోయింది. శ్రావణి, నేను ఒకరిముఖాలు ఒకరు నేరుగా చూసుకునే ధైర్యం లేక కొంచెం ఓరగా చూసుకుంటున్నాము.

ఇన్నాళ్లకి నేను ఒక అమ్మాయితో ఒంటరిగా ఒక గదిలో ఉండడం, అందునా నా మనసులో కొలువై ఉన్న శ్రావణితో ఉండడం. నా హార్ట్ బీట్ పెరిగి చాలా భయంకరంగా వినబడుతున్నట్టుంది. ఏం మాట్లాడాలో అర్థం కావ్వలేదు. అంతా మొద్దుబారినట్లయి పోయింది. శ్రావణి కొంచెం కైపుగా చూస్తోంది. నాకేం చేయాలో పాలుపోవ్వలేదు.

"సెలవుల్లో నాకు కస్తూరి అంతా చెప్పింది" అని మాటలు కలిపింది శ్రావణి.

"ఏం చెప్పిందది? " అని అనుమానంగా అడిగాను.

"నువ్వు నన్ను ఎన్నాళ్లనుంచో ఇష్టపడుతున్నావని" అని అంది శ్రావణి.

నాకేం మాట్లాడాలో తెలియలేదు. మరలా తనే "వాళ్ల ద్వారా, వీళ్ల ద్వారా తెలియజేయడం కాకపోతే నువ్వే డైరెక్ట్ గా చెప్పొచ్చుగా!" అని అడిగింది.

"చెప్పొచ్చు. కానీ నువ్వు నన్ను ఇష్టపడుతున్నావో లేదో తెలియదు. నేనే డైరెక్ట్ గా చెప్తే నా ప్రేమను ఒప్పుకుంటావో, లేదో అని" అని నాన్చుతూ అన్నాను.

"అంటే వేరే వాళ్ల ద్వారా తెలిస్తే ఒప్పుకుంటాననుకున్నావా?" అని మళ్లీ ప్రశ్నించింది.

అంటే నా ప్రేమను తను ఒప్పుకోలేదా అని మనసులో భయం మొదలయ్యింది.

"ఒరి మొద్దా! నువ్వే నాకు డైరెక్ట్ గా చెప్తే మనం ప్రేమించుకుని ఇప్పటికి ఏడాది పైనే అయ్యేదిగా!" అంది.

ఆ మాట వినపడగానే ఎక్కడ లేని ధైర్యం వచ్చేసింది. ఇక శ్రావణి మారుమాట్లాడకుండా తన పెదాలకు, నా పెదాలతో తాళం వేసేసాను. బిగబెట్టుకున్న ఒకరి ఊపిరిని మరొకరం లాక్కున్నాం. మొట్టమొదటి చుంబనాన్ని తనివితీరా ఆస్వాదిస్తున్నాం. అలా చాలాసేపు మధుర లాలాజల అమృతాలను ఒకళ్ళకొకళ్ళం పంచుకున్నాక అలసి అలాగే మంచంపై పడుకున్నాం. నా నుదుటి మీద ముద్దుపెట్టి తను వెళ్ళొస్తానని చెప్పి వెళ్లిపోయింది.

ఇక ఆరోజు నుంచీ మా ప్రేమ ప్రయాణం రోజుకాక

మధురానుభూతితో సాగుతోంది. పొలం గట్లపై ఒకరి వెనకాల ఒకరు ఏడడుగులు నడవడాలు, బోరు పంపు నీళ్ళతో పన్నీరు జల్లుకున్నట్టు ఆడుకోవడాలు, తాడిచెట్ల వెనకాల ఎంగిళ్లు పంచుకోవడాలు, ఇంట్లో ఎవరూ లేనప్పుడు రతి మన్మథల రతి క్రీడకు భాష్యం చెప్పుకోవడాలు ఇలా మా ప్రేమ అధ్యయం రోజుకాక సరికొత్త పుటను నింపుకుంటోంది.

ఇలా సుమారు మూడేళ్లు ఎలా గడిచిపోయాయో తెలియలేదు. ఇన్నాళ్ల మా ప్రేమ ప్రయాణంలో మేము తిరిగిన తిరుగుళ్ల, క్లాస్ రూమ్ లో కళ్లతో మాట్లాడుకోవడాలు ఇవన్నీ మా స్నేహితులకు కూలంకుషంగా తెలిసిపోయాయి. అందరూ మా ప్రేమను స్వాగతించి ఎవరికీ తెలియకుండా జాగ్రత్త పడుతున్నారు.

ఇప్పుడు మేము ఇంటర్ రెండవ సంవత్సరం.ఆఖరి మజిలీకి వచ్చాము అంటే ఎగ్జామ్స్ కి దగ్గరకు వచ్చేసాం. ఒకరోజు ఆదివారం ఎక్స్ట్రా క్లాస్ అని చెప్పి ఎప్పటిలాగే మా ఫ్రెండ్ పొలంలో మేము రహస్యంగా కలుసుకున్నాము. ఒకరినొకరు కౌగిలించుకుని ఉండగా అటువైపు వెళ్తున్న శ్రావణి వాళ్లింటి పాలేరు సత్తిపండు మమ్మల్ని చూడడం మేము గమనించాము. ఒక్కసారిగా ఒకరికొకరం విడిలించుకుని పారిపోయాం. సాయంత్రానికి ఇంటికి చేరాం. ఇద్దరి ఇళ్లల్లోనూ పంచాయతీలు పెట్టారు. కానీ అవి మమ్మల్ని తిట్టినట్టు కాకుండా మోటివేట్ చేసినట్టు జరిగాయి. ముందు ఎగ్జామ్స్ కి బాగా ప్రిపేర్ అయ్యి, బాగా రాయండి, ఆ తర్వాత ఆలోచిద్దాం అన్నట్టుగా ఇద్దరి ఇళ్లల్లోనూ మాట్లాడారు.

ఆ సమయంలో వారు మనస్ఫూర్తిగా మా ప్రేమను అంగీకరించారని అనుకున్నాం. వాళ్లు చెప్పినట్టుగానే ప్రేమ విషయం పక్కన పెట్టి స్టడీస్ మీద కాన్సన్ట్రేషన్ చేసి ఇద్దరం మంచి మార్కులతో

పాసయ్యాం. ఇలా రిజల్ట్స్ వచ్చాయో లేదో నాన్నకు ఆ ఊరికి దూరంగా ట్రాన్స్ఫర్ అయ్యింది. శ్రావణిని వదలలేక వదలలేక ఆనకట్ట లేని కన్నీటితో ఆ ఊరు దాటాల్సి వచ్చింది. శ్రావణి కూడా వెక్కి వెక్కి ఏడ్చింది. కానీ వెళ్లక తప్పలేదు.

మేము కొత్త ఊరు వెళ్లిన ఇదారు నెలలకి ఒక వెడ్డింగ్ కార్డు వచ్చింది. టీపాయ్ పైనున్న ఆ వెడ్డింగ్ కార్డు తెరచి చూసాను. శ్రావణి వెడ్స్ సతీష్ అన్న పేర్లు చదువుతుండగానే కళ్లల్లో నీరు ధారలు కట్టాయి. సతీష్

అంటే శ్రావణి అత్త కొడుకు. తనను సతీష్ కి ఇచ్చి పెళ్లి చేద్దామనుకుంటున్నారని చాలా సందర్భాల్లో శ్రావణి చెప్పగా తను విన్నాడు. అయితే అదే జరుగుతోందన్నమాట! ఇక ఒక్క ఉదుటున లేచి ఆ ఊరు బయల్దేరాను.

ఆ ఊరికి చేరుకోగానే కస్తూరిని గోదావరి ఒడ్డుకు రమ్మనిమని కలిసాను. అసలు ఏంటిదంతా అని అడిగాను.

కస్తూరి చెప్పడం ఆరంభించింది. "అన్నయ్యా! ఆ రోజు సత్తిపండు మిమ్మల్ని ఇద్దరినీ అలా చూసి కరణం గారికి అంతా చెప్పేసాడు. కరణం గారికి ఎక్కడలేని కోపం వచ్చి పెద్దనాన్నని పొలానికి పిలిపించారు. మా అమ్మాయి వంక మీ అబ్బాయి పడుతున్నాడని, ఇంకోక సారి ఇలా చూసానంటే మీ అబ్బాయిని లేపేసి శవం కూడా పత్తా లేకుండా చేస్తానని నానా దుర్భాషలాడి బెదిరించారు. పెద్దనాన్న తలెత్తుకోలేకపోయారు. మాకు ఒక్క అవకాశం ఇవ్వండి, ఈ ఊరు వదిలి వెళ్లిపోతామని కరణం గారికి చెప్పి వచ్చేసారు. ఈ సమయంలో గట్టిగా తిడితే మీరెక్కడ తెగిస్తారో అని ఒక ప్లాన్ ప్రకారమే ఆ రోజు మీ ఎగ్జామ్స్ అయ్యాక మాట్లాడదామని దాటేసారు. ఎగ్జామ్స్ అయ్యేటప్పటికి కావాలని డబ్బులు ఖర్చు పెట్టి మరీ పెద్దనాన్నను ట్రాన్స్ఫర్ చేయించారు. మీ ప్రేమ విషయం ఇక ఊళ్లో జనాలకెవ్వరికీ తెలియకుండా జాగ్రత్తపడ్డారు" అని అంతా వివరంగా చెప్పింది.

అంతా విన్న తర్వాత నేను "ఒక్కసారి శ్రావణిని కలవాలనుంది. ఇక్కడకు తీసుకొస్తావా?" అని అడిగాను."

ఇప్పుడు అస్సలు కుదరదు అన్నయ్యా! నువ్వు కనబడితే నీ కాళ్లు విరగొట్టేస్తారు. మీరెళ్లిన తర్వాత నన్ను పిలిచి వాళ్లిద్దరి మధ్య రాయబారం నడిపావా అని నానా మాటలు అన్నారు. అప్పటినుండి నేను కూడా శ్రావణి ని కలవట్లేదు. ఇప్పుడు తనను తీసుకురావడం అవ్వదు " అని చెప్పింది కస్తూరి.

ఇక చేసేదేమీ లేక బథతో వెనుదిరిగాను. కొన్నాళ్లు మనిషి మనిషిగా లేను. నిద్ర పట్టేది కాదు. ఎప్పుడూ తన ఊసులే. ఎప్పుడూ మా ప్రేమ సంగతులే కళ్లెదుట దర్శనమిచ్చేవి. చదవాలనిపించేది కాదు. కానీ కాలం ఎవరికోసం ఆగదు కదా! ఆ కాల గమనంలో ఎన్నో

జరిగాయి. శ్రావణి పెళ్లి వాళ్ల బావతో జరగడం, వాళ్లు స్టేట్స్ వెళ్లిపోవడం, కరణం గారు ఆస్తులన్నీ అమ్ముకుని ఆయన కూడా కూతురి దగ్గరకు వెళ్లిపోవడం నాకు కస్తూరి ద్వారా తెలిసాయి. ఆ తర్వాత కస్తూరి వాళ్లు కూడా ఆ ఊరు వదిలి వేరే ఊరు వెళ్లి పోయారు. ఇక శ్రావణి విషయాలు కూడా తెలియట్లేదు.

ఇంకా పిచ్చోదిని అయిపోయాను. తన ధ్యాస నుండి నా మనసు బయటపడట్లేదు. కానీ ఎన్నాళ్లు ఇలా! నేనిలా ఉండడం అమ్మ, నాన్న గ్రహించక పోలేదు. వారు కూడా నన్ను చూసి బాధపడుతూనే ఉన్నారు. వాళ్లని చూసి నేనిలా ఉండడం కరెక్ట్ కాదనిపించింది. నాకు నేను ధైర్యం తెచ్చుకున్నాను. మామూలు మనిషి కావటానికి చాలా ప్రయత్నం చేసాను. మొదట్లో శ్రావణిని మర్చిపోవడం కష్టమనిపించినా తర్వాతతర్వాత మెల్లిగా తన ఆలోచనలను నా స్టడీస్ పేరు చెప్పి దూరం పెట్టాను. ఇక తన ఊసు లేకుండా రోజులు గడపడం మొదలు పెట్టాను. నా హైయ్యర్ స్టడీస్ పూర్తి చేసి మంచి జీతంతో స్టేట్స్‌లో ఉద్యోగం తెచ్చుకున్నాను. మంచి హోదాలో ఉన్నాను. ఇప్పుడు అమ్మ నాన్న నాకు పెళ్లి సంబంధాలు చూస్తున్నారు. అందులో నాలుగైదు బాగున్నాయని పక్కన పెట్టారు. నేను ఒప్పుకోవడమే ఆలస్యం. నా అంగీకారం కోసమే వాళ్లు ఎదురు చూస్తున్నారు. ఈ సారి సెలవులకి ఇండియా ట్రిప్ అయ్యిన తర్వాత ఓకే చేస్తానని అమ్మానాన్నకి హామీ ఇచ్చి ఇండియా బయలుదేరాను.

★ ★ ★

"హలో అంకుల్! అంకుల్" అని అరుపు విని వర్తమానం లోకి వచ్చాను. ఎదురుగా ఆ అమ్మాయి నిల్చుని ఉంది.

"ఇందాకట్నుండి పిలుస్తున్నాను. మీరు పలకట్లేదు. ఏమయ్యింది అంకుల్?" అని అడిగింది ఆ అమ్మాయి.

"ఏమీ లేదమ్మా! ఈ గోదావరిని చూస్తే నా చిన్ననాటి జ్ఞాపకాలు గుర్తొచ్చాయి. ఆ ఆలోచనలలో నేను పట్టించుకోలేదు" అని చెప్పాను.

"ఓహో! అంటే ఇది మీ ఊరేనా! ఎవరింటికి వచ్చారు? నన్నెందుకు ఇందాక అదోలా చూసారు?" అని అడిగింది ఆ అమ్మాయి.

"నా చిన్నప్పుడు ఇక్కడ ఉండేవాళ్లమమ్మ! ఎప్పుడో పదిహేనేళ్ల క్రితం ఈ ఊరు వదిలి వెళ్లిపోయాం. మరలా ఒకసారి ఈ ఊరు చూద్దామని వచ్చాను. చిన్నప్పుడెప్పుడో నీలాంటి అమ్మాయిని చూసిన జ్ఞాపకం వచ్చి చూసానమ్మ! ఒకసారి నువ్వు నాకు ఊరు చూపిస్తావా?" అని అడిగాను.

"ఓ, అలాగే! తప్పకుండా చూపిస్తాను. పదండి అంకుల్!" అని నా చేయి పట్టుకుని ఊళ్లోకి తీసుకెళ్తోంది ఆ అమ్మాయి.

ఊరంతా తిరిగి ఒక గుడి దగ్గరకు వచ్చి ఆగాం. అది రామాలయం. ఆ సీతారాములకి నమస్కరించి అక్కడే ఒక సిమెంట్ బల్ల మీద కూర్చున్నాం. గుడికి దగ్గరలోనే శ్రావణి వాళ్ల ఇల్లు. గుర్తుకొచ్చి నేను మరలా ఆలోచనలలోకి వెళ్లాను. మరలా ఆ అమ్మాయి నన్ను ఇహంలోకి తెచ్చింది.

"అవును, ఇంతసేపు అడగడం మర్చిపోయాను. నీ పేరేంటి పాపా!" అని అడిగాను.

"నా పేరు గౌతమి అంకుల్! మరి మీ పేరు?" అని అడిగింది.

"నా పేరు గౌతమ్ హర్ష" అని చెప్పాను.

"హాయ్! సేమ్ పింఛ్! మనిద్దరి పేర్లు ఒక్కటే. భలే భలే! ఇక్కడికి మా ఇల్లు దగ్గరే. రండి అంకుల్ వెళ్దాం" అని నన్ను వాళ్ల ఇంటికి తీసుకెళ్లింది.

అదే ఇల్లు. కరణం గారిది. కానీ ఇప్పుడు కరణం గారు లేరుగా! ఆయన దగ్గర కొన్నవాళ్లయ్యుంటారు. అని ఆలోచిస్తూ ఆ ఇంటి లోపలికి వెళ్లాను. నన్ను హాల్ లో కూర్చోబెట్టి వాళ్లమ్మని తీసుకురావడానికి లోపలికి వెళ్లింది గౌతమి. కాసేపటికి గౌతమితో వచ్చిన మనిషిని చూసి లేచి నిలబడ్డాను.

శ్రావణి రావడం చూసి షాకయ్యాను. తను కూడా అదే స్థితిలో ఉంది. రూపు రేఖలు బాగా మారిపోయాయి. ఎప్పుడూ ఆనంద వదనంతో వెలిగిపోయే శ్రావణి నుదుటున బొట్టు కూడా లేకుండా కళా విహీనంగా ఉంది. తనని అన్నాళ్ల తర్వాత చూసిన నాకు ఎక్కడ లేని బాధ గుండెల్లోంచి తన్నుకొచ్చి కన్నీరు ధారలై కారిపోయింది. తనకి మరలా శ్రావణి దర్శన భాగ్యం చేయించిన గౌతమిని దగ్గరకు తీసుకుని ముద్దు పెట్టుకున్నాను.

"ఎలా ఉన్నావు హర్షా?" అని జీర గొంతుతో అడిగింది శ్రావణి.

"ఇలా ఉన్నాను. నీకు దూరమయ్యి వెళ్లిన తరువాత నిన్ను అస్సలు మర్చి పోలేకపోయాను. ఆ తర్వాత నెమ్మది నెమ్మదిగా అమ్మా నాన్న కోసం మనసు దిటవు చేసుకుని నీ ఆలోచనలు రాకుండా నా గుండలోనే సమాధి చేసేసాను. బాగా చదివాను. స్టేట్స్ లో మంచి జాబ్. ఇకపెళ్లి ఒకటే మిగిలింది. అమ్మా నాన్న సంబంధాలు చూస్తున్నారు. మరి నీ సంగతి. ఆయన ఎలా ఉన్నారు? ఎప్పుడు ఇక్కడకు వచ్చావు?" అని అడిగాను.

"చూసావుగా, నుదుటున బొట్టు కూడా లేకుండా! ఆయన పోయి ఐదేళ్లు కావస్తోంది. ఆ తర్వాత నన్ను అలా చూడలేక నాన్నగారు కూడా కాలం చేసారు. పోతూ పోతూ మనిద్దరి విషయంలో నాకు అన్యాయం చేసారని బాధ పడ్డారు. నువ్వు నన్ను మర్చిపోయావేమో గానీ నువ్వ మాత్రం ప్రతి క్షణం నా కళ్లెదుటే ఉన్నావు. అందుకే దీనికి నీ పేరే పెట్టుకున్నాను. నేను చేసే ప్రతి పనిలో నువ్వే తోడున్నావని అనిపిస్తుంది. అందుకే ఆయన పోయిన తర్వాత అక్కడ అన్నీ సెటిల్ చేసుకుని ఈ ఊరు వచ్చేసాం, కనీసం నీ జ్ఞాపకాలైనా ఉంటాయని" అని చెప్పలేక చెప్పలేక తన గతాన్ని చెప్పింది.

తన మనసులో వేసుకున్న తన ముద్ర ఇంకా అలాగే పదిలంగా ఉంచుకుందని ఆశ్చర్యమేసింది, అంతకుమించి ఆనందమేసింది. ఇక నా మనసు ఆగలేదు. తనతో నా మనసులో మాట చెప్పాను. తను ససేమిరా అన్నా కాళ్లావేళ్లా పడి ఒప్పించాను. పెళ్ళిళ్ళు స్వర్గంలో నిర్ణయించబడతాయంటారు. అలాగే ఏ కెరటం ఏ తీరానికి చేరాలో కూడా ఆ దేవుడే నిర్ణయిస్తాడనిపించింది ఆ క్షణంలో.

అక్కడినుండే అమ్మా నాన్నకి ఫోన్ చేసాను. "నాకిక పెళ్లి సంబంధాలు చూడకండి. నేను మీ కోడలితోనే వస్తున్నాను" అని చెప్పాను. వాళ్లు నా నిర్ణయం కాదనరని నా గట్టి నమ్మకం. అందుకే ఉరకలేసే ఆనందంతో స్టేట్స్ బయలుదేరాను నా భార్య, కూతురితో.

సుందరమైనది నా సతీమణి

దా. ఎమ్.వి.జె. భువనేశ్వరరావు
8500669505

నా శ్రీమతికి నేనంటే చాలా... చాలా అభిమానం. అందుకనేమో నన్నెప్పుడూ కాపలా కాస్తూనే ఉంటుంది. ఇది అభిమానమో, లేక నాపై అనుమానమా యని నాకెప్పుడూ సందేహం కలుగుతూ ఉంటుంది. ఏదైతేనేం నన్ను కంటికి రెప్పలా కాపాడే ఓ మనిషి నీడన నేనున్నానననే ధీమాతో నాకు అదో రకమైన ధైర్యం కలుగుతూ ఉంటుంది.

నేను చెప్పాలంటే ఎర్రగా బుర్రగా బాగానే ఉంటానని నా ఫీలింగ్. ఆరడుగుల ఎత్తు... నవ్వుతూ ఉండే ముఖారవిందం... ఫిట్ గా కనిపిస్తూ కొంచెం ఆకర్షణీయంగానే ఉంటానని కొంతమంది క్యాజువల్ గా చెప్పినప్పుడు ఆ విషయంపై నాకు నమ్మకం కలిగింది.

ఈ విషయం నా శ్రీమతికి కూడా తెలిసే ఉంటుంది కాబట్టి నాపై ఎల్లప్పుడూ 'నిఘా' ని కొనసాగిస్తోంది.

ఎవరైనా నాతో మాట్లాడాలని ప్రయత్నించినా, నన్ను కలవాలని అడిగినా ' నాగు ఆడ వాళ్లైతే మాత్రం ఏదోక 'కథ' చెప్పేసి, వాళ్లని పంపించేస్తూ ఉంటుంది. ఈ మధ్యనే ఈ విషయం నాకు స్పష్టంగా తెలిసింది. ఒకసారి నేను ఇంట్లోనే ఉన్నాను.

ఎవరో కాలింగ్ బెల్ కొట్టిన శబ్దం ఐతే, చివాలున లేచి తలుపు తీద్దామని అడుగు ముందుకు వేశాను. అంతే! వంటగదిలో నుండి సరాసరి పరుగులాంటి నడకతో ప్రత్యక్షమైన నా భార్యామణి, అంతే వేగంతో ప్రధాన ద్వారం వద్దకు వెళ్లటం నా కళ్లెదురుగానే జరిగింది. చేసేదేం లేక వెనుకడుగు వేసి, నా కుర్చీలో తిరిగి కూర్చుండిపోయాను.

"సార్తో మాట్లాడాలి... లోపలికి రావొచ్చా?" ఓ ఆడ గొంతు విన్పించే సరికి నాకు ప్రాణం విలవిల లాడినంత పనయిపోయింది. ఓరకంట చూస్తూనే ఉన్నాను.

పాతికేళ్ళ పరువంతో తెల్ల పావురంలా తళతళలాడి పోతున్న ఆ యువరాణిని చూడగానే వెంటనే లేచి "ఉన్నానండి... రండి" అని చెప్పేయాలన్పించింది.

ఎంతైనా నా భార్యామణి మెరుపువేగంతో ఆలోచించి, అడుగు ముందుకు వేస్తుంది. అదే తన బలం కూడా. "సార్ ఇంట్లో లేరు... విషయమేంటో నాకు చెప్పండి. వచ్చేక నేను చెప్తాను" అంది.

ఆ అమ్మాయి అదోలా చూస్తోంది. నాకప్పటికి గాని అర్థం కాలేదు, నా శ్రీమతి నా విషయమై చాలా జాగ్రత్తలు తీసుకుంటోందనీ, నాపై ఆడ 'దోమ' గాని 'ఈగ' గాని వాలకుండా చేస్తోందనీ! ఆ అమ్మాయిని నా వద్దకు రానివ్వకుండా బయటకు పంపేసిందనే బాధ లోలోపల ఉన్నూ, నన్ను ఒక సుందరాంగుడుగా నా భార్య గుర్తించిందనీ, ఎల్లప్పుడూ గుర్తుంచుకునే ఉంటోందని తెలిసి, లోలోపల తెగ ఆనంద పడిపోయాను.

నా శ్రీమతి సరాసరి నా వద్దకు వచ్చి "మీ గురించి కాదులెండి... ఎదురింటి అన్నయ్యగారి కోసమట... చెప్పి పంపేసాను" అని చెప్పే సరికి అర్థంకాని చూపులతో మౌనంగా ఉండిపోయాను.

మరో రోజు నా శ్రీమతి బాత్‌రూంలో స్నానం చేస్తోంది. ఆదివారం కావడంతో నేను ఇంట్లోనే ఉన్నాను. యథావిధిగా ఆ రోజు కూడా కాలింగ్ బెల్ మ్రోగింది. నా శ్రీమతి బయటికి వచ్చే అవకాశం లేకపోవడంతో నేనే వెళ్ళి తలుపులు తెరిచాను...

ఎదురుగా ఓ అందమైన స్త్రీ.

ఆతృతతోనే గాని, ఆనందంతోనే గాని నేను కొంచెం తడబడ్డాను.

"నా శ్రీమతి స్నానం చేస్తోందండి... తర్వాత రండి" అని చెప్పాను.

"లేదండి.... నేను వచ్చింది మీ కోసమే..." సమాధానం ఇచ్చింది. ఆశ్చర్యపోయాను. నేను ఈ మధ్య డ్వాక్రా రుణాలకి సంబంధించిన విభాగాన్ని చూడడంతో, వీళ్ళంతా సరాసరి ఇంటికి వచ్చేస్తున్నారని అర్థమై, ఆమెను లోపలికి ఆహ్వానించాను. మాటల్లోనే తెలిసింది. ఆమె మాకు కాస్త దూరపు బంధువనీనూ, ఈ మధ్యనే మా ప్రక్కింటి లోకి అద్దెకు వచ్చిందనీనూ!...

చెప్పొద్దు... చూడటానికి సినిమా హీరోయిన్లా ఉంది. పైగా నన్ను "బావగారూ" అని మత్తెక్కేలా పిలుస్తోంది. ఆమె మాటలు వింటూ నా చెవులూ, ఆమెనే చూస్తూ నా కళ్ళూ చాలా బిజీ బిజీగా ఉన్నాయి. ఈలోగా నా శ్రీమతి రానే వచ్చింది. ఆమెను చూడగానే ముఖమంతా ఆముదం త్రాగినట్లుగా అయిపోయిన నా శ్రీమతిని ' అలా చూడటం నాకదే మొదటిసారి.

నవ్వును బలవంతంగా అదిమి పెట్టుకుని ఉండిపోయాను. ఆ సమయంలో నవ్వానా, ఇక నా పని అంతే! చాలా విషయాల్లో ఆకలితో కడుపు మాడ్చుకుని ఉండాల్సి వస్తుంది. ఇదంతా నాకు గతంలో అనుభవంలోనికి వచ్చిందే. నా ప్రయత్నం ఫలించలేనట్లుగానే ఉంది.

నా శ్రీమతి చూపులు ఇంకా వాడిగా వేడిగానే ఉన్నాయి. నన్ను తినేసేలా కాదు చంపేసేలా ఉన్నాయి, తన చూపులు... భయ మేసింది నాకు.

అయినా నిబ్బరంగా, నిర్భయంగా అలా కూర్చొని ఉండిపోయాను. రామాంజనేయ యుద్ధమో, కృష్ణాంజనేయ యుద్ధమో కాదు కదా, ఇది సతీపతుల యుద్ధమో... లేక... సతీపతుల పోరాటమో... అంతే! ప్రాణాలు పోతాయేమోననేంత భయమేమీ లేదు.

"రండి అక్కయ్యగారూ!" అంటూ తనని గది లోపలికి తీసుకుని వెళ్లిపోయింది. చివరికి హాలులో నేనొక్కడినే మిగిలాను. కొంత సేపయ్యాక నాతో ఏమీ మాట్లాడకుండానే ఆమె కూడా వెళ్లిపోయింది.

ఒంటరిగా మిగిలిన నా ప్రక్కగా వచ్చి కూర్చుంది నా శ్రీమతి. ప్రేమగా నన్ను అతుక్కుంటూనే "ఏమండి... నేను బాగుంటానా?" అడిగింది.

కాసేపు ఆలోచనలో పడ్డాను.

ఇంతటి క్లిష్టమైన ప్రశ్నను ఏ ఇంటర్వ్యూలోనూ అడగరు. ఎమోషనల్ ఇంటెలిజెన్స్, ఆర్టిఫిషియల్ ఇంటెలిజెన్స్ తోపాటు ఐక్యూ కూడా ఎక్కువ స్థాయిలో ఉంటే తప్ప ఎవరూ ఈ ప్రశ్నకు అభ్యర్థి సంతృప్తిపడేలా సమాధానం చెప్పలేరు.

ఇక్కడ ముఖ్యంగా రాబోయే ఆపద బారినుండి తప్పించుకోగలిగే తెలివితేటలు కావాలి. మార్కులు అనవసరం.

"ఏమండి.... మిమ్మల్ని .... నేను ఎలా ఉంటానో చెప్పటానికి అంతలా ఆలోచిస్తున్నారేమిటి?" సూటిగానే అడిగింది.

"బాగుంటావని చెప్పాలా? చాలా బాగుంటావని చెప్పాలా..... ఏం చెప్పాలా యని ఆలోచిస్తున్నాను".

"దీంట్లో ఆలోచించటానికేముంది... చాలా బాగుంటానని చెప్పొచ్చు కదా..."
నేను డైలమాలో పడ్డాను.

"అలాగనే చెప్పాలనుకున్నా. నేను అబద్ధం చెప్తున్నానని అనుకుంటావేమోనని భయపడి ఊరుకున్నాను"

"... అయితే ఇంతకీ ఏమిటంటారు నేను బాగుంటానా... చాలా బాగుంటానా..."

"చాలా చాలా బాగుంటావు. బ్రహ్మండంగా ఉంటావు." 'ఆలస్యం అమృతం విషం' అన్నెప్పి వెంటనే చెప్పేసాను. ఏమంటుందోనని భయం భయంగానే ఎదురు చూడసాగాను. ఏమీ మాట్లాడకుండానే లోలోపల ఆనందపడి పోతూ '

"జ్యోతి ఎలా ఉంటుంది? బాగుంటుందా, చాలా బాగుంటుందా! అని అడిగింది...."

ఈ ప్రశ్న విని నేను తుళ్ళిపడ్డాను. జ్యోతి అంటే గత కొద్ది నిమిషాల ముందు, వచ్చి వెళ్ళిందే తను...!

నిజం చెప్పాలంటే తను గొప్ప అందగత్తె. సినిమా హీరోయిన్ మెటీరియల్. ఎత్తులోగాని, ఎత్తుల్లో గాని, రంగులో గాని, పొంగులో గాని, హంగులో గాని, ఆర్భాటంలో గాని, తనతో ఎవరినీ పోల్చటానికి లేదు. బాగుండటం కాదు. చాలా చాలా బాగుంటుంది. చాలా చాలా కాదు. బ్రహ్మండంగా ఉంటుంది. బ్రహ్మండంగా కాదు. అద్భుతంగా అత్యద్భుతంగా ఉంటుంది. నా శ్రీమతి బాగుండటం కాదు... అసలు 'బాగా' అనే పదమే తనకి అనవసరం. తనతో పోలిక అంటే అస్సలు కుదరదు. నక్కకీ నాగ లోకానికీ ఉన్నంత తేడా. నా పరిస్థితి కుడితిలో పడ్డ ఎలుకలా తయారైంది. ముందు చూస్తే నుయ్యి వెనక చూస్తే గొయ్యి అన్నట్లుగా అన్పిస్తోంది. ఏదో ఒకటి చెప్పాలి. లేదంటే లారీ సరాసరి తగుల్తుంది. నా శ్రీమతి మాటే ఓ లారీ కన్నా బలమైనది. తూటా కన్నా తీక్షణమైనది.

అయోమయంగా చూస్తుండిపోయాను.

తర్జనభర్జన పడుతున్న నా వైపు తన తర్జని చూపిస్తూ భీకరమైన చూపులతో భయపెడుతోంది. ఇంకా ఆలస్యం చేస్తే ప్రమాదమే. మనస్సు కీడు శంకిస్తోంది. ఏదో దెయ్యం పట్టిన వాడిలా తన వైపు చూస్తూ నువ్వేమో గ్లామరస్..." అని చెప్పి ఆగిపోయాను.

ఒలింపిక్స్ లో పరుగుపందెంలో వెనకబడి పోయిన వాణ్ణి తట్టిలేపుతూ, ఉత్తేజపరుస్తూ, సినిమాల్లో వచ్చే సన్నివేశంలా "ఊ... చెప్పండి... నేను గ్లామరసు...." ఆదుర్దా పడుతోంది నా శ్రీమతి.

జ్యోతిని తక్కువ చేసి చెప్పటానికి నా మనస్సు ఒప్పుకోవడం లేదు. ఒకటి కాదు వెయ్యి అబద్ధాలు చెప్పి నా శ్రీమతిని సంతోష పెట్టడంలో తప్పులేదు. ఒక్కటంటే ఒక్క అబద్ధం చెప్పి, ఇతరులను కించపరచటం నాకు సుతారమూ ఇష్టపడటం లేదు.

"ఐశ్వర్యారాయ్... సుస్మితా సేన్... యుక్తా ముఖి... డయానా హెడెన్... వీళ్లంతా నీ ముందు దిగదుడుపే..." నేను చెప్పింది విని ఉబ్బితబ్బిబ్బవుతోంది అంతలోనే మరలా '

"ఇంతకు మునుపు చెప్పింది ముందు పూర్తి చేయండి. నేను గ్లామరసూ...."

"శ్రీదేవీ... జయప్రద... జయసుధ... సుహాసినీ... హేమమాలినీ... నీ గ్లామరు ముందు వీరెంత" ... అయినా సంతృప్తి ఛాయలేవీ కనపడడంలేదే.

"ఇవన్నీ కాదు... ఇంతకుముందు చెప్పిన వాక్యం పూర్తి చెయ్యండి. నేను గ్లామరసున్నా..."
పట్టుపట్టి మరలా పదే పదే అదే విషయాన్ని ప్రస్తావిస్తోంది.

నా శ్రీమతిని నాకు తెలియకుండానే నేను ఆటపట్టిస్తున్నట్లుగా ఉంది. ఈ ఒక్కసారికి మరో అబద్ధం చెప్పేస్తే పోతుందిలే నన్నించింది.

నా భార్యని పొగడాలి. జ్యోతిని తిట్టాలి. రెండూ ఏకకాలంలో జరగాలి. ఇదీ నా శ్రీమతి కోర్కిక.

ఏదో ఒకటి చెప్పి, తప్పించుకోవటానికి మనస్సాక్షి ఒప్పుకోవడం లేదు.

"నువ్వు సాదీ సుందరివి. రష్యా రాణివి. అమెరికా అందగత్తెవి...."

నా శ్రీమతిని సంతోష పెట్టడానికి మరో విఫలయత్నం చేసాను. తన ఆనందం కేవలం తనని పొగిడితే వచ్చేలా లేదు. ఇతరులను తక్కువ చేయడంలోనే ఉందని పదే పదే తెలుస్తోంది.

చూసి.

"...నన్నిక ఎవరెవరితోనో పోల్చి పొగడక్కరలేదు. ముందు ఇందాక చెప్పింది పూర్తి చెయ్యండి" కోపంగా చూస్తుంది.

ఆఖరి ప్రయత్నంగా ఇంకేదో చెప్పాలనుకున్నాను. ఇక ఆ ప్రయత్నం విరమించుకుని, మనస్సును దిటవు చేసుకుని, జ్యోతికి మనస్సులోనే క్షమాపణలు చెప్పేసుకుని... ఈసారికి ఒకే ఒక అబద్ధంతో ఇతరులను కించపరచడం ద్వారా నా శ్రీమతిని సంతోష పెట్టాలనుకున్నాను.

"నువ్వు గ్లామరస్సు... జ్యోతి తుస్సు తుస్సు..." అని అనాల్సిన సందర్భంలో పొరపాటున నిజం పలికేసాను.

"జ్యోతి గ్లామరస్సూ... నువ్వు తుస్సుతుస్సు..." అని.

ఆ తర్వాత కాసేపు నిశ్శబ్దం రాజ్యమేలింది. నా శ్రీమతి రౌద్రావేశాలతో వంటగదిలోకి వెళ్ళింది. నా కాళ్లు గజగజ వణుకుతున్నాయి. పొయ్యిమీద మరుగుతున్న రసం గిన్నెని గ్లాస్ చేతికి ధరించి మరీ పట్టుకుని సరాసరి నా దగ్గరకు తీసుకొచ్చింది. నన్ను సరదాగా భయపెట్టే ప్రయత్నం చేస్తుందేమోనని సన్నగా నవ్వాను. వేడి వేడి రసాన్ని ఊహించని విధంగా నా జుత్తులేని బట్టతల మీద పోసేసి రసాభిషేకం చేసింది. కాలిన బొబ్బలతో పెదబొబ్బలు పెట్టాను. నా కేకలు పొలికేకలే అయ్యాయి. గ్లామరస్సూ అనే పదం నా జీవితంలోనే గ్లామర్ లేకుండా చేసేస్తుందనుకోలేదు. మంటెక్కుతున్న మాడుతో కాలుగాలిన పిల్లిలా అటూ ఇటూ పరుగెడుతూ నాకు తెలియకుండానే కళ్లు తిరిగి క్రింద పడ్డాను.

ఇదీ ఒక పద్ధతే...!
ఎస్. లలిత

"మనం ఒక పెళ్ళికి వెళదాం వస్తావా..." అన్నాను నేను మిత్రుడు సదాశివంతో... అతను సమాధానమివ్వలేదు...

అతని మౌనం వెనుక నిశ్శబ్దం నాకు తెలుసు...

క్షణం తరువాత... 'పద' అన్నాడు... ఇద్దరం బయలుదేరాం. ఇంట్లోకి వెళ్ళి వాళ్ళ ఆవిడకి చెప్పి వచ్చాడు. మధ్యాహ్నం భోజనానికి రామని ఆమెకి చెప్పాలి గా...

సమయం ఉదయం పది గంటలు కావస్తుంది... కారులో బయలుదేరాం... ఏ. సీ. కారు... చల్లగా ఉంది.. సువాసనతో కలిసి..

మా సదాశివానికి నూజివీడు, విశాఖలో మామిడి పల్ప్ పరిశ్రమలున్నాయి.. ఒక్కర్తే కూతురు. ఈ మధ్యనే పెళ్ళి కుదిరింది.. ఆ బిజీలోనే ఉన్నాడు.. యాభై లక్షలు ఖర్చు అని చెప్పాడు. నాకాశ్చర్యం వేయలేదు. పెళ్ళికి ఇంకా రెండు నెలల సమయముంది...

'ఎక్కడ పెళ్ళి' అన్నాడు. 'ఓ ఆధ్యాత్మిక సమాజం'లో... అన్నాను.

'ఎవరిది పెళ్ళి'... అన్నాడు... నేను చెప్పాను. మా ఇద్దరి కామన్ ఫ్రెండ్ ది కాదు. మా అధికారి... కొడుకుది...

మా వయసు ఏభైయిలు దాటింది. మా స్నేహానికి మూడున్నర పదుల వయసుంది. మా మధ్య ఏదైనా చెప్పుకునే చనువుంది..

"ఎంతవరకు వచ్చాయి పెళ్ళి పనులు" అన్నాను.

"అవుతున్నాయి.. డబ్బులుంటే పనులు వాటంతటవే అయిపోతుంటాయి. మనుషులు సహితం తొందరగానే మన మాట వింటారు. కాకపోతే కమీషన్స్ కూడా అలానే తీసుకుంటారు. రహస్యంగా" అతని వ్యాఖ్యానం వెనుక ఆగ్రహం నాకు తెలుసు.

"తప్పదు లక్షల పైన వ్యవహారం కదా"

కారు నిశ్శబ్దంగా ప్రయాణిస్తున్నది.. నేను పెళ్లి కార్డు లోని అడ్రస్సు ముందే చెప్పాను.. విశాఖపట్నంలో మధురవాడ నుంచి గాజువాక వరకు ప్రయాణం అంటే అదో నరకం.. సహనానికి పరీక్ష. మేము దాదాపుగా.. ఎయిర్ పోర్ట్ వరకు వెళ్లాలి.

"పెళ్లి కోసం కోట్లు ఖర్చు ఎందుకు చేస్తారసలు" నా సందేహాన్ని అడిగాను.

"స్టేటస్ కోసం..పిల్లల ఆనందం కోసం..సంతృప్తి కోసం.." నా మిత్రుడు సీరియస్ గా రోడ్డు వైపు చూస్తూ డ్రైవ్ చేస్తున్నాడు.

"బావుంది... పెళ్లి అనేది మనకోసం కాదా... ఖర్చులు తగ్గించుకోలేమా... బంధు వర్గంలో ప్రచారం కోసమా పిల్లల పెళ్లి ... మన వివాహాలు ఎలా జరిగాయి... అక్కడ కూడా ఆనందమే కదా ప్రధానం" అన్నాను.

ఒక్క క్షణం... నా ముఖంలోకి సూటిగా చూసి... చిన్నగా నవ్వి

"ప్రతిరోజూ క్రొత్తదనం కోసం తపించే జడ్ జనరేషన్ కాలమిది. మన వివాహాల ఖర్చు ఆ రోజుల్లోనే వేలలో అయింది. కానీ.. వందల సంవత్సరాలకు మిగిలే సంతోషం మనది. కానీ... ఇప్పుడు నా పెళ్లి ఇంత ఘనంగా జరగాలని పిల్లలే డిసైడ్ చేస్తున్నారు. ఎలా కాదనగలం..." అతని మాటల్లో 'పౌడి' నేను గుర్తించాను..

"సింపుల్ గా వివాహం చేసుకుంటే ఎవరైనా కాదనగలరా?" నా ప్రశ్న

"ఎవరూ కాదనరు.. కానీ.. తిండి కూడా పెట్టలేడేమోనని.. ఎవరు రారు.. వ్యక్తిగత ఆదర్శాలకు.. వ్యక్తుల ఆలోచనలకూ వివాహమనేది ఓ వేదిక. కనుక ఖర్చు అవసరమే.."

"నిజమే... కానీ... వృధా కూడా బాగానే జరుగుతున్నదిగా... పదేసి రకాల తిండ్లు.. ఫలహారాలు.. డెకరేషన్.. ఇలా అవసరానికి మించి ఖర్చు... పెళ్లికి ముందు మూడు నాలుగు రోజులు గానా భజానాలు అవసరమా..." అనేది నా సందేహం...

గాజువాక దగ్గరలో.. ఒక పెట్రోల్ బంకు దగ్గర పెట్రోల్ కోసం కారు ఆపాడు... ఇద్దరం దిగలేదు... పెట్రోల్ పోసే అమ్మాయి డోర్ కొట్టింది.. అద్దం కొద్దిగా క్రిందకు దింపి 'ఎంత' అని అడిగింది.. 'ఫుల్ ట్యాంక్' అన్నాడు నా మిత్రుడు. ఈలోగా నలుగురు ఐదుగురు అమ్మాయిలు కారు దగ్గరకు వచ్చి వారి వారి ప్రోడక్ట్ కొనమన్నారు. వాడికిది అలవాటే... వద్దన్నాడు... వాళ్లు వెళ్లిపోయారు. పెట్రోల్ కు బిల్లు చెల్లించి బయలుదేరాం...

"నిజానికి మనం వెళ్ళింది పెట్రోల్ కోసం. కానీ... ఆ ప్రోడక్ట్స్ అనవసరం. అవి... ఇటువంటి బంకుల దగ్గర అనవసరం కూడా... కానీ.. ప్రచారం.. అంతే... అందరికీ తెలియాలి... కనీసం రోజుకు పది మంది కొన్నా...లక్షల్లో లాభం కంపెనీలకు" జనాంతికంగా చెబుతూ డ్రైవ్ చేస్తున్నాడు మా వాడు..

"అదిగో... అక్కడ రైట్ తీసుకో" అన్నాను – వాడి భావం నాకర్థమయింది.

"సరే.." కొన్ని నిమిషాల తర్వాత... కారును ఒక భవనం ముందు ఆపాడు.. ఇద్దరం దిగాము...

"ఎక్కడ పెళ్లి... ఇక్కడేనా... హడావుడి లేదు.." అన్నాడు నా మిత్రుడు... నా వైపు చూసి... 'పద' అన్నాను... ఇద్దరం ఆ ఇంటిలోకి వెళ్ళాం.. సింపుల్ గా ఉంది.. పెళ్లి మండపం... సంప్రదాయబద్ధమైన అలంకరణ. మామిడాకులతో తోరణాలు, అరటి చెట్లు, లవండర్ చిలకరింపులు... ఆత్మీయమైన పిలుపులు... ఎనాళ్ళయింది.. ఇటువంటి పెళ్లి చూసి... అందరూ కలిపి అరవై మంది వరకు ఉంటారు... పెళ్లి కుమారుడు తండ్రి నాకు అధికారి. గ్రూప్ వన్ ఆఫీసర్. మంచివాడు.. ఓ "ఆధ్యాత్మిక" సమాజంలో సభ్యుడుగా ఉన్నాడు. నిజాయితీగా పని చేస్తాడు. ఆస్తులను కూడా బెట్టలేదు. కొడుకు, కూతురు ఉన్నారతనికి. కూతురు కూడా గవర్నమెంట్ ఆఫీసర్. కొడుకు సి.ఎ. గా చేస్తున్నాడు. ఓ గవర్నమెంట్ ఫర్మ్ లో.

"ఇంత అధికారం, హోదాలుండి.. ఇంత సింపుల్ గా పెళ్లేంటి" అన్నాడు నా మిత్రుడు..

"పెళ్లి... 'సమాజం' నియమ నిబంధనలను అనుసరించి జరుగుతున్నది. అంత సింపుల్ గా నేటి కాలంలో... అది కూడా అవినీతికి కేరాఫ్ అడ్రస్ గా ఉన్న ప్రభుత్వ ఆఫీసర్స్ ఉన్న కాలంలో... వచ్చిన వారందరూ... "ఆ...నం...దం...గా"... ఉన్నారు. మనస్ఫూర్తిగా 'న...వ్వు...తు...న్నారు'. ఎక్కడా కృత్రిమత్వం.. హిప్పోక్రసి లేదు...

భోజనాలకు రమ్మన్నారు... నేను... నా మిత్రుడు బయలుదేరాము.. ఓ అరవైమంది... వధావరులతో సహా క్యూలో నిలుచోలేదు.. అందరూ... నేలపై కూర్చున్నారు... అరటి ఆకులు వేశారు.. అన్నం వడ్డించేశారు.. క్రమశిక్షణాయుతంగా... చిన్న ప్రార్థన వంటిది చేయించారు స్వామీజీ... అందరిని భోజనం చేయమన్నట్టుగా.. చేయి ఊపారు.. నేను ఆకు వంక చూశాను. పూర్ణం బూరె, పులిహోర, వంకాయ కూర, పప్పు.., తెల్లని అన్నం.. వేడిగా.. ప్రక్కన ఎర్రని ఆవకాయ.. ఓ అరటిపండు.. క్షణం తరువాత...వేడి వేడి నేయి...వేసారు...బాగుంది..

నా మిత్రుడు ముఖంలో ఆనందంతో కూడిన ఆశ్చర్యం...

"కావలసినంత తినండి. ఏమి కావాలన్నా అడగండి. ఇది మీ అందరి సహకారంతో జరుగుతున్న విందు. కావలసినంతగా తిందాం. వృధా కానీయద్దు. మొహమాట పడవద్దు. ఏమి కావాలన్నా అడగండి. స్వామీజీ అనుగ్రహ భాషణ... చివర్లో గడ్డ పెరుగు వేశారు. నా మిత్రుడు ప్రశాంతంగా తినటం నేను గమనించాను. వడ్డనలు చేసేవారు కాసరి కాసరి వడ్డించారు. క్యూలో ప్లేట్స్ పట్టుకాని అడుక్కునే వారిలాగా లేదు ఇక్కడ. అందరం 'క..లి..సి.. తిన్నాం'... 'మన' అనుకున్నవారినే పిలిచారు...

పెళ్లి ఎంతో చక్కగా జరిగింది... అక్షింతలు దగ్గర నుంచి అరుంధతి వరకు సాంప్రదాయ బద్ధంగా.. నిరాడంబరంగా జరిగింది. తలంబ్రాలుగా బియ్యాన్ని తలపై పోశారు... రంగురంగుల ప్లాస్టిక్ బిళ్లలు లేవు. లక్షలు విలువ చేసే పూల డెకరేషన్స్ లేవు. దైవ సన్నిధిలో.. దైవం చేసుకునే వివాహంలా జరిగింది. అధికార దర్పాలు లేవు. అసహజ సన్నివేశాలు లేవు.. అనవసరం వృథా కూడా లేదు.. అయినా పెళ్లి ఘనంగా జరిగింది... ఎక్కడ 'పుస్తకం' పట్టుకొని ఎవరూ కూర్చోలేదు. బహుమతులు ఇవ్వలేదు...తీసుకోలేదు...

నేను... నా అధికారి... అనగా పెళ్లి పెద్ద వద్దకు వెళ్లి నమస్కరించి.. సెలవు కోరాను... ఆయన అంతే అభిమానంగా వధూవరులతో ఫోటో తీయించి... నా మిత్రుడిని ఆప్యాయంగా పలకరించి, ఒక గులాబీ చేతికిచ్చి.. "మనం ఈరోజు నుంచి మిత్రులం... మీరెప్పుడైనా మా ఇంటికి రావచ్చు.. మీరు సకుటుంబంగా మా ఇంటికి రావాలి... వస్తారు కదా.." అన్నారు. నా మిత్రుడు ముఖంలో నిజమైన 'సంతోషం'...

ఇద్దరం బయటకు వచ్చి.. కారెక్కాం... "ఈ పెళ్లి నిజంగా అద్భుతం. ఎక్కడా ప్రచార్భాటం లేదు.. అభిమానాలు.. ఆత్మీయతలే ఉన్నాయి... అసలు పెళ్లి ఇలా కూడా చేయవచ్చని నాకు తొలిసారిగా తెలిసింది.." అన్నాడు.

ఇద్దరం ఇంటికి చేరుకున్నాం... పెళ్లిలో ఒక మాట విన్నాను... స్వామీజీ... "ఇతరులు మారాలని కోరుకొనే ముందు నిన్ను నువ్వు మార్చుకోవటం ఎంత కష్టమో ముందు నువ్వు గ్రహించాలి" అన్నారు. అది నాకు నచ్చింది.. ఇంతకీ.. ఈ పెళ్లికి ఎంత ఖర్చు పెట్టారు ...కనీసం ఒక లక్ష ఉంటుందా.." అన్నాడు నా మిత్రుడు కారు లాక్ చేసి... డోర్ తీసి దిగుతూ...

నేను సన్నగా నవ్వుకొని 'ఇరవై వేలు...' అన్నాను...

అతని ముఖంలో ఆశ్చర్యం...

"అవును... అంతే... అంతకు మించిన ఖర్చుకు స్వామీజీ అనుమతివ్వరు..." అన్నాను...

"మరి భోజనాలు... అవి..."

"అవా... కొంతమంది... మిత్రులు స్వామీజీని ఒప్పించి, ఏర్పాటు చేశారు... వాటిని కూడా 'సమాజం'లో లెక్కలు, చూపించి, చందాలు తీసుకోవడం నచ్చదు..."

మేము లిఫ్ట్ లోకి చేరుకున్నాము...

"ఈ కాలంలో అటువంటి అధికారులు ఉండటం గ్రేట్. ఎంతో ఆనందంగా నాతో కలిసిపోయారు.. ముఖ్యంగా నా 'గురించి' ఏమీ అడగలేదు... మన పెళ్లిలో ఎంతోమంది వారి వారి ఆర్థిక స్థితిగతులను బట్టి గుంపులు, గుంపులుగా కూర్చోవడం నాకు తెలుసు. అలా లేదక్కడ.." నా మిత్రుడి వ్యాఖ్యానం

"ఎలా.." అన్నాను

“కారు.. బిల్డింగ్స్... ఆస్తిపాస్తులున్న వారంతా ఒక గుంపుగా, ప్రభుత్వ ఉద్యోగాలు, హోదాలున్న వారంతా ఒక గుంపుగా ఇలా... వారి వారి ఆర్థిక స్థాయిననుసరించి కూర్చుంటారు.. ఏది ఏమైనా.. నాకిది ఓ కొత్త అనుభవం సుమా...ఏదో నేర్చిన అనుభవం కలిగింది..” అన్నాడు... వాడిలో ఓ క్రొత్త ఆలోచన కలిగిందని నాకర్థమైంది... తృప్తి మిగిలింది.

ఎన్నాళ్ళో వేచిన ఉదయం

సింగంపల్లి శేష సాయి కుమార్
Ph: 8639635907

రాత్రి పది గంటలకు ఊరి పొలిమేర దాటింది బస్సు. దూర ప్రయాణాలన్నీ రాత్రి పూటే ఉంటాయి. ఓపిగ్గా కూర్చోవాలి. తెల్లారేసరికి బెంగళూరు నగరంలో ఉంది బస్సు. నగరంలోకి ప్రవేశించగానే ఏకాంతం నుండి బయటకు వచ్చిన వాళ్ళ ఇబ్బంది లాగా ఉంది దాని అవస్థ. ట్రాఫిక్ లో ముందుకు కదలలేక నానా అవస్థలు పడుతోంది.బస్సు ఎలాగోలా మ్యాజిస్టిక్ కు చేరుకుంది. బస్సు నుంచి దిగి ఓవైపు బ్యాగు బరువు మరోవైపు వయస్సు బరువుతో ఎవరి కోసమో వెతుకుతున్నాడు వెంకటయ్య. ఆయన పక్కకు జరుగుతున్న కొద్దీ వాహనాలు ఆయన్ను ఆనుకునే పోతున్నాయి. ఇంతలో సర్రున వచ్చి ఆగింది ఒక కారు.అందులోంచి ఒక కుర్రాడు అద్దాలు కిందకు దింపి "పెద్దాయన కారెక్కు అన్నాడు."

"అదేంటి నువ్వు వచ్చావు మా అమ్మాయి రాలేదా" అన్నాడు వెంకటయ్య.

అతను వాళ్ళ ఇంట్లో పని చేసే కారు డ్రైవర్." వాళ్ళిద్దరూ ఆఫీసుకు వెళ్లిపోయారు. ఇంటికి వచ్చేది రాత్రి పది గంటలకే అందాకా ఇక్కడే ఉంటావా" అన్నాడు ఆ కుర్రాడు. వాడి చిలిపితనానికి నవ్వాలో లేక నిజంగా తనను ఇంటికి తీసుకెళ్ళడో అని అర్థం కాక ఒక నవ్వు నవ్వి వదిలేసాడు వెంకటయ్య.

★★★

వెంకటయ్యకు ఒక్కగానొక్క ఒక కూతురు, పెంచి పెద్ద చేసి తన కాళ్ళ మీద తనను నిలబెడదాం అనుకున్నాడు. చిన్నప్పటి నుంచి తాను వ్యవసాయం చేసి కష్ట పడుతున్నప్పటికీ కూతుర్ని మాత్రం మంచి పాఠశాలల్లో చదివించాడు. ఆయన అనుకున్నట్టుగానే బాగా చదువు అబ్బింది స్వాతికి. మంచి కంపెనీలో సాఫ్ట్ వేర్ ఉద్యోగం సంపాదించింది. మంచి సంపాదన, బాగా తెలివితేటలు ఉండడంతో ఆ రంగంలోనే బాగా ఎదగసాగింది. ఒక మంచి సంబంధం చూసి పెళ్లి

చేద్దామనుకున్నాడు వెంకటయ్య. నాకు నా రంగంలోనే అందునా బెంగళూరులో పనిచేసే సాఫ్ట్వేర్ కుర్రాణ్ణే చూడమంది స్వాతి.చేసేదేం లేక తన పక్క ఊళ్ళోనే ఒక మంచి కుటుంబం నుండి బాగా చదువుకున్న అందునా బెంగులూరులో పని చేసే ఆదిత్యను ఇచ్చి స్వాతికి పెళ్ళి చేశాడు వెంకటయ్య. పెళ్ళి చేసి తన బాధ్యత తీరిపోయింది అనుకునే లోపే వృద్ధాప్యం అనారోగ్య సమస్యలు బాగా వెంటాడాయి. వెంకటయ్య అయినా నిలదొక్కుకొని ముందుకు సాగాడు. అందులో ఆయనను మించిన వారు లేరు.

పెళ్ళయిన కొంతకాలం చాలా సాఫీగా జరిగింది వాళ్ళ సంసారం. దూరపు కొండలు నునుపు అన్న చందంగా ఎక్కడో తల్లిదండ్రులకు, అత్తమామలకు దూరంగా సాగుతున్న వారి సంసారం చాలా బాగా నడుస్తుందని అనుకున్నారు అందరూ. కానీ అక్కడ జరుగుతున్నది ఒకరిపై ఒకరికి ఆధిపత్యం. ఒకరు ఇష్టపడిన దాన్ని మరొకరు వద్దు ...కాదు అనడం మొదలుపెట్టారు. సంసారం అనే నదిలో ఒకే వైపు జరగాల్సిన వారి ప్రయాణం చెరో వైపుకు సాగుతోందని వాళ్ళు గ్రహించలేకపోయారు.

ఇదంతా ఇరు కుటుంబాల వాళ్ళు తెలుసుకునేసరికి చాలా సమయమే పట్టింది. ఓ రెండు రోజులు ఉండి వెళ్దామని వచ్చిన పెద్దలకు వాళ్ళ ప్రవర్తన తీరు ఏ మాత్రం బోధపడలేదు. ఒకరికొకరు సంబంధమే లేనట్టు, ఏమీ కానట్టు ప్రవర్తిస్తున్న వాళ్ళు,

ఓ ఇద్దరు పిల్లలు కలిగితే వాళ్ళంతట వాళ్ళే తెలుసుకుంటారని అందరూ అనుకున్నారు. కానీ వారి ఆశలు ఫలించేటట్టు లేదు. ఇద్దరి మధ్య దూరం వారి మాటల్లోనే కనపడుతోంది..

ఎప్పుడైనా పుట్టింటి వాళ్ళు ఆడపిల్ల భర్తకు అనుకూలంగా ఉండాలి అంటే చాలు శివాలెత్తి పోతుంది స్వాతి, "ఏం ఎప్పుడు నాకే చెబుతారు ఆయనకు చెప్పండి" అంటూ మూతి ముడుచుకుపోతుంది ఆమె.

"మగాడివి కాస్త సర్దుకుపోరా నీవైనా" అంటే "ఇంకా ఎంత సర్దుకుపోవాలి ఒకసారి కాకపోయినా మరోసారైనా నా మాటకు విలువ ఇస్తే కదా" అంటాడు ఆదిత్య. ఇద్దరికీ చెప్పలేక చెరుకు గానుగలో పడ్డట్టు నలిగిపోతున్నారు పెద్దలు. కాలం సరన కదిలిపోతోంది. పంటలు పట్టింపుల మధ్య గడిచిపోతుంది వాళ్ళ సంసారం. క్షణం తీరికలేని వాళ్ళ సంసారం గడియారంలోని ముళ్ళులాగా ఆగకుండా తిరుగుతూనే ఉంది.

"ఏం నాన్న ఎన్ని గంటలకు వచ్చారు" అంది స్వాతి."

"ఉదయాన్నే వచ్చానమ్మా" అన్నాడు వెంకటయ్య.

"బాగున్నారా మామయ్య? ఏంటి సంగతులు? అత్తయ్యను కూడా తీసుకు రాలేకపోయారా? ఓ రెండు రోజులు మా దగ్గర ఉండి వెళ్ళేవారుగా" అన్నాడు అల్లుడు.

"అదేం లేదు బాబు, అది ఊరు విడిచి ఎక్కడికి రాదు. దానికి ప్రయాణాలు అంటే అస్సలు పడదు. ప్రయాణం చేస్తే చాలు వాంతులు, ఆరోగ్యం బాలేకపోవడం అబ్బో చాలానే ఉంది. రేపు నెల తన ఊర్లో జాతర ఉంది. మీరు ఇద్దరు వస్తే అప్పుడు మన ఇంటి దేవతకు పొంగళ్ళు పెట్టుకుందాం. ఎప్పటినుంచో అనుకుంటున్న మొక్కు ఇది. జాతరకు మీరు తప్పకుండా రావాలి" అన్నాడు వెంకటయ్య.

"దాదేంముంది మావయ్య ఓ శనివారం, ఆదివారం వచ్చేటట్లు పెట్టుకోండి తప్పక వస్తాం" అన్నాడు అల్లుడు.

ఆ మాట విని నవ్వాలో, ఏడవాలో అర్థం కాక "మనం ఎప్పుడంటే అప్పుడు చేసుకునేది కాదు నాన్న జాతర అంటే నియమం ప్రకారం పెద్దలు నిర్ణయించి జరిపేది. వాళ్ళందరూ ఎప్పుడు చెబితే అప్పుడే" అన్నాడు వెంకటయ్య. "మర్చిపోయా అయితే జాతర ఎప్పుడో చెప్పండి మేమిద్దరం వస్తాం" అన్నాడు అల్లుడు. సరే అంటూ తల ఊపింది స్వాతి.

★ ★ ★

"వెంకటయ్య ఊరు వెళ్ళిన వారం రోజులకు ఒక ఫోన్ వచ్చింది". మీ నాన్నకు ఆరోగ్యం బాగోలేదు, చాలా తగ్గిపోయారు, మీ దగ్గర నుండి వచ్చినప్పటినుండి చాలా ధీలా పడిపోయాడు" అంది అమ్మ ఫోన్లో.

"బాగానే ఉన్నారుగా, ఏమైంది ఈ మధ్యలో" అంది స్వాతి. "ఏమో డాక్టర్లు ఏవేవో చెబుతున్నారు. టెన్షన్లు తగ్గించుకోమని, ఏమీ ఆలోచించద్దని అంటున్నారు. ఈయన గారికి అంతలా ఆలోచించాల్సిన సమస్యలు ఏమున్నాయో నాకు అర్థం కావడం లేదు" అంది అమ్మ. ఇద్దరూ ఉన్న పళంగా బయలుదేరి వచ్చేసారు. నాన్నను ఆసుపత్రి నుండి ఇంటికి తీసుకువచ్చారు. చాలా నీరసంగా ఉన్నాడు వెంకటయ్య. పద్మావతికి ఆయనను చూస్తే కంటికి కునుకు, కడుపుకు తిండి ఏమాత్రం పట్టడం లేదు. వెంకటయ్య పడుకున్నా కాసేపటికి వచ్చి వరండాలో కూర్చుంది పద్మావతి. ఆమెను పలకరించడానికి పక్కనే వచ్చి కూర్చుంది స్వాతి.

"అమ్మా ఏమైంది నాన్నకు ఇప్పుడు, ఏమీ కాదు మేమందరం ఉన్నోంగా, నువ్వేం దిగులు పడకు"అంది. "నేను నీకు విషయం చెప్తా విను. చాలా సంవత్సరాల నుండి మా మనసులో కరుడు కట్టుకపోయిన విషయం, చాలా సార్లు నీకు చెప్పినా నువ్వు చులకనగా చూసిన అంశం" అంది పద్మావతి. "ఇప్పుడు ఏమైంది ఏదేదో మాట్లాడుతున్నావు" అంది స్వాతి.

"ఏదేదో కాదు. ఇప్పుడు చెప్పకపోతే ఇంకెప్పుడూ చెప్పలేనేమో" అంటూ కూతుర్ని దగ్గరకు తీసుకుంది పద్మావతి.

"నాకు పెళ్ళయిన కొత్తలో మా నాన్న మంచి జమీందారు, ఆస్తి దండిగా ఉండేది. మీ నాన్నను తన దగ్గరే ఉండి వ్యవసాయం చేసుకోమన్నాడు మా నాన్న. అలా చేస్తే తన కూతురు తన దగ్గరే

ఉంటుందన్న ఆలోచన ఆయనది. తనకున్న ఆస్తిలో సగం అల్లునికి, సగం కొడుక్కి ఇస్తానని కూడా అన్నాడు. కానీ నాకు ఏమీ వద్దు అంటూ తన భార్యను తాను తనకున్నంతలో చూసుకుంటా అన్నాడు మీ నాన్న. మేము మా సంసారంలో ఇంటికి వచ్చినప్పటి నుండి ఏనాడు నన్ను ఆయన ఒక బయట వ్యక్తిలా చూడలేదు. చాలా సరదాలను ఆయన నాకోసం వదులుకున్నాడు. ఆయనకు బయట ప్రదేశాలు తిరగడం అంటే ఎంతో ఇష్టం. గుళ్ళు, గోపురాలు అన్నీ చూడాలని ఆయనకు ఆశ. పెళ్ళి కాక ముందు స్నేహితులతో ఒంటరిగా అనేక ప్రదేశాలు చూసి వచ్చాడు. కానీ పెళ్ళయినప్పటి నుండి నాకు ప్రయాణం చేస్తే వాంతులు, ఆరోగ్యం బాగోలేదు అని తెలిసి అవి ఆయన కూడా మానుకున్నాడు.

నా కోసం కొన్ని సందర్భాలలో రుచికరమైన కూరలు తినడం మానేసి నేను ఏది తింటే అదే బాగుందని ఏరి కోరి ఆయన తినేవాడు. నా మాట కోసం ఆయన ఏనాడు ఎదురు చూడలేదు. కానీ పని చేస్తున్నప్పుడు మాత్రం ఆ కంటి చూపులోని సమ్మతి కోసం ఆయన ఎదురు చూసేవాడు. నేనంటే అంత ప్రేమ ఆయనకు .

ఊళ్ళో చాలామంది స్నేహితులు ఆయనను పెళ్ళయిన కొత్తలో ఎప్పుడూ పెళ్ళాం చెప్పిందే చేయకుంటే ఒకసారి అయినా ఎదిరించొచ్చు కదా మేము చూసి తరిస్తాం అనేవారట. అందుకు ఆయన నేను పెళ్ళి చేసుకుంది బానిసను కాదు, భార్యను అన్నాడు.

సంసారం అనేది పంతాలు, పట్టింపులకు పోతే జరగదు. ఒకవేళ అలా జరిగినా అది సంసారం అనిపించుకోదు. ఇప్పుడు ఒక్కసారి ఆలోచించు మీరిద్దరూ పెళ్ళయినప్పటి నుండి ఎన్నాళ్ళు ఒకరినొకరు అర్థం చేసుకుని ఉన్నారు. నువ్వు ఒకసారి ఆయన దారిలో వెళ్ళి చూడు ,అది ఎంత ఆనందంగా ఉంటుందో, ఒకరినొకరు అర్థం చేసుకుని నీ కోరికల్ని కాసేపు పక్కన పెట్టు. అది నిన్ను నువ్వు తగ్గించుకోవడం కాదు, నిన్ను నువ్వు హెచ్చించుకోవడం.

ప్రతి ఆడది మగవాడిలో సగభాగం అంటారు అంటే ఆయన ఆలోచనల్లో నువ్వు సగం కావాలి. ఒక్కసారి నువ్వు అలా చేసి చూడు నీ దారిలోనే అతను నడుస్తాడు. మేము మీ ఇద్దరికీ పెళ్ళి చేసింది మీరిద్దరూ కలిసి గొప్పగా డబ్బు సంపాదించుకోవడం చూడటానికి కాదు. ఒకరి కోసం ఒకరు ఎంత బలంగా నిలబడతారో చూద్దామని" అంది పద్మావతమ్మ తన ఆవేదనంతా వెళ్ళ బోసుకుంటూ. ఒకవైపు నిశి మరోవైపు అమ్మ చెప్పే మాటలు చెవిలోకి వెళ్ళి చల్లగాలికి కంటిలో నుండి వచ్చే నీటి చెమ్మ అమ్మ పైటను తాకింది స్వాతికి.

★★★

ఆదిత్య ఆఫీసుకు ఉదయాన్నే బయలుదేరుతూ ఓ సారి వంటగది వైపు చూసాడు. "ఏం నువ్వు ఇంకా డ్యూటీ కి బయలుదేరలేదు. టైం అవుతుంది ఇంకెప్పుడు రెడీ అవుతావ్?" అన్నాడు. "అది సరే కానీ మీరు వచ్చి టిఫిన్ తిని వెళ్ళండి"అంది స్వాతి.

"అదేంటి కొత్తగా మనిద్దరం రోజు బయటే కదా టిఫిన్ తినేది, ఈరోజు ఏంటి కొత్తగా" అన్నాడు ఆదిత్య. "మీకు ఇష్టమని పొంగలి చేశారు తిని వెళ్ళండి అంతే" అంది స్వాతి.

ఏం జరుగుతుందో అర్థం కాని స్థితిలో ఉన్నాడు ఆదిత్య. డైనింగ్ టేబుల్ పై కూర్చొని ఆమె వడ్డిస్తుంటే అది ఒక అమృతంలా ఉంది అతనికి, పెళ్లి అయినప్పటి నుండి ఒక్క రోజు కూడా ఈ ఆప్యాయత, అనురాగం ఆమెలో కనపడలేదు.

ఆదిత్య రోజు ఉరుకుల పరుగుల మీద ఆఫీసుకు వెళ్లి ఒత్తిడిలో మునిగిపోయే అతని ముఖంపై ఈరోజు ఒక చిరునవ్వు మొలకెత్తింది. సంసారం అనే సాగరంలో వాళ్లిద్దరూ అప్పటి నుంచి విహారం చేయనారంభించారు.

నే రాసుకున్న నారాత

శానాపతి(ఏదిద)ప్రసన్నలక్ష్మి
Ph: 9492339499

'అమ్మ కళా!'...

మా అమ్మ పిలిచే ఆ పిలుపు ఇప్పటికీ నా చెవులకు తాకుతూనే ఉంది. ఆ పిలుపులో మాత్రమే నాకు ప్రేముందనిపించింది. ఆర్ద్రతతో అమ్మ చెప్పిన ప్రతిమాటా నా హితవు కోరి చెప్పిందని చాలా ఆలస్యంగా తెలుసుకున్నాను. ఇప్పుడు తెలుసుకుని ఏం ప్రయోజనం...?

అమ్మనీ, అమ్మ జీవితాన్ని తల్చుకుని నేను బాధపడని రోజు లేదేమో. ఒంటరిగా కూర్చుని నాలో నేను చూసుకుంటుంటే... కరిగిపోయిన నా గతం ఓ నీడలా నన్ను వెంటాడుతున్నట్టు ఉంది. ఒకప్పుడు నాకిచ్చిన గౌరవం నా తోబుట్టువుల మధ్య ఏమైపోయిందో...? అతి మంచితనం కూడా మనిషిని అగాధంలోకి నెట్టేస్తుందని ఈ స్థాయికి వచ్చేవరకూ తెలుసుకోలేకపోయాను. నేను జీవించి ఏం ప్రయోజనం? అలాగని చావలేని పిరికితనంతో... నాలో నేను సతమతమై పోతున్నాను. ఎంతో డబ్బూ, ఆస్తులు సంపాదించి కూడా ఏమీ ఉంచుకోని నిరుపేదనైపోయాను. అయినా నా పతనానికి కారణం నేనే ఉండి, తోటి బంధాలను అనుకోవడం దేనికి?

'అమ్మ కళా!' అంటూ అమ్మ ఎంత దైన్యంగా పిలుస్తూ నచ్చచెప్పేది.

అమ్మ మాట నేనెప్పుడూ విన్నాను గనుక...?

నా మొండితనమే నన్నీ స్థాయికి దిగజార్చింది. ఒకరి నుదిటి రాతను తల్చుకుని మన రాత కూడా అలాగే ఉంటుందని భావించుకుని భయపడటమంత భయంకరమైన జబ్బు ఇంకోటి లేదేమో...?

ఆనాడు అమ్మ చెప్పే మాటలు తలకెక్కించుకోలేదని నాలో నేనే కుళ్ళికుళ్ళి ఏడుస్తున్నానిప్పుడు.

'అమ్మ కళా' అని పిలుస్తూ... ఎన్నోసార్లు నాతో చెప్పిన ఆ మాటలనే ఆఖరిసారిగా అమ్మ మళ్లీ చెప్పింది. అప్పుడైనా అమ్మ మాటలు విని ఉంటే నా జీవితం ఇంకోలా ఉండేదేమో...?

నా తోబుట్టువుల్లాగే నాకూ ఓ కుటుంబం ఏర్పడేది. వీళ్లందరి కోసమేనా నేను పెళ్లి చేసుకోకుండా ఉండిపోయాను...?

జరిగిపోయిన గతం కళ్లముందు కదులుతుంటే...

నేనిలా బ్రహ్మచారిణి బ్రతుకుని ఎందుకు కోరుకున్నానా అనిపిస్తుంది.

నేనిలా ఉండిపోవడానికి కారణం చెప్పాలంటే...

గతంలో మా బాల్యం ఎంత దయనీయంగా గడిచిందో చెప్పుకోవాలి...

నేనూ, తమ్ముళ్లూ, చెల్లెళ్లూ అంతా చిన్నవాళ్యం.

నాన్న ఏ అర్ధరాత్రికో తాగొచ్చి ఇల్లు చేరేవాడు.

అందరం నిద్దట్లో ఉండగా నాన్న గొంతు పెద్దగా అరిచేది.

మాటలు ముద్దముద్దగా వస్తూ పచ్చిబూతులు వినిపించేవి.

అమ్మ జుట్టు పట్టుకుని చెంపలు వాయించేవాడు.

నోరెత్తితే తన ఏడుపు పక్క గదిలో ఉన్న మాకు ఎక్కడ వినిపిస్తుందోనని...

చేత్తో నోరు నొక్కుకుని మరీ తనలోతాను ఏడ్చుకునేది అమ్మ.

మా దగ్గర దాయాలని చూసినా, నాన్న చేసే ఆ రభసకు నాకు మెలకువ వచ్చేసేది. అందరిలోనూ పెద్దదాన్ని అవ్వడంతో ధైర్యం చేసి గోడ చాటునుంచి చూసేదాన్ని. నాన్న అమ్మని పెడుతున్న హింసను కళ్లారా చూసేదాన్ని తప్పించి గోల చేసి రక్షించే వయసు కాదప్పుడు. తమ్ముళ్లూ, చెల్లెళ్లూ కలిసినా ఏకధాటిగా ఎదిరించగలిగే ఆత్మస్థైర్యం కూడా మాకు లేదు. లేడిపిల్లలా అమ్మ వణికిపోతుంటే ... ఏమీ చేయలేని అశక్తతతో చూస్తూ తలడిల్లిపోయేదాన్ని.

నాకూ వయసొచ్చింది. లోకం అంటే ఏంటో అర్ధమవుతూనే ఉంది. అమ్మ రోజూ నాన్న చేతిలో ఎందుకంతగా దెబ్బలు తింటుందో మాత్రం అర్థం కాలేదు. అదే విషయాన్ని ఓరోజు అమ్మని అడిగేసాను.

యుక్తవయసు రావడంతో... నేను తప్పటడుగు వేయకూడదని, అమ్మ నాకు ఆ విషయాన్ని చెప్పాలని అనుకుంటుందంట. ఓరోజు ఇంట్లో ఎవరూ లేని సమయం చూసి తన గతం గురించి చెప్పడం మొదలుపెట్టింది...

అమ్మ ఆలా చెప్తుంటే... తనకు జరిగిన అన్యాయాన్ని విని తట్టుకోలేకపోయాను. నా కళ్లవెంట తెలీకుండానే కన్నీళ్లు. అమ్మమ్మ, తాతయ్య తమ పరువే ముఖ్యమనుకున్నారు గానీ, తన కూతురు సంతోషం ముఖ్యమనుకోలేదు. ప్రేమించిన వ్యక్తిని పెళ్లాడిందని తెలిసిన మరుక్షణమే ...

ఆ వ్యక్తిని బెదిరించి కూతురి మెళ్ళోని తాళిని తెంపేసి...

ఇంటికి లాక్కొచ్చారు. వాడిని మర్చిపోకపోతే చంపించేస్తామని కూతుర్ని భయపెట్టడంతో...

అతని క్షేమం కోరి, తల్లిదండ్రులు చూసినతన్ని మరో పెళ్లిచేసుకుంది.

ఆ విషయాన్ని దాచిపెట్టి పెళ్లి జరిగినా...

కొన్నాళ్ళకు ఆనోటా, ఈనోటా భర్తకు తెలియడంతో, సంసారం సాగిస్తున్నా ప్రతిరోజూ తల్లికి నరకం చూపించేవాడు. ఇద్దరి మధ్యా సఖ్యత లేకపోయినా, ముగ్గురు పిల్లని కనిపెంచిందంటే... నా తండ్రి చేతిలో ఎంత కిరాతకంగా నలిగిపోయ్యుంటుందో...?

పెళ్లి చేసుకున్నందుకు వారి మధ్య సంతోషం లేకపోయినా...

పిల్లని మాత్రం కనేసాడు. వివాహ వ్యవస్థలో కామం కూడా సాధారణంగా కానిచ్చేయడమా?

ప్రేమనేది లేకుండా ఎందుకా పాడుపని?

ఆ పాపానికి పుట్టిన దౌర్భాగ్యులమా మేము?

ఎప్పుడూ మాకు ప్రశాంతత లేని ఆ ఇంట్లో పుట్టినందుకు నాతో బాటూ నా తోబుట్టువులను తల్చుకుని మామీద నాకే జాలేసేది.

అమ్మకు ప్రేమించి పెళ్ళాడిన వాడిని దూరం చేశారు.

అతనితోనే కలిసుంటే అమ్మ బ్రతుకెంత సంతోషంగా ఉండేదో కదా.

పెద్దలను కాదని వెళ్ళిపోయి ప్రేమించిన వ్యక్తిని పెళ్లిచేసుకోవడం తప్పైనప్పుడు, కూతురి మనసుని చంపేసి, తమ పరువు కోసం ఇంకో పెళ్లి చేయడం కూడా తప్పే.

అమ్మ కథంతా విన్నాకా నా మనసు విరిగిపోయింది.

తన భార్యపై దయ లేకుండా నరకం చూపిస్తున్న తండ్రి నుంచి అమ్మని ఇకపై కాపాడాలనుకున్నాను.

ఎం.ఎల్ చేసి... లాయర్ నయ్యాను.

అమ్మకు భద్రత కోసం నాన్న దగ్గర నుంచి విడదీసి వేరే ఊరెళ్ళి ప్రాక్టీస్ పెట్టుకున్నాను.

చెల్లెళ్ళద్దర్ని, తమ్ముడిని మంచి హాస్టల్లో ఉంచి చదివించడం మొదలుపెట్టాను.

ఈ పని చేసినందుకు నాన్న ఏమీ కృంగిపోలేదు. ఉంచుకున్న దానితో సంతోషంగా ఉన్నాడని తెలిసింది. పీడ వదిలిందనుకున్నాడో ఏమో...

మమ్మల్ని కూడా అసలు పట్టించుకోడం మానేసాడు.

తండ్రి ఉన్నా మాకు లేనట్టే.

రానురాను నేను వృత్తిలో బాగా రాణించడంతో

లీడింగ్ లాయర్ గా బాగా పేరు తెచ్చుకున్నాను.

ఎన్నో కేసులకు న్యాయంచేస్తూ తీర్పులు ఇవ్వడం నాకెంతో ఆనందంగా ఉండేది.

నాకు తోడై నిలుస్తానంటూ పెళ్లికి సిద్ధమైన తోటి వృత్తిలో ఉన్నవాడిని నేనేమాత్రం ఖాతరు చేయలేదంటే....

ఈ ప్రేమ, పెళ్లి అనే వాటికి నామనసులో స్థానం ఇవ్వలేదు కాబట్టే.

"అమ్మ కళా! నామాట విని అతన్ని పెళ్లి చేసుకోమ్మా...!

కోరివచ్చిన వాడిని కాలదన్నుకోకు...." అంటూ నచ్చజెప్పడానికి ప్రయత్నించింది అమ్మ. పెళ్లి చేసుకోమని చెప్తుంటే... తను పడిన ఊబిలోకి నన్ను కూడా దింపేస్తుందేమిటని అదిరిపడ్డాను. అమ్మ వైపు భయంగా చూసాను.

"వద్దమ్మా! నాకీ ప్రేమ, పెళ్లి అంటేనే చాలా భయం వేస్తుంది.

ఈ రెండూ నువ్వు అనుభవించావు కాబట్టి... వీటికి నన్ను దూరంగా ఉంచాల్సిందిపోయి నువ్వు ఈ మాట చెప్పడం ఏమీ బాగోలేదు..." అన్నాను

కాస్త కటువుగానే.

"తప్పమ్మా! ఆలా అనొద్దు. నా రాత ఇలా రాసుందని నీ రాత కూడా ఇలాగే ఉంటుందనుకోవడం నీ భ్రమ. తోడు లేని లోటు ఇప్పుడు కాదు...

కొంత వయసయ్యాక తెలుస్తుంది. నేను పెళ్లిచేసుకుని ఎన్ని బాధలనుభవించినా మీరు పుట్టారు కాబట్టే...

నా ప్రాణం ఉన్నంత వరకూ చూస్తారనే ధైర్యం నాకుంది. ఇదే విధంగా నీకూ ఓ కుటుంబం ఉన్నప్పుడే నీకు ఆసరాగా ఓ బంధాన్ని అల్లుకోగలుగుతావు. లోకంలో ప్రతి మగాడూ నీ తండ్రిలాగే ఉంటాడనుకోకూడదు. ఎంతమంది జీవితాలు సంతోషంగా సాగిపోవడం లేదు చెప్పు...?"

అంటూ నాకు హిత బోధ చేసింది.

అమ్మ ఎంత చెప్పినా నాకు తలకెక్కలేదు.

"పెళ్లే నా జీవితానికి పరమార్థం కాదు" అమ్మతో నా మనసులో మాట చెప్పేసాను.

"అయితే ఇంకెప్పుడూ పెళ్లి చేసుకోకుండా ఇలాగే ఉండిపోతావా? నేను పోయాక, ఆ తర్వాత నీ సంగతేంటి?" అంది దిగాలుగా.

"ఏముంది...? నాకు ఇద్దరు చెల్లెళ్ళు ఉన్నారు, ఓ తమ్ముడున్నాడు. వీళ్ళు నన్ను చూసుకోరంటావా? వాళ్ళ పెళ్లిళ్లు అయితే వాళ్ళ పిల్లలు నా పిల్లలు కాదంటావా? వాళ్ళనంతా అభివృద్ధిలోకి తీసుకురావడమే నా ధ్యేయం..." అంటూ అమ్మకు ఓ భరోసా ఇచ్చేసాను.

తమ్ముడు ఇంజనీరింగ్ చేసి... ఉద్యోగం సంపాదించుకున్నాడు. చెల్లెళ్ళిద్దరికి పెద్దగా చదువబ్బలేదు. డిగ్రీతోనే ఆపేసి ఇంట్లో కూర్చున్నారు. మేము ముగ్గురం తన గుండెల మీద కుంపటిలా కూర్చున్నట్టు ఫీలయ్యేది అమ్మ.

నా పెళ్ళి కాకుండా చెల్లెళ్ళిద్దరి పెళ్ళిళ్ళూ చేయడం బావుండదనేమోనని చాన్నాళ్లు మాట్లాడకుండా ఊరుకుంది. ఆ మాత్రం అమ్మ మనసు తెలుసుకోలేనా?

"చెల్లెళ్ళిద్దరి పెళ్ళిళ్ళూ చేసేద్దాం. పేరయ్య గారికి చెప్పు...

మంచి సంబంధాలు ఏమైనా ఉంటే చెప్పమను. వీళ్ళిద్దరిదీ అయిపోతే తమ్ముడికి కూడా పెళ్ళి చేసేద్దాం" అన్నాను.'

నా మాటలకు అమ్మ చిన్నబుచ్చుకుంది. '

"అమ్మ కళా...!" అంటూ పాత పాటే మళ్ళీ మొదలెట్టబోయింది.

"వద్దమ్మా! ఇక నాకేం చెప్పకు. నేను పెళ్ళి చేసుకోకపోతేనే సంతోషంగా జీవించగలను" అన్నాను దృఢ నిశ్చయంతో. నేనంత కచ్చితంగా చెప్పేసరికి అమ్మ మరింకేమీ మాట్లాడలేకపోయింది.

కొన్నళ్ళకు చెల్లెళ్ళిద్దరి పెళ్ళిళ్ళూ అయిపోయాయి. తమ్ముడు కూడా తను పనిచేసే కంపెనీలోని తోటి సహోద్యోగిని ప్రేమించి పెళ్ళి చేసుకున్నాడు. అందరూ పిల్లా పాపలతో సంతోషంగా ఉన్నారు. ఎవరికి లోటు రాకుండా వారి అవసరాలకు ఎంత అడిగితే అంతా డబ్బు సర్దుతూ వచ్చేదాన్ని. వారి పిల్లలను కూడా ఎంతవరకూ చదివితే అంతవరకూ ఖర్చుపెట్టి చదివించాను. అంతా మంచి స్థాయిలో ఉన్నారు. దీనికంతటికీ కారణం నేననని నన్నో దైవంగా భావించేవారు. వారందరికోసమే పెళ్ళి చేసుకోకుండా నా జీవితాన్ని త్యాగం చేసినట్టు అందరికి గొప్పగా చెప్పుకునేవారు. నేనే ఆదుకోకపోయుంటే తమ బ్రతుకులు ఎలా సాగేవో ఏంటోనను కునేవారు. అదంతా వాళ్ళకి నాపై ఉన్న అభిమానమే అనుకునేదాన్ని.

నన్నలా గౌరవంగా చూస్తుంటే నాకెంతో గొప్పగానూ, ధైర్యంగానూ ఉండేది.

నేను పెళ్ళి చేసుకుని ఉంటే నేనూ నాపిల్లలు అంటూ స్వార్థం వచ్చేదేమో. కానీ ఇప్పుడు వీళ్ళతో పాటూ వారిపిల్లలు కూడా నా వాళ్ళే. నాకెంతో పెద్ద కుటుంబం ఉందని తెగ సంబరపడిపోయాను.

ఇన్నేళ్లు గడిచినా మా నాన్నెప్పుడూ మా జీవితంలోకి తొంగిచూడలేదు. నాన్న చనిపోయారని మాత్రం తెలిసింది. అమ్మ కూడా మా అందరికీ దూరమవుతూ... "అమ్మా కళా! నువ్వు కూడా పెళ్ళిచేసుకుని ఉంటే ఎంతో తృప్తిగా పోయుండేదాన్ని..." అంటూనే కన్ను మూసేసింది.

అమ్మపోయాక తెలిసింది... ఒంటరితనం అంటే ఏమిటో...?

తమ్ముడూ, చెల్లెళ్ళూ వారివారి కుటుంబాలతో ఎంతో అన్యోన్యంగా ఉంటున్నారు. వారి మధ్యకు వెళ్ళి గడుపుతున్నా గానీ, వారి కుటుంబాల మధ్య నేనుండటం నాకే ఏదోలా ఉండేది. నేనొక్కదాన్ని ఉండడం అలవాటు చేసుకుందామని... వేరే జిల్లాకు వెళ్ళిపోయాను.

ఆలా దూరంగా ఉంటూనే నాతోపాటు, నా తోబుట్టువుల ముగ్గురికీ కూడా ఫ్లాట్స్ కొనిచ్చాను. వారి పిల్లల పెళ్ళిళ్లకు కూడా డబ్బూ, బంగారం అమర్చిపెట్టాను. ఎప్పుడైనా వారి దగ్గరకు వెళ్ళినప్పుడు నా కాలు కింద పెట్టకుండా చూసుకునేవారు. 'నీవల్లే మేమంతా బాగున్నాం' అంటూ. అందరూ బాగుండటమే నేను కోరుకునేది కూడా.

డెబ్బై ఏళ్ళు వచ్చాకా... సంపాదించుకున్నది చాలనుకుని ప్రాక్టీస్ మానేసాను. "ఎందుకక్కా ఒంటరిగా ఉండటం? మా దగ్గరకు వచ్చి ఉండు" అంటూ ఎవరిమట్టుకు వారే బ్రతిమాలటం చూస్తే వారి ప్రేమకు తట్టుకోలేకపోయేదాన్ని.

"వస్తానర్రా. నాకాళ్ళూ చేతులూ ఆడుతున్నంతసేపూ నన్ను నన్నుగా ఉండనీయండి. ఆ తర్వాత ఎలాగూ మీరేగా నన్ను చూసుకోవాలి" అనేదాన్ని నవ్వేస్తా. మరిక బలవంత పెట్టేవారు కాదు.

మనసెప్పుడూ ఒకేలా ఉండదు. కొత్తదనాన్ని కోరుకుంటూ ఉంటుంది. ఎందుకో ఆధ్యాత్మికంగా దేవునికి దగ్గరయ్యాను. ఆ దేవుని సేవలో చివరి రోజులన్నీ గడిచిపోతే చాలనుకున్నాను. స్వామి భజనలు చేసుకుంటూ, కీర్తనలు పాడుకుంటూ గడుపుకోదానికి ఓ స్వామిజీ ఆశ్రమంలో చేరిపోయాను. ఈ విషయం తెలిసి తమ్ముడు, చెల్లెళ్ళు వచ్చి "మేమంతా లేమా?" అంటూ బాధ పడ్డారు.

"అందరికీ అన్నీ చేసాను. దేవుని సేవ నేనెప్పుడూ చేసుకోలేదు. ఈ చివరి రోజుల్లో అయినా నాకు నచ్చిన ఈ ప్రశాంతమైన జీవితాన్ని గడపనీయండి..." అని చెప్పడంతో, వారు వెనుతిరిగి వెళ్ళిపోయారు.

నన్ను ఎంతో ప్రేమగా తీసుకెళ్ళాలని వచ్చిన వారు అలా దిగాలుగా తిరిగెళ్ళిపోతుంటే ... తట్టుకోలేక నా మనసు చివుక్కుమనిపించి, చెమ్మబారిన కళ్ళతో చూస్తా నా అధీనంలో నేనున్నాను.

ఆశ్రమంలో చేరాకా చాలా బావుందనిపించింది. తెలీకుండా రోజులు గడిపేస్తూ ఆరేళ్ళు దాటిపోయింది. నా వాళ్ళందరికీ నేను సంపాదించిందంతా బానే పెట్టాను. ఇక నాకంటూ మిగిలిన ఇంటిని ఆ ఆశ్రమానికి రాయాలనిపించింది. రాసిచ్చేసాను. అక్కడండగా నాకేం వశీకరణ జరిగిందో ఏమో... నా బ్యాంకు ఖాతాలో ఉన్న డబ్బు కూడా చాలా వరకూ ఆశ్రమానికి ఖర్చు చేసేసాను. అప్పటికి గానీ నాకు తెలియలేదు. అక్కడేదో నన్ను మోసం చేస్తూ నన్ను దోచుకుంటున్నారని.పుణ్యానికి పోతే ఇలా నాశనం అయిపోతానని అసలు ఊహించలేదు.

కళ్ళుతెరచి, ఆశ్రమం నుంచి బయటకు వచ్చేసి... నా తోబుట్టువులందరికీ ఫోన్ చేసాను. నాకిక్కడ మోసం జరిగిందని, విషయమంతా చెప్పి... మీ దగ్గరకు వచ్చేస్తానని బావురుమన్నాను.

నా అభ్యర్థనకు ఎవరి మనసూ కరగలేదు. ఎవరిమట్టుకు వారు మావల్ల కాదన్నారు. వారందరూ పిల్లలకు పెళ్ళిళ్ళు చేసుకుని మనుమలతో గడుపుకుంటున్నారు. ఈ స్థితిలో నాకు ఆశ్రయం కల్పించి నన్ను చూసుకోవడానికి వారికి తీరిక లేదంట . నా చావేదో నన్ను చావమని ముఖం మీదే చెప్పేసారు . వారి మాటలు వింటున్నంతసేపూ... నా ప్రాణం ఇంకా ఎలా కొట్టుకుందో నాకర్థం కాలేదు. కళ్ళముందు అంతా శూన్యం కనిపించింది. నాలో నేను చూసుకుంటే నా అంతరాత్మ పగలబడి నవ్వింది. 'అందరూ నిన్ను వాడుకుని నీ అవసరం తీరిపోయాక వదిలేసిన పనికిరాని వస్తువయ్యావు' అంటూ హేళన చేసింది. నిజమే... ఒకప్పుడు నా దగ్గరున్న ఆస్తిపాస్తులేమీ ఇప్పుడు నా దగ్గరలేవు. వాళ్ళంతా నన్ను ఆహ్వానించి స్వాగతం పలకడానికి. అందుకేనేమో నా వాళ్ళనుకున్న అందరూ నన్నొదిలేసి ఒంటరిదాన్ని చేశారు.

అందుకే, అమ్మ గుర్తుకొస్తుంది పదేపదే...

'అమ్మ కళా!' అంటూ ఎంతో ప్రేమగా పిలుస్తూ పెళ్ళిచేసుకోమని నా హితవు కోరేది. ఆనాడు అమ్మ మాట విని ఉంటే... నాకూ ఒక కుటుంబం ఉండేది. భర్తో, పిల్లలో ఎవరో ఒకరి పంచన పడుండేదాన్ని.

పెళ్ళిచేసుకుంటే భద్రత లేదనే అపోహతో, బంధాలైన తోబుట్టువుల పట్ల నిజాయితీగా పోతూ ఉత్తమంగా ఆలోచించి తప్పుచేశానేమో...? పెళ్ళి చేసుకోకుండా ఒంటరిగా ఉన్న నేను ఆధ్యాత్మికం వైపు అడుగులు వేస్తే... ఎంతో ప్రశాంతంగా కనిపించే ఆశ్రమంలో కూడా అందినమట్టుకు దోచేసుకున్నారు. ఇంటా, బయటా కూడా నన్ను నిలువునా దోచుకున్నవారే. ఎంతో చట్టం తెలిసిన నేనే అందరి చేతుల్లోనూ మోసపోయాను.

నేను సంపాదించుకున్న ఆస్తులేమీ ఇప్పుడు నాదగ్గర లేకుండా పోయాయి. కొద్దిగైనా మిగిలుంటే ... నా తోడబుట్టిన వాళ్ళంతా పోటీపడుతూ నన్ను పల్లకీ ఎక్కించి మోసుకెళ్ళేవారేమో...?

ఇప్పుడు ఎవరిననుకుని ఏం ప్రయోజనం? తల్లి తలరాతను చూసాక , ప్రేమా, పెళ్ళి అనే పాశాలు నా ప్రాణానికి చుట్టుకోకూడదనుకుని... నా రాతను నేనే రాసుకున్నాను.

బంధం నిర్బంధమైతే

గాయత్రి శంకర్ నాగాభట్ల.
Ph: 9666627285

వాలు కుర్చీలో కూర్చుని ముందుకీ, వెనక్కీ ఊగుతూ ఆలోచిస్తోంది సుధ. విజయ్ తో పదేళ్ల వైవాహిక బంధంలో తన ప్రవర్తన బాధ్యతా? లేక బంధనమా అనేది అర్థం చేసుకోలేకపోతోంది. ఇన్నాళ్లు విజయ్ తన మీద చూపించేదంతా ప్రేమేనని సర్దుకుపోయేది. ఇప్పుడు ఇద్దరు పిల్లల తల్లయిన తర్వాత అలా సర్దుకోలేక పోతోంది. పెళ్లయిన కొత్తల్లో నుండీ సుధా.. నువ్వు ఈ చీర కట్టుకో, ఈ నగలే పెట్టుకో అంటుంటే తన మీద ఇంత అభిమానం ఉండే భర్త దొరకడం తన అదృష్టం అనుకుంది.

తరువాత తరువాత వీధిలో కూరగాయలు కొనడం దగ్గర నుండీ పచారీ సామాన్ల లిస్ట్ వరకూ కూడా తానే దగ్గరుండి కొనడం ఒకవేళ ఒకటీ రెండు సార్లు తానే కూరగాయలు, సామాన్లు తెచ్చినా వాటికి ఏదో ఒక వంక పెట్టి అందుకే నిన్ను కొనొద్దు అనేది, చూసావా నీలాంటి వాళ్ళని ఇట్టే మోసం చేస్తారు అనడంతో నిజమేనేమో ఆయన చెప్పింది అని ఊరుకునేది. ఆ చెప్పే విధానం కూడా తనని నొప్పించకుండా ఉండడంతో ఈ విషయం కూడా పెద్ద ఇబ్బందిగా అనిపించలేదు సుధకి. ఇంట్లో ఎలా ఉన్నా పరవాలేదు బైట ఫంక్షన్స్, పార్టీల్లో కూడా నువ్విది చెయ్యి, నువ్విది తిను అంటూ ఉంటే కొందరు అబ్బో పెళ్ళాం అంటే ఎంత ప్రేమో అనుకుంటే, మరికొంత మందది చూసి నవ్వుకునే వారు. తనకేమో అది ఇబ్బందిగా ఉండేది. ఇంటికొచ్చాకా ఇదే విషయం విజయ్ తో చెప్తే ఇంట్లో ఒకలాగా బైట ఒకలాగా ఉండడం నావల్ల కాదు సుధా, ఎవరి గురించో ఆలోచించి నీ బుర్ర పాడుచేసుకోకు అనేసేవాడు సింపుల్ గా. అప్పుడు కూడా నిజమే కదా ఎవరి గురించో నేనెందుకు ఆలోచించాలి మా ఆయన బంగారం అనుకునేది.

కానీ కొన్నళ్ళుగా వీటన్నిటికీ మురిసిపోయే తను ఇప్పుడు బాధ పడుతోంది.

పెళ్లయిన కొత్తల్లో సరే ఏమీ కొనడం రాదు ఇప్పుడు అనుభవం వచ్చింది కదా వీధిలో ఆడవాళ్లు అందరూ చక్కగా కలిసి షాపింగ్ చేస్తారు .ఎన్ని సార్లు తనని రమ్మన్నా ఏదో ఒకటి చెప్పి

తప్పించుకునేది. ఒకసారి విజయ్ ని అడిగింది కూడా వీధిలో ఆడవాళ్లతో కలిసి షాపింగ్ కి వెళ్తానని. వద్దు, నీకు కావాలంటే నేను తీసుకెళ్తాను కదా అనేశాడు ఎప్పటిలాగానే. పోనీ మోటార్ సైకిల్ మీద అమ్మొచ్చే నచ్చిన సామాన్లో, చీరలో కానుక్కుదాం అనుకుంటే అసలు తన చేతికి డబ్బులే ఇచ్చేవాడు కాదు. నోరు తెరిచి డబ్బులు అడిగితే ఇంట్లోకి కావాల్సినవి అన్నీ నేనే తెస్తుంటే నీకు డబ్బుల్తో పనేముంది నీ చేతికి డబ్బిస్తే అనవసరమైనవన్నీ కొనేస్తావు

అని పెద్ద క్లాస్ పీకేవాడు. హోటల్ కి తీసుకెళ్తాడు, తనకి నచ్చినవే తినాలి.షాపింగ్ కి తీసుకెళ్తాడు, నీకు నచ్చిందా అని అడగడు.

ఇద్దరూ ఏదన్నా విషయంలో మాటమాటా అనుకున్నప్పుడు తనకి అలగాలి అని, విజయ్ వచ్చి బ్రతిమాలాలి అనుకుంటుంది. కానీ తనకి ఆ అవకాశమే ఇవ్వడు. అనేవన్నీ తనే అనేసి మళ్ళీ తనే అలుగుతాడు. ఏంటసలు ఈ మనిషి, ఎలా అర్థం చేసుకోవాలి ఇతన్ని. ఎవరికైనా తన బాధ ఇది అని చెప్పుకుందాం అన్నా ఇది అసలు ఓ బాధేనా అంటారేమో అని భయం, పైగా అంత అర్థం చేసుకుంటూ, బాగా చూసుకునే భర్త దొరికితే సంతోషించాల్సింది పోయి తనమీదే నేరాలు చెప్తావా అంటారనో భయం. ఇవన్నీ గత కొంతకాలంగా జరుగుతున్నవే ఐనా ఇప్పుడు పిల్లలు ఎదగడం ,వాళ్ళకి కావాల్సినవి కావాలని పేచీ పెట్టడం, పిల్లలకి ఇవి కావాలి అని అడిగితే ఇవొద్దు, అవొద్దు అని పాతపాటే పాడడం, పిల్లలేమో నాన్న ఎలాగూ కొనరు నువ్వయినా కొనివ్వమ్మా అని అడుగుతుంటే మనసెందుకో ఈ మధ్య బాధతో మూలుగుతోంది.... ఇక లాభం లేదు విజయ్ తో తన మనసులోని మాటలు చెప్పాలి అని నిర్ణయించుకుంది. చెప్పింది.

ఫలితం మర్నాడు సాయంత్రమే పిల్లలిద్దరికి కావాల్సినవి తీసుకున్నాడు. సర్ ప్రైజ్ గా భార్యకీ ఓ స్మార్ట్ ఫోన్ కొన్నాడు. ఇంటికి వచ్చే దారంతా తెగ మురిసిపోయింది సుధ.

స్వతహాగా విజయ్ మంచివాడే, తనకే చెప్పుకోవడం రాలేదు అనుకుంటూ తనే నిందించుకుంది. రెండు రోజుల తర్వాత స్మార్ట్ ఫోన్ లో యాప్స్ డౌన్లోడ్ చేసుకుని తీరిగ్గా ఫేస్బుక్ చూస్తోంది సుధ.

ఈలోగా సాయంత్రం ఆఫీసు నుండి వచ్చిన విజయ్ సుధ చేతిలో ఉన్న ఫోన్ తీసుకుని ఇదిగో వీళ్ళ ఫ్రెండ్ రిక్వెస్ట్ ఆక్సెప్ట్ చెయ్యకు, ఫేస్బుక్ లో నీ ఫొటోలు పెట్టకు, ఆ... ఇంకోటి ఎవ్వరి పోస్ట్లకు లైక్, కామెంట్స్ చెయ్యకు.

సరేనా, ఫ్రెష్ అవుతాను టీ పెట్టు అంటూ లోపలికి వెళ్తున్న విజయ్ ని చూసి నిట్టూర్పు విడిచింది సుధ ,గింగిరాలు తిరుగుతూ పాత జ్ఞాపకాల రీళ్ళు కొత్త అనుభవాలని రికార్డు చేస్తుంటే...

భార్యోద్యోగం!

శివ కాకు

Ph: 9160730005

చక్రాల కుర్చీలో బాల్కనీలో కూర్చొని ఉన్నాడు ముప్పై అయిదేళ్ళ సంపత్. అప్పుడే తల స్నానం చేసి వచ్చింది తన భార్య శ్యామల. ఒక చేత్తో తల తుడుచుకుంటూ, ఇంకో చేత్తో కాఫీ కప్ పట్టుకొని వచ్చింది. కాఫీ కప్ అందుకొని చిరునవ్వు బదులుగా ఇచ్చాడు. తను కూడా తల మీద ప్రేమ గా నిమిరింది. వంటగది నుంచి కుక్కర్ విజిల్ విని లోపలికి పరుగు పెట్టింది. తను హడావుడిగా అటూ ఇటూ పరిగెడుతూనే ఉంది. తనవైపే చూస్తున్నాడు. తెలియకుండానే కన్నీళ్లు వెచ్చగా బుగ్గల్ని తాకాయి. ఆ కన్నీటి వెనుక గతం చేసిన జ్ఞాపకాలు, గాయాలు స్పష్టంగా కనిపిస్తున్నాయి.

"సంపత్?" అని శ్యామల తీయని పిలుపుతో వెనక్కి చూసాడు. "బంటిని స్కూల్ బస్ ఎక్కించి నేను ఇంటర్వ్యూకి వెళ్తాను" అని అంది. "సరే" అంటూ తల ఊపాడు. "మీ బ్రేక్ఫాస్ట్ డైనింగ్ టేబుల్ మీదే సిద్ధంగా ఉంది. త్వరగా ఫ్రెష్ అయ్యి వేడిగా ఉన్నప్పుడే తినేసెయ్యండి. లేదంటే చల్లారిపోతాయి. అన్నట్టు మధ్యాహ్నం లంచ్ కూడా రెడీగా ఉంది. తినే ముందు ఒక ఇరవై సెకండ్లు ఓవెన్ లో వేడి చేసుకోండి. మరిచిపోవొద్దు సరేనా?" ఇలా చెప్తానే ఉంది. "నేను చూసుకుంటాను. నువ్వు వెళ్ళు శ్యామ! వాడికి స్కూల్ బస్ వచ్చే టైమ్ అయ్యింది" అని చిన్నగా నవ్వుతూ అన్నాడు.

వడివడిగా నడుచుకుంటూ దగ్గరకి వచ్చి నుదుటి మీద ముద్దు పెట్టింది. బంటిని తీసుకొని హడావుడిగా వెళ్లిపోయింది. కాసేపు గుమ్మం వైపు అలానే చూస్తూ ఉండి పోయాడు. చక్రాల కుర్చీ నడుపుకుంటూ బాల్కనీ నుంచి లోపలికి వచ్చాడు. మెల్లగా దిగి తన బట్టల కోసం వెతికాడు. తనకి కావల్సిన డ్రస్, టవల్ అన్నీ సిద్ధంగా పెట్టింది. పది నిమిషాల్లో రెడీ అయ్యి డైనింగ్ టేబుల్ దగ్గర కూర్చొని రుచికరమైన టిఫిన్ తింటూ చేదైన గతంలోకి మళ్ళీ వెళ్ళాడు.

ఒక కాఫీ షాప్. చాలా కోలాహలంగా ఉంది. ఒక టేబుల్ దగ్గర కూర్చున్న సంపత్ చూపు మాత్రం తన ముందు కూర్చున్న శ్యామల పైనే ఉంది. ముదురు నీలం రంగు చుడీదార్. పొడవాటి

జడ. గుండ్రటి ముఖం. మాట్లాడే కనులు. ముట్టుకుంటే కందిపోయే బుగ్గలు. వాటికి పడుతున్న సొట్టలు. చల్లగాలిలా తాకే చిరునవ్వు. "ఏం తీసుకుంటారు?" అని బేరర్ రావడంతో, ఉలిక్కిపడి ఊహలోకం నుంచి ఈ లోకంలోకి వచ్చాడు. అది చూసి శ్యామల ఫల్లున నవ్వింది. బేరర్ ఆర్డర్ తీసుకున్నాడు.

"ఒక అమ్మాయిని ఒక్కసారి చూసి నచ్చిందో లేదో ఎలా చెప్పడం? అని మా నాన్న తో వాదించి వచ్చాను. ఆయన బలవంతం మీద వచ్చాను. మీరు బాగా నచ్చారు" అని మొహమాట పడకుండా టక్కున చెప్పేసాడు. తను ఆశ్చర్యంగా చూసింది. "ఇప్పుడే కదా చూసారు! అప్పుడే నచ్చేసానా?" అని అమాయకంగా అడిగింది.

తను చిన్నగా నవ్వాడు. "నేను మీతో ఒకటి చెప్పాలి. మిమ్మల్ని మూడు రోజుల నుంచి ఫాలో చేస్తున్నాను. రోడ్ దాటడానికి ఇబ్బంది పడే స్కూల్ పిల్లల్ని దగ్గరుండి రోడ్ దాటిస్తారు. బిచ్చగాళ్ళు చెయ్యి చాచితే మీ చెయ్యి బ్యాగ్ లోపలికి తప్పకుండా వెళ్తుంది. స్కూటీలో వెళ్తున్నప్పుడు లిఫ్ట్ అడిగితే కాదనకుండా ఇస్తారు. ప్రతీ శనివారం గుడికి వెళ్తారు. గుడిలో పూజారి కూడా మిమ్మల్ని గుర్తు పడతారు. గుడి ముందు పావురాళ్ళకి గింజలు వేస్తారు. పశువులకి గడ్డి కూడా పెడుతారు. ఫేస్బుక్ లో ఇళయరాజా సంగీతం గురించి పోస్ట్ లు పెడుతారు. మిమ్మల్ని ఇష్టపడ్డానికి ఇంతకన్నా కారణాలు కావాలా?" అని నవ్వుతూ అన్నాడు. తను ఆశ్చర్య పడుతూ కోపంగా చూసింది.

"ఫాలో చెయ్యడం తప్పే! సారీ" అంటూ చెవులు పట్టుకున్నాడు. తను వెంటనే నవ్వేసింది. ఇద్దరి మాటలు, ఇష్టాలు కలిసాయి. ఈ బంధం పెళ్లి పీటలు ఎక్కడానికి ఒక ఆటంకం వచ్చింది. శ్యామలకి అప్పటికే బెంగుళూరులో మంచి ఉద్యోగం వచ్చింది. తనేమో హైదరాబాద్లో మంచి ఉద్యోగంలో ఉన్నాడు.

"తన భార్య ఇంట్లోనే ఉండి కుటుంబం,పిల్లల్ని చక్కదిద్దుకుంటే చాలు" అని తన అభిప్రాయం. "కష్టపడి చదివించాం. ఆ చదువుకు తగిన ఉద్యోగం వచ్చింది. తమ కూతురు ఉద్యోగం చేస్తే బాగుంటుంది" అని శ్యామల తల్లిదండ్రుల కోరిక. "ఇద్దరూ ఉద్యోగం చేస్తే ఆ కుటుంబం దారి తప్పుతుంది. అమ్మాయి ఇంట్లో ఉంటే బాగుంటుంది" అని సంపత్ తల్లిదండ్రుల ఆలోచన. దీని గురించి రెండు కుటుంబాల మధ్య చర్చలు బాగా జరిగాయి. ఇక నిర్ణయం అబ్బాయి, అమ్మాయికి వదిలేసారు. శ్యామల ముందుకొచ్చి "నేను ఉద్యోగం చెయ్యను" అని తన నిర్ణయం చెప్పింది. వైభవంగా పెళ్లి జరిగిపోయింది. రెండు కుటుంబాలు చాలా సంబర పడిపోయాయి.

ఏదో చప్పుడు అవ్వడంతో గతం నుంచి బయటకి వచ్చాడు. శ్యామల అప్పుడే తిరిగి వచ్చింది. తన ముఖంలో నిరుత్సాహం. మధ్యాహ్నం మూడు దాటుతున్న డైనింగ్ టేబుల్ మీద లంచ్ అలానే ఉంది. తను లోపలికి వెళ్ళి ఫ్రెష్ అయ్యి వచ్చి సంపత్ కి గోరు ముద్దలు తినిపిస్తూ ఉంది. "ఏమైంది ఇంటర్వ్యూ?" అని మెల్లగా అన్నాడు. "చివరి రౌండ్ లో పోయింది"అని కొంచెం బాధగా

చెప్పింది. తను కూడా బాధ పడ్డాడు. "ఇదంతా నా వల్లే! నాకు యాక్సిడెంట్ అయ్యి ఇలా ... ఐ యామ్ సారీ శ్యామ" అని బాధగా అన్నాడు. "ఇవేమీ ఆలోచించకు" అని ధైర్యం చెప్పింది.

బంటి కూడా స్కూల్ నుంచి వచ్చాడు. వాడిని ఫ్రెష్ చేసి, స్నాక్స్ తినిపించి, వాడితో కూర్చొని హోంవర్క్ చేయించింది. సాయంత్రం గూటికి చేరే పక్షుల్లా సంపత్ మళ్ళీ బాల్కనీ చేరిపోయాడు. అతని ఆలోచనలు ఆకాశం తాకేలా ఉన్నాయి. శ్యామల టీ కప్ తో వచ్చింది. తను కళ్ళతోనే నవ్వాడు. తన చేతులతో ప్రేమగా జుట్టుని నిమిరింది. "నిన్ను చూస్తే చాలా గర్వంగా ఉంది శ్యామ" అని మనస్సులో అనుకున్నాడు. మళ్ళీ గతం కమ్మేసింది.

సరిగ్గా సంవత్సరం క్రితం. "మీరు ఆఫీసుకి వెళ్తున్నారు. బంటి స్కూల్ కి వెళ్తున్నాడు. వంట పని కూడా పొద్దునే అయిపోతోంది. ఇంట్లో ఒక్కదాన్నే ఏం తోచడం లేదు. నేను ఏదైనా ఉద్యోగంలో చేరుతాను" అని మెల్లగా అంది. "నువ్వు ఉద్యోగం చెయ్యాల్సిన అవసరం ఇప్పుడేం ఉంది?" అని నవ్వాడు. తను కొన్ని క్షణాలు ఆగి "అవసరం కోసం కాదు, నా కోసం" అని అంది. "నీ కోసం ఉద్యోగం కావాలి. కానీ మా కోసం నువ్వు కావాలి. ఈ ఉద్యోగం ఆలోచన మానుకో" అని సున్నితంగా నవ్వుతూనే తిరస్కరించాడు. తను కూడా చిన్నగా నవ్వేసింది. ఉద్యోగం గురించి మరచి పోయింది. పొద్దునే లేవడం. ఇంట్లో అన్నీ చక్కదిద్దుకోవడం. సంపూర్ణ గృహిణిగా మారిపోయింది.

శ్యామ పిలుపుతో మళ్ళీ గతం నుంచి బయటకి వచ్చాడు. అందరూ కలిసి భోజనం చేస్తున్నారు. "నాన్నా! నువ్వు మళ్ళీ ఎప్పుడు నడుస్తావు? నాతో ఎప్పుడు ఆడుకుంటావు?" అని అమాయకంగా అడిగాడు. సమాధానం చెప్పలేక పోతున్న తన కష్టంని అర్థం చేసుకొని "ఇంకా కొన్ని రోజులు విశ్రాంతి తీసుకుంటే మామూలుగా అయిపోతారు" అని ఆ చిన్ని మనస్సుకి సర్ది చెప్పే ప్రయత్నం చేసింది.

బంటి పడుకున్నాక తను రేపటి ఇంటర్వ్యూకి కావాల్సినవి సిద్ధం చేసుకుంటూ ఉంది. తనవైపే చూస్తున్నాడు. "నన్ను క్షమిస్తావా శ్యామ?" అని అన్నాడు. తను చేస్తున్న పని పక్కన పట్టి తన పక్కలో చేరింది. దగ్గరగా వెళ్ళి గుండెల్లో ఒదిగిపోయింది. "నేను ఉద్యోగం చెయ్యకపోవడానికి కారణం మీరు ఒక్కరే కాదు. ఎక్కువ ఆలోచించకండి. మీరు త్వరగా కోలుకోవాలి. అప్పటి దాకా మాత్రమే నేను ఏదో ఒక ఉద్యోగం చెయ్యాలి. అందుకే ఈ ఉద్యోగ ప్రయత్నం" అని అర్థమయ్యేలా చెప్పింది. నుదుటిపై ప్రేమగా ముద్దు పెట్టాడు.

మరుసటి రోజు తనకి ఇష్టమైన బాల్కనీలో కూర్చొని, మరింత ఇష్టమైన పుస్తకం చదువుతూ వున్నాడు. శ్యామల ఆనందంతో పరిగెట్టుకుంటూ వచ్చి హత్తుకుంది. "నాకు ఉద్యోగం వచ్చింది. నెలకి యాభైవేలు జీతం. మనకి ఇంక ఏం కష్టం లేదు. మీరు నిదానంగా కోలుకోవచ్చు" ఆపకుండా చెప్పేసింది. తన రెండు చేతులతో దగ్గరకి లాక్కొని ముఖం మీద ముద్దు పెట్టాడు. "కంగ్రాచ్యులేషన్స్ శ్యామ!" అని మెచ్చుకున్నాడు. తను పొంగిపోయింది.

ఇక ఆ రోజు నుంచి హడావుడి. "కొత్త ఉద్యోగం. బంటిని స్కూల్ కి రెడీ చెయ్యడం. బ్రేక్ ఫాస్ట్, లంచ్ ప్రిపేర్ చేసి పెట్టడం. తనకి లంచ్ బాక్స్ కట్టుకోవడం. హడావుడిగా తినడం. సంపత్ కోసం మెడిసిన్ రెడీ గా పెట్టడం. బట్టలు సిద్ధం చేసి ఉంచడం. బంటిని స్కూల్ బస్ ఎక్కించి తను ఆఫీసుకి వెళ్లిపోవడం" ఇలా గృహిణి నుంచి ఉద్యోగినిగా మారినా కూడా తన బరువు బాధ్యతలు మారిపోలేదు, మరచిపోనూ లేదు. ఎందుకంటే అవన్నీ ఇంతకు ముందు తనకోసమే చేసింది. ఇప్పుడు కూడా తనకోసమే చేస్తూనే ఉంది. తన భర్త, తన కొడుకు , తన కుటుంబం అంటే తానే. తను అంటే కుటుంబమే అని తనకి బాగా తెలుసు.

అలా కొన్ని రోజులు గడిచాయి. ఒకరోజు ఆఫీసు నుంచి ఆలస్యంగా వచ్చింది. బంటి హోంవర్క్ చేయలేదు. సంపత్ మధ్యాహ్నం మెడిసిన్ ఇంకా వేసుకోలేదు. "ఎందుకు ఆలస్యంగా వచ్చావు అమ్మ? నాకు స్నాక్స్ తినాలి అనిపించలేదు. పాలు తాగాలి అనిపించలేదు" అని ఏడ్చాడు. బంటిని దగ్గరకి లాక్కొని గుండెలకి హత్తుకుంది.

ఆఫీసులో చాలా పని ఉంది. నిర్ణీత సమయంలో పని పూర్తి కాలేదు అని బాస్ అరిచిన మాటలు ఆయన గది దాటి బయటకి వినిపించాయి. "ఇంకో రెండు రోజుల్లో పూర్తి చేస్తాను సర్" అని సారీ చెప్పి వచ్చేసింది. ఆఫీసులో ఉన్న వర్క్ ప్రెజర్ ఇంట్లో ఏ మాత్రం తను చూపించలేదు.

అన్నీ పనులు చేసాక తన ల్యాప్టాప్ పట్టుకొని వెళ్ళి హాల్లో కూర్చుంది. ఆఫీసు పనిలో నిమగ్నమయ్యింది. అర్ధరాత్రి దాటింది. పని పూర్తి అయ్యింది. కళ్ళలో సంతోషంతో నిండిన ఆత్మ విశ్వాసం. అప్పుడు ప్రశాంతంగా వెళ్ళి పడుకుంది.

పొద్దున అలారం కన్నా ముందే తను లేచింది. అన్నీ పనులు పూర్తి చేసుకొని ఆఫీసుకి వెళ్లడానికి సిద్ధంగా ఉంది.

స్కూల్ బస్ ఎక్కించడానికి బంటి చెయ్యి పట్టుకుంది. చెయ్యి వెచ్చగా తగిలింది. నుదుటిపైన చెయ్యి పెట్టి చూసింది. బంటికి జ్వరం ఉంది. తనకి ఇంకో రెండు గంటల్లో ఆఫీసులో మీటింగ్ ఉంది. రాత్రి అంతా కష్టపడి చేసిన పని ఈ రోజు తానే ప్రెజెంట్ చెయ్యాలి. ఎక్కువ ఆలోచించలేదు. బంటిని తీసుకొని హాస్పిటల్ కి వెళ్లింది. చెకప్ చేయించి ఇంటికి తీసుకొని వచ్చి మెడిసిన్ ఇచ్చి పడుకోబెట్టింది. మీటింగ్ గురించి ఆలోచిస్తూ కూర్చుంది. అప్పటికే ఆఫీసు నుంచి ఇరవై మిస్డ్ కాల్స్ వున్నాయి.

"బంటిని నేను చూసుకుంటాను" అని సంపత్ ధైర్యం చెప్పాడు. హడావుడిగా అన్నీ సర్దుకుంది. మళ్ళీ ఒకసారి బంటికి టెంపరేచర్ చెక్ చేసింది. కొంచెం చల్లగా ఉంది. బాగా నిద్రపోతున్నాడు. "వాడిని నేను చూసుకుంటాను నువ్వు వెళ్ళు శ్యామ" అని మళ్ళీ అన్నాడు.

అప్పటికే అందరూ మీటింగ్ రూమ్ లో ఉన్నారు. శ్యామల రెండు నిమిషాల ఆలస్యంగా లోపలికి వచ్చింది. బాస్ కొంచెం కోపంగా చూసాడు. ప్రాజెక్టు గురించి మొదట బాస్ బ్రీఫ్ గా

అందరికీ వివరించాడు. ఆ తర్వాత శ్యామలని మాట్లాడమని సైగ చేసాడు. తను గొంత సవరించుకుంది. మొదట్లో కొంచెం తడబడింది. బాస్ ముఖంలో చిరాకు,కోపం. మెల్లగా ప్రాజెక్టు గురించి తన పద్ధతి లో వివరించడం మొదలు పెట్టింది. గంట గడిచిపోయింది. ఆ గది మొత్తం నిశ్శబ్దం. తను చెప్పడం పూర్తి చేసేసింది. బాస్ లేచి నిలబడి "గుడ్ జాబ్ శ్యామల" అన్నాడు. చప్పట్లు కొట్టాడు. మిగతా వాళ్ళు అందుకున్నారు. ఆ గదిలో నిశ్శబ్దం చప్పట్ల దాటికి పారిపోయింది. శ్యామల ముఖంలో చిరునవ్వు మళ్ళీ వచ్చింది.

"ఎక్స్క్యూస్ మీ సర్" అంటూ బాస్ కేబిన్ కి వచ్చింది. కూర్చోమని సైగ చేసాడు. "బంటికి జ్వరం. త్వరగా వెళ్లిపోవాలి" అని అడగడానికి సంశయిస్తోంది. "ఇది నేను ఎక్స్పెక్ట్ చేయలేదు. నీ వర్క్ చాలా బ్రిలియంట్ ఉంది. కంగ్రాచ్యులేషన్స్ శ్యామల. నీ ప్రమోషన్ కోసం కూడా మాట్లాడుతాను. నీ సేలరీ హైక్ కూడా ఉంటుంది" అని పొగిడాడు. శ్యామల ఇంకా కూర్చోనే ఉంది. "ఏదైనా చెప్పాలా?" అని అడిగాడు. "ఈ రోజు నేను ఇంటికి కొంచెం త్వరగా వెళ్ళాలి" అని మెల్లగా అంది. బాస్ తన వైపే చూస్తున్నాడు. "బంటికి పొద్దున నుంచి జ్వరం. స్కూల్ కి కూడా వెళ్లలేదు" అని కారణం చెప్తూ ఉంటే, "ఇట్స్ యువర్ డే శ్యామల! యు కన్ గో" అని నవ్వుతూ అన్నాడు.

ఉరుకుల, పరుగుల మీద ఇంటికి బయలుదేరింది. సంపత్ బంటికి స్నాక్స్ తినిపిస్తూ వున్నాడు. "అమ్మ! ఎప్పుడు వస్తుంది నాన్న?" అని అడిగాడు. "నీకు జ్వరం. నాకు కూడా హెల్త్ బాగోలేదు. మన ఇద్దరికీ కావాల్సినవి అన్నీ చేసి, ఆఫీసు కి ఆలస్యంగా వెళ్ళింది కదా. పని చూసుకొని వచ్చేస్తుంది. అప్పటిదాకా నీకు మంచి మంచి కథలు నేను చెప్తాను. మనం ఇద్దరం కలిసి టివి చూద్దాం. నీకు ఇష్టమైన ఆట ఏదైనా ఆడుదాం" అని కొడుకుకి నచ్చ చెప్పాడు.

అప్పుడే శ్యామల వచ్చింది. "మీ ఇద్దరికీ గుడ్ న్యూస్. నేను చేసిన ప్రాజెక్టుని అందరూ మెచ్చుకున్నారు. నాకు ప్రమోషన్ కూడా వస్తుంది. నా సేలరీ పెరుగుతుంది అని మా బాస్ చెప్పారు" అని ఆనందంగా చెప్పింది. ఇద్దరూ చెరో బుగ్గకి ముద్దు పెడుతూ "కంగ్రాచ్యులేషన్స్" అని ఉత్సాహంగా అరిచారు.

"రేపు సండే. మనం ముగ్గురం కలిసి బయటకి వెళ్తున్నాం" అని అంది. అలా ముగ్గురూ కలిసి సిటీ మొత్తం తిరగడానికి ప్లాన్ చేసుకున్నారు. చక్రాల కుర్చీని మడిచి కార్ డిక్కీలో పెట్టారు. శ్యామల డ్రైవింగ్ సీట్ లో ఉంది. వెనుక సీట్ లో బంటి కూర్చున్నాడు. శ్యామల వైపు చూసాడు సంపత్. మళ్ళీ గతం కమ్మేసింది.

కొన్ని రోజుల క్రితం. డ్రైవింగ్ సీట్ లో సంపత్ వున్నాడు. పక్క సీట్ లో శ్యామల ఉంది. వెనుక బంటి కూర్చొని ఉన్నాడు. "అమ్మ! నువ్వు కూడా డ్రైవింగ్ నేర్చుకోవచ్చు కదా?" అని బంటి అమాయకంగా అడిగాడు. "నిన్ను నన్ను చూసుకుంటే చాలు కదా" అని సంపత్ సమాధానం చెప్పాడు. "నీకు డ్రైవింగ్ అంటే ఇష్టం ఉందా లేదా?" అని మళ్ళీ అమ్మని అడిగాడు. "నాకు ఇష్టమే

అంది. కానీ ఇప్పుడు అవసరం లేదు కదా. మనం ఎక్కడికైనా వెళ్ళాలి అంటే నాన్న ఉన్నారు కదా" అని చెప్పి తను కూడా నవ్వేసింది.

శ్యామల కార్ స్టార్ట్ చేసిన శబ్దంతో గతం నుంచి బయటకి వచ్చాడు. కార్ వేగంగా వెళ్తోంది. తననే చూస్తూ ఉన్నాడు. "అమ్మ ఇక్కడ కార్ ఆపుతావా?" అని బంటి అడిగాడు. పక్కనే ఐస్ క్రీమ్ బండి ఉంది. ముగ్గురూ ఐస్ క్రీమ్ తిన్నారు. అలా ఆ రోజంతా ఆనందంగా గడిపి అంతులేని సంతోషంతో ఇంటికి వచ్చారు.

అలా రెండేళ్ళు గడిచాయి. సంపత్ పూర్తిగా కోలుకున్నాడు. ఉద్యోగంలో మళ్ళీ చేరాడు. శ్యామల కూడా చాలా ఆనందంగా ఉంది. తనకి కొత్త రెక్కలు వచ్చినట్టు ఆనంద పడింది. అంతా బాగానే ఉంది. కానీ ఇద్దరూ ఉద్యోగానికి వెళ్ళి ఇంటికి వచ్చే దాకా బంటి ఒక్కడే ఇంట్లో ఉంటున్నాడు.

ఒక రోజు ఆఫీసు లో శ్యామలకి అనుకోని మీటింగ్ వచ్చి పడింది. సంపత్ కి ఫోన్ చేసింది. "ఈ రోజు తనకి ఆలస్యం అవుతుంది" అని చెప్పింది. "తను త్వరగా ఇంటికి వెళ్తాను" అని సంపత్ చెప్పాడు. శ్యామల ఊపిరి పీల్చుకుంది. చాలా రోజుల తర్వాత మళ్ళీ ఉద్యోగంలో చేరడం వల్ల సంపత్ కి పని ఒత్తిడి ఎక్కువగా ఉంది. పనిలో పడి శ్యామల చెప్పిన విషయం మరచిపోయాడు. ఆ రోజు రాత్రి శ్యామల ఇంటికి వచ్చేసరికి బంటి ఒక్కడే ఏడుస్తూ కూర్చున్నాడు. పరిగెట్టుకుంటూ వచ్చి హత్తుకున్నాడు. "చాలా భయం వేసింది అమ్మా" అని ఏడుస్తూ అన్నాడు. శ్యామలకి కూడా ఏడుపు వచ్చింది. సంపత్ ఆలస్యంగా వచ్చి "మరచిపోయాను సారీ" అని చెప్పి లోపలికి వెళ్ళిపోయాడు.

ఆ రోజు రాత్రి "బంటి చాలా భయపడ్డాడు. మీకు కుదరకపోతే నాకు చెప్పాల్సింది" అని శ్యామల మెల్లగా అంది. "ఇవన్నీ నా వల్ల కాదు. అసలే ఆఫీసు లో బోలెడంత పని ఉంది. నీకు పిల్లాడిని, ఉద్యోగం రెండూ చూసుకోవడం కుదిరితే రెండు పనులు చేసుకో. లేదంటే ఏదో ఒకటి వదులుకో" అని కోపంగా అన్నాడు. తను ఏం చెప్పలేదు. "నీకు పిల్లాడు ముఖ్యం. ఏది వదులుకోవాలో అర్థం అయ్యింది అనుకుంటా" అని మళ్ళీ తన ఉద్దేశ్యం చెప్పి పడుకున్నాడు. ఆ మాటతో తన కళ్ళలో కన్నీళ్ళు ఆగలేదు.

సంపత్ కూడా ఆలోచిస్తూ పడుకున్నాడు. పొద్దున ఆఫీసులో బాస్ పిలిచి చెప్పిన సంగతి గుర్తుకు వచ్చింది. "నీకు రెండేళ్ళు గ్యాప్ వచ్చింది. నీ జూనియర్ లు నీకన్నా ముందు ఉన్నారు. నువ్వు మళ్ళీ ముందుకు వెళ్ళాలి అంటే ఎక్కువ పని చెయ్యాలి. నేను చెప్పేది నీకు అర్థం అయ్యింది అనుకుంటున్నాను" అని తన బాస్ సూటిగా చెప్పాడు. అలా ఆలోచనలో ఉన్న తనకి పక్కనే పడుకున్న శ్యామల తన నుదుటి పైన పెట్టిన ముద్దుతో మెలుకువ వచ్చింది. శ్యామలని గట్టిగా తనకి దగ్గరగా లాక్కున్నాడు.

మరుసటి రోజు ఆఫీసులో శ్యామల రాజీనామా గురించి చెప్పింది. అందరూ షాక్

అయ్యారు. "రాజీనామా వెనక్కి తీసుకోమని"బాస్ చాలా ప్రయత్నించాడు. తన వల్ల కుదరలేదు. ఆఫీసులో ఆఖరి ముప్పై రోజులు. ఇంట్లో, ఆఫీసులో శ్యామల తన పనులు తాను అంతే శ్రద్ధగా చేస్తూనే ఉంది. ఎక్కడ పొరపాటు లేదు. కొంచెం కూడా తడబాటు లేదు.

ఆఫీసు లో తన చివరి రోజు. చిన్న గెట్ టు గెదర్ జరిగింది. శ్యామల గురించి అందరూ పొగుడుతూనే ఉన్నారు. కొందరు బాగా భావోద్వేగం చెందారు. "పెళ్లి చేసుకొని అమ్మాయిలు ఎందుకు ఉద్యోగంకి వస్తారు? ఇంట్లో పని సగం చేస్తారు. ఇక్కడ ఆఫీసు పని సగం చేస్తారు. అంతా సగం సగం. అందరినీ ఎందుకు ఇబ్బంది పెట్టడం? అని ఉద్యోగం చేసే ఆడవళ్ళ మీద ఒకప్పటి నా అభిప్రాయం. కానీ నా ఆలోచన తప్పు అని శ్యామల నా చెంప చెళ్లుమనిపించేలా చెప్పింది. ఇంట్లో స్కూల్ కి వెళ్ళే పిల్లాడు. చక్రాల కుర్చీలో ఆరోగ్యం సరిలేని భర్త. ఇక్కడ కొత్త ఉద్యోగం. అన్నింటినీ ఎంత బాగా సమన్వయంతో చేసింది. నేను చాలా సిగ్గు పడుతున్నాను. నన్ను క్షమించు శ్యామల" అని బాస్ అందరి ముందూ తనని పొగుడుతూ అన్నాడు. ఆ మాటలు విని టీమ్ మొత్తం చప్పట్లు కొడుతున్నారు.

మాటలు ముగించి శ్యామల చేతిలో ఒక కవర్ పెట్టాడు బాస్. మెల్లగా తెరిచి చూసింది. అందులో ప్రమోషన్ లెటర్ ఉంది. తను ఆశ్చర్యపోయింది. అప్పుడు మళ్ళీ చప్పట్లు వినిపించాయి. వెనక్కి తిరిగి చప్పట్ల వైపు చూసింది. దూరంగా సంపత్, బంటి నిలబడి ఉన్నారు. తన కళ్ళలో కన్నీళ్లు. ఏం అర్థం కావడం లేదు. బంటి ముందుకు వచ్చి "రేపటి నుంచి నేను స్వయంగా పొద్దునే లేస్తాను. నేనే బ్రష్ చేసుకుంటాను. నేనే స్నానం చేస్తాను. బ్రేక్ ఫాస్ట్ కూడా నేనే తినేస్తాను. నీకు సాయం కూడా చేస్తాను. నువ్వు ఈ ఉద్యోగం చెయ్యాలి అమ్మ" అని నవ్వుతూ అన్నాడు.

సంపత్ కూడా తన చెయ్య పట్టుకొని "నేను కూడా నీకు ఇంటి పనిలో తోడుంటాను. నువ్వు రాలేనప్పుడు నేను బంటి కోసం వచ్చేస్తాను. నువ్వు ఒక అద్భుతం శ్యామ. ఏదైనా చెయ్యగలవు. నిన్ను ఆపి నేను తప్పు చేయుకూడడు. ఆడది ఇంటికి, వంట గదికే పరిమితం కాదు. ఆ విషయం నీ వల్లనే నాకు బాగా అర్థమయ్యింది. అందుకే ఆడవళ్ళని మహా శక్తి తో పోలుస్తారు. వాళ్ళ ఓర్పుని భూదేవి తో పోలుస్తారు. ఇన్ని రోజులు నన్ను గెలిపించావు. ఇప్పుడు నిన్ను కూడా గెలిపించుకో. నువ్వు ఈ ఉద్యోగం చెయ్యాలి. బంటి కోసం కాదు. నా కోసం కాదు. వీళ్లందరి కోసం కూడా కాదు. నీ కోసం చెయ్యాలి. ఆడపిల్ల గెలుపు కోసం చెయ్యాలి" అని అన్నాడు. ఆ మాటలు విని శ్యామల వెళ్ళి సంపత్ ని , బంటిని గట్టిగా హత్తుకుంది. అక్కడ ఉన్న అందరి చేతులు చప్పట్లు కొడుతున్నాయి. శ్యామల కళ్ళలో ఆనంద భాష్పాలు నిండాయి. అర్థం చేసుకుంటూ ఒకరిని ఒకరు గెలిపించుకుంటూ జీవితాన్ని ముందుకు సాగించేదే నిజమైన ప్రేమ!

మనసైన బంధం

సురేఖ దేవళ్ళ
Ph: 9590455399

"మీరు నాకు అన్ని విధాలా నచ్చారు. కానీ..." అంటూ ఆగిపోయింది ప్రకృతి.

అప్పటి వరకూ సంతోషంతో వెలిగిపోయిన వర్షిత్ మొహం ఆమె 'కానీ' అనడంతో చిన్నబోయింది.

ఎలాగో తనని తాను సంభాళించుకుని "ఫర్వాలేదు. మీ అభిప్రాయం నిరభ్యంతరంగా, నిర్మోహమాటంగా చెప్పండి.." అన్నాడు.

ప్రకృతి సూటిగా అతని వైపు చూస్తూ "మీరు నాతో మాట్లాడిన అరగంటలో పది నిమిషాలు చిన్నతనం నుండీ మీరు మీ అమ్మానాన్నలు అనారోగ్యంతో బాధపడుతున్నప్పుడు మీరు చేసిన సేవల గురించి, మీరు పడిన బాధల గురించీ చెప్పారు. ఇందులో తప్పేంలేదు కానీ భవిష్యత్తులో మీతో నా జీవితాన్ని ఊహించుకుంటే భయమేస్తోంది.."అంది.

వర్షిత్ ఆశ్చర్యంగా చూస్తూ " మీరు ఏమంటున్నారో నాకర్థం కావల్లేదు. కొంచెం వివరంగా చెప్తారా..!" అన్నాడు.

ప్రకృతి కుర్చీలో సర్దుకుని కూర్చుంటూ "మీలా చిన్నతనం నుండే కష్టాలు అనుభవించిన వ్యక్తులు, రేపు మరో బంధం కలిసిన తర్వాత వచ్చే ప్రతి చిన్న ఆటుపోట్లనీ భూతద్దంలో నుండి చూస్తూ తమ జీవితం ఎప్పుడూ ఇంతే అని విషాద గీతాలు పాడుకుంటూ ఉంటారు. ఆ విసుగును భార్యాపిల్లల మీద చూపిస్తారు. అంత నెగెటివిటీ నేను భరించలేను. జీవితం అన్న తర్వాత సుఖంతో పాటూ కష్టమూ ఉంటుంది. చిరునవ్వుతో బాధ్యతలన్నింటినీ బరువనుకోకుండా మోయాలి. ఇంకా ఇలాంటివే చెప్పేవీ, చెప్పనివీ చాలా ఉంటాయి.. అన్నింటినీ సహనంగా మ్యానేజ్ చేసుకోవాలి.." అని చెప్పింది.

వర్షిత్ చిన్నగా నవ్వుతూ "ఓకే మేడం,మీ భయాలు అర్థమయ్యాయి. కానీ,నేనవన్నీ చెప్పింది గొప్పకోసం కాదు. ఈమధ్య అమ్మాయిలు చీటికీమాటికీ అలుగుతూ, ఆ భర్త గారి సహనానికి పరీక్ష పెడుతున్నారని బయట టాక్. అందుకే, మరీ అంత గారాబంగా చూసుకోవడం నావల్ల కాదు అని ఇండైరెక్ట్ గా చెప్పాన్నమాట. ఇంకో విషయం, నా తల్లిదండ్రులు మనతోనే కలిసుంటారు. అలాగే, అవసరమైన సమయంలో మీ తల్లిదండ్రుల బాధ్యత కూడా తీసుకుంటాను. అలా అని మావాళ్ళతో పోలుస్తూ మీరు అన్నింటికీ సమానత్వం అంటూ గొడవలు పెడితే ఓర్చుకునే ఓపిక నాకు లేదు. ఇది తప్పోఒప్పో నాకు తెలియదు. నేనింతవరకే ఆలోచించగలను.. ఆ పైన మీ ఇష్టం.." అన్నాడు.

ఒక్క క్షణం అతను అన్న దాన్ని గురించి ఆలోచించి "సరే, నాకు సమ్మతమే.." అంది చిరునవ్వుతో. ఆమె నవ్వుతో శృతి కలిపాడతను.

ఆత్మీయుల సమక్షంలో ఏ లోటూ లేకుండా సంతోషంగా జరిగింది వారి పెళ్ళి.

కూతురిని అత్తగారింటికి పంపే సమయంలో

"నిజంగా నువ్వు చాలా అదృష్టవంతురాలివి తల్లీ..! ఇంత మంచి కుటుంబంలోకి వెళ్ళావు. ముందు ముందు ఎప్పుడన్నా ఏమైనా చిన్న చిన్న మాట పట్టింపులు వచ్చినా సర్దుకుపో తప్ప రాద్ధాంతం చేసుకోకు. కలివిడిగా వాళ్ళతో కలిసిపోయి వాళ్ళలో ఒకరిగా మారిపోవాలి. అంతే తప్ప గిరి గీసుకుని కూర్చోకూడదు. ఇకనుండి అది నీ కుటుంబం. ఎప్పుడూ మన అనే భావమే నీలో ఉండాలి. గుర్తు పెట్టుకో తల్లీ..!" అంటూ జాగ్రత్తలు చెప్పి పంపింది లక్ష్మి.

★★★

"అత్తయ్యా..! నాకేం ఫర్వాలేదు.డెలివరీకి ఇంకా ఇరవై రోజుల సమయం ఉందిగా. ప్రస్తుతం అయితే నొప్పులు కూడా లేవు. మీరు పెళ్ళికి వెళ్ళి రండి. అందులోనూ మీ చెల్లెలి కూతురి పెళ్ళి. మిమ్మల్ని ముందే రమ్మని పదేపదే చెప్పారు. నాకోసం ఆలోచించి మీరు వెళ్ళనేలేదు. ఇప్పుడు కూడా వెళ్ళకపోతే ఎలా..? అమ్మకి కాల్ చేసి రమ్మంటాను. సాయంత్రానికి వచ్చేస్తుంది కదా..! భయం లేదు.." నచ్చచెప్తున్నట్లుగా అంది ప్రకృతి.

"లేదమ్మా..! అలా అనుకోవడానికి లేదు. తొమ్మిదో నెల వచ్చిన తర్వాత ఎప్పుడైనా కాన్పు అవ్వొచ్చు. ఇలాంటప్పుడు రిస్క్ తీసుకోలేను. విషయం చెప్తే మా చెల్లి అర్థం చేసుకుంటుంది. నువ్వు దాని గురించి ఆలోచించకు. మీ అమ్మగారు కూడా మీ అక్క డెలివరీకని అమెరికా వెళ్ళి ఆరునెలల తర్వాత నిన్నే వచ్చారు. ఆవిడకి కూడా రెస్ట్ ఉండాలిగా. ఓ వారం తర్వాత రమ్మందాం.. నువ్వు ఇంక ఎక్కువ ఆలోచించకమ్మా..! పడుకో కొద్దిసేపు.." ఆప్యాయంగా కోడలి తలనిమురుతూ అంది సుభద్ర.

చెమ్మగిల్లిన కళ్ళను అత్తగారికి కనిపించకుండా కళ్ళు మూసుకుంది ప్రకృతి.

'వర్షిత్ తో పెళ్ళి అయిన తర్వాత అత్తగారు వాళ్ళతో అడ్జెస్ట్ అవ్వడం కష్టమేమోనని చాలా భయపడింది. కానీ, ఈ రెండేళ్ళలో అత్తగారు అమ్మకంటే ఎక్కువ సరదాగా ఉండడం, వర్షిత్ లాగే తననీ చూసుకోవడంతో భయాలు పోయి అభిమానం మొదలైంది. మామగారికి ఆడపిల్లలంటే చాలా ఇష్టం. కూతురు లేకపోవడంతో కోడలిలోనే కూతురిని చూసుకుంటూ కొంచెం గారాబం చేస్తారు. ప్రకృతి ఏదైనా తప్పు చేస్తే తల్లిలాగే చిన్నగా మందలించేది. అదికానీ మామగారు వింటే అత్తగారితో యుద్ధానికి వచ్చేసేవారు. దానితో ఆయనకు కూడా నాలుగు అక్షింతలు పడేవి.

"ఈ సీలిరాకాసితో మనలాంటి సాధుజీవులు వేగలేరు కానీ, పదమ్మా..! మనం అలా బయటకెళ్ళి వద్దాం.." అంటూ తీసుకెళ్ళిపోయేవారు, తనెక్కడ మనసు కష్టపెట్టుకుంటానోనని.

కానీ, ఆయనకేం తెలుసు,అత్తలో అమ్మ కనిపించిన తర్వాత ఆ మందలింపులు పట్టించుకోనని. అవి నా మంచికోసమేనని అర్ధమయ్యాకా, కావాలనే ఒక్కోసారి తప్పు చేసి ఆవిడకి దొరికిపోయి ఆ తిట్లు తిని ఆ తర్వాత ఆవిడని కాకాపట్టి నవ్వించడం నాకిష్టమని ఆయనకు తెలియదుగా. అచ్చంగా అమ్మని బ్రతిమాలినట్లే అత్తమ్మని కూడా ప్రసన్నం చేసుకునేదాన్ని.

వర్షిత్ తో పాటూ, అత్తమామలతో కూడా అనుబంధం పెరగడం ఎప్పుడు జరిగిందో కూడా తెలియదు తనకు...'

అలా ఆలోచిస్తూనే నిద్రలోకి జారుకుంది ప్రకృతి.

"ఏమండోయ్ శ్రీమతిగారూ..! లేవండి లేవండి.. చాలా టైమయ్యింది. అక్కడ మీ అత్తగారు మీరొస్తే తప్ప మాకు అన్నం పెట్టరట..మాకేమో ఆకలి దంచేస్తోంది. తొందరగా రండి యువరాణి గారూ..!" ఆటపట్టిస్తూ అన్నాడు వర్షిత్.

ప్రకృతి నవ్వుకుంటూ లేచింది. వీలైనంత వరకూ అందరూ కలిసి కబుర్లు చెప్పుకుంటూ తినాలనేది అత్తగారి కోరిక.

అందరూ కబుర్లు చెప్పుకుంటూ ఆ కార్యక్రమం ముగించారు.

ఇంక పడుకుందాం అనుకునేసరికి నొప్పులు మొదలయ్యాయి ప్రకృతికి. చిన్నగా మొదలై ఆగకుండా వస్తుందడంతో వెంటనే హడావిడిగా హాస్పిటల్ కి బయలుదేరారు. అక్కడికి వెళ్ళగానే లేబర్ రూంకి తీసుకుని వెళ్ళిపోయారు.

నొప్పులు భరించలేక ఏడుస్తున్న కోడలిని ఓదారుస్తూ " కొంచెం ఓర్చుకో నాన్నా..! ఈ కొద్దిసేపు బాధ పంటి బిగువున భరించావంటే జీవితమంతా సంతోషంగా ఉంటావు. బుజ్జాయిని చూస్తే ఈ బాధేం గుర్తుండదు...తప్పదు రా, నీ బిడ్డ కోసం కొంచెం ఓర్చుకో..నేనిక్కడే ఉన్నా కదా,నీకేం కాదు. భయపడకమ్మా..! "అంటూ సముదాయించింది సుభద్ర.

ఆ క్షణంలో అత్తగారు ఇచ్చిన భరోసా తెలియని ధైర్యాన్ని ఇచ్చింది. తర్వాత పది నిముషాల్లో ముద్దులొలికే ఆడపిల్లకి జన్మనిచ్చింది ప్రకృతి.

పాపను చూడగానే ఆనందంతో కోడలి నుదుటి మీద ముద్దుపెట్టింది సుభద్ర. కొన్ని చర్యలు మాటల్లో చెప్పలేనంత కొండంత బలాన్ని ఇస్తాయి. ప్రకృతి మనసు ప్రశాంతంగా మారింది.

సుభద్ర పాపను తీసుకుని బయటకు వెళ్ళింది. మరికొద్దిసేపటి తర్వాత రూంకి షిఫ్ట్ చేశారు ప్రకృతిని. సరిగ్గా అప్పుడే కంగారుగా అక్కడికి చేరుకున్నారు ప్రకృతి తల్లిదండ్రులు. కూతురూ,మనవరాలు క్షేమంగా ఉండడంతో తృప్తిగా చూసుకున్నారు వాళ్ళని. పాప ఒకరి చేతిలో నుండి మరొకరి చేతిలోకి మారుతూనే ఉంది.

ఈలోగా సిస్టర్ అక్కడికి వచ్చి "పాపను తల్లికివ్వండి. ఆమె పక్కనే ఉండాలి పాప.." అని చెప్పింది.

ప్రకృతి పక్కన పాపని పడుకోపెట్టి వర్షిత్ ని అక్కడే వదిలిపెట్టి పెద్దవాళ్ళందరూ టీ తాగి రావడానికి వెళ్ళిపోయారు.

మృదువుగా, పట్టులాగా సున్నితంగా ఉన్న పాపను ముట్టుకుంటూ మురిసిపోయింది ప్రకృతి.వర్షిత్ ఆమె దగ్గరకు వచ్చి నుదుటిన ముద్దు పెట్టుకుని " థాంక్యూ మై లవ్..! ఇంత అందమైన, అపురూపమైన గిఫ్ట్ ఇచ్చినందుకు థాంక్యూ సో మచ్.." అన్నాడు కూతురిని మురిపెంగా చూసుకుంటూ.

"ఈ థాంక్యూలు కొన్ని దాచుకోండి.. కొన్నాళ్ళ తర్వాత ఇలాంటి గిఫ్ట్ మరొకటిస్తా..!" చిలిపిగా నవ్వుతూ అంది ప్రకృతి.

వర్షిత్ వెంటనే తల అడ్డంగా ఊపుతూ " వద్దు రా..! నాకోసం నువ్వు మరోసారి ఆ నరకం అనుభవించొద్దు. నీ బాధ కళ్ళారా చూశాకా మరోబిడ్డ అన్న ఆలోచనే భయమేస్తుంది... ఇంత బాధను భరించాల్సి వస్తుందని తెలిస్తే అసలు పిల్లల్నే వద్దనేవాడ్ని. అంతే, ముందే మీకు ఆమాత్రం తెలియదా అని అడగకు. మాటల్లో విన్నది వేరు, నేరుగా కళ్ళతో చూసింది వేరు..." అన్నాడు.

భర్తను దగ్గరకు రమ్మని గుండెలకు హత్తుకుంది.

'స్వచ్ఛమైన మనసుంటేనే ఎదుటివారి బాధను చూసి తాము బాధపడడం సాధ్యం. ఎంత ఉన్నతంగా ఆలోచించాడు. ఈ ప్రేమ చాలు , జీవితానికి ఇంతకంటే కావలసిందేముంది...' నిశ్చింతగా అనుకుంది ప్రకృతి.

బయటకు వెళ్ళిన పెద్దవాళ్ళు వచ్చేసరికి, వర్షిత్ లేచి వాళ్ళ దగ్గరికి వెళ్ళాడు.

లక్ష్మి, కూతురి క్షేమ సమాచారం కనుక్కుని "నీ గురించి మేము ఎప్పుడూ నిశ్చింతగానే ఉన్నాం. ఎందుకంటే నిజాయితీ, కల్మషం లేని మనసులు, స్వచ్ఛమైన ప్రేమ ఉన్న మనుషుల మధ్యకు వెళ్ళావురా. నిజంగా అది నీ అదృష్టం రా..."అంది ప్రేమగా.

నిజమన్నట్లుగా తలూపి 'అమ్మానాన్నల మంచితనం, అత్తమామల ఆదరణ, ప్రేమించే భర్త, అర్థం చేసుకునే మనుషులు దొరికిన తను నిజంగా లక్కీ..' అనుకుంటూ సంతృప్తిగా తన కుటుంబాన్ని చూసుకుంది ప్రకృతి.

చర్వితచర్వణము

అవేరా (అనుసూరి వేంకటేశ్వర రావు)

Ph:7207289424

"బెండకాయ ముదిరినా, బ్రహ్మచారి ముదిరినా పనికిరాదంటారు. నువ్వు ఇప్పుడు పెళ్లి చేసుకోకపోతే, రేపు వయసు ముదిరాక నిన్ను చేసుకునే వాళ్ళు ఉండరురా!" సాగర్ తో అంది అన్నపూర్ణ.

"అమ్మా! నేను స్వాతంత్ర్యంగా హ్యాపీగా ఉండటం నీకు ఇష్టం లేదా? పెళ్లిళ్లు చేసుకొని అవస్థలు పడుతున్న నా ఫ్రెండ్స్ ని చూస్తున్నాను కదా! నేను అసలు పెళ్లే చేసుకోను."

"అదెంత్రా అలా అనేసావు! ఏం పాపం... నీ ఫ్రెండ్స్ సుఖంగా లేరా?"

"రాంబాబు గాడి పెళ్ళాం పెళ్లైన ఏడాదికే మాజీ బాయ్ ఫ్రెండ్ తో లేచిపోయింది. పరువు పోయి కుమిలిపోతున్నాడు. వాడి బాధ వర్ణనాతీతంగా ఉంది. ఇష్టం లేక పోతే విడాకులు తీసుకుని తర్వాత నచ్చిన వాడిని పెళ్లి చేసుకోవాలి గానీ ఈ లేచిపోవటాలు ఏంటో? ఆ లేపుకు పోయిన వాడు ఏడాది వెడుకుని పదిలేసాడట. ఇప్పుడు ఆ అమ్మాయి బ్రతుకు రోడ్డున పడింది. ముందు చూపు, ఆలోచన, వివేకం లేని వాళ్లే ఇలా జీవితాలు నాశనం చేసుకుంటున్నారు.

మొన్న గోవింద్ గాడి ఇంటికి వెళ్ళా...గుండెలోని బాధను నా ముందు కక్కేసాడు. పెళ్ళాంతో రోజూ గొడవలట. ఇక వాడికి సుఖం ఎక్కడుంటుంది?

మీ రోజుల్లో లాగా ఉండట్లేదు అమ్మాయిలు.

అప్పట్లో కుటుంబ విలువలు, మంచితనం పెద్దవాళ్ళు చెప్పి నేర్పించే వాళ్ళు. సంసారాన్ని బాధ్యతగా స్వీకరించేవాళ్ళు. ముందు ముందు ఎవరైనా నాకు నచ్చిన అమ్మాయి దొరికితే చూద్దాం."

"ఎలా ఉండాలో చెప్పు... నేను కూడా వెతుకుతాను." అంది అన్నపూర్ణ.

"సెల్ ఫోన్ పిచ్చి ఉండకూడదు. ఫోన్ అవసరానికి వాడుకోవాలి గానీ, అనవసరానికి ఫోన్ ని మెడలో తగిలించుకోకూడదు. ఇల్లు చక్కగా సర్దుకోవాలి, శుభ్రత పాటించాలి. ఏదైనా డిగ్రీ పాసై

ఉండాలి. తెల్లగా అందంగా ఉండాలి. కళగా ఉంటే చామనఛాయ అయినా పర్వాలేదు. వంట బాగా చేయగలిగి ఉండాలి. ఉద్యోగం ఉన్నా లేకున్నా పర్వాలేదు."

"నీకు పెళ్ళవ్వటం కష్టం రా!"

"ఎందుకమ్మా...అంత మాట అనేసావు?"

"మా రోజులు వేరు... ఈ రోజులు వేరు...కాలానుగుణంగా మనుషులు మారాలి, మారుతున్నారు తప్పదు. అప్పట్లో ఆడవాళ్ళ స్వేచ్చకి కట్టుబాట్లు బంధాలుండేవి. ఇప్పుడు అవి చాలా వరకూ సడలించబడ్డాయి. ఆనాటి వంటింటి కుందేళ్ళే, ఈ నాటి పైలట్ లు, ఆస్ట్రనాట్లు, బాక్సర్ లు కార్పొరేట్ సి ఈ వో లు. కాలం మారినా, కట్టుబాట్లు మారినా, పెళ్ళి అనేది భార్యా భర్తలకు బాధ్యతలను అప్పగించే ఒక ఒప్పంద పత్రం లాంటిదే. నీ అభిరుచి తెలిసిందిగా నెల తిరక్కుండా పిల్లను చూసేస్తా చూడు." అంది అన్నపూర్ణ.

ఆమె చెప్పిన మాట ప్రకారమే ఒక సాంప్రదాయ కుటుంబం నుంచీ సంబంధం చూసింది.

అమ్మాయి పేరు మృదుల, చూడ చక్కటి సౌందర్య వతి, డిగ్రీ పాస్ అయ్యి ఇంట్లోనే ఉంటుంది.

పెళ్ళి చూపులకు హైదరాబాద్ నుంచీ భీమవరం వెళ్ళారు అన్నపూర్ణ, సాగర్ లు.

"మా అమ్మాయి సెల్ ఫోన్ ఎక్కువగా వాడదు, తెలివైనది, పద్ధతైన డ్రెస్ లు, చీరెలు కట్టుకుంటుంది." హాల్లో సోఫాలో కూర్చున్న సాగర్, అన్నపూర్ణల వైపు చూస్తూ అన్నాడు పిల్ల తండ్రి జగన్నాథం.

అమ్మాయి తల్లి జానకి స్వీట్స్, స్నాక్స్ తెచ్చి టీపాయ్ మీద పెట్టి "అమ్మాయిని తీసుకుని వస్తానండీ" అని లోపలికి వెళ్ళింది.

జానకి తోడు రాగా, రాయంచ నడకతో, బాపూ బొమ్మలా హాల్ లోకి వచ్చింది మృదుల.

తీరుగా కాటుక దిద్దిన కళ్ళు, చందమామ మోమున కురిసే వెన్నెలకు విరిసిన కలువ రేకుల్లా ఉన్నాయి. సంపెంగలా నాసిక, దొండపండు పెదవులు, నుదుటన దిద్దిన తిలకము ఆమె సౌందర్యాన్ని ద్విగుణీకృతం చేస్తున్నాయి.

పసినిమ్మ మిసిమితో అందమైన శరీర సౌష్ఠవంతో

చక్కటి చీరె కట్టుతో కంచిపట్టు చీరలో వచ్చిన

మృదుల సౌందర్యాన్ని చూసి చాలా సంతోషించాడు సాగర్.

పేరు తెలిసినా తన మాట వినటానికి పేరడిగింది అన్నపూర్ణ.

"మృదుల" చాలా కోమలంగా ఆమె కోయిల కంఠం పలికింది.

సాధారణంగా పెళ్ళికి ఉండే కట్నం, లాంఛనాలు వగైరాలు సాగర్ కి ఇష్టం లేక పోవడంతో అదే విషయం జానకికి చెప్పింది అన్నపూర్ణ. పెళ్ళి కొడుకు జైదార్యానికి చాలా సంతోషించారు మృదుల తల్లిదండ్రులు. ఇరు పక్షాలూ ముహూర్తం, పెళ్ళి ఏర్పాట్ల గురించీ చర్చించుకున్నాక తిరుగు ప్రయాణమయ్యారు అన్నపూర్ణ, సాగర్ లు.

మంచి ముహూర్తంలో మృదుల, సాగర్ ల పెళ్ళి వైభవంగా జరిగింది.

★★★

రోజులు, నెలలు హాయిగా గడిచి పోతున్నాయి. సంసార సౌఖ్యంలో మునిగి తేలుతున్నాడు సాగర్. అనుకూలవతి, సౌందర్య రాశిని భార్యగా ఇచ్చిన భగవంతునికి థాంక్స్ చెప్పుకున్నాడు.

భర్తకి, అత్తగారికి అనుకూలంగా ఉంటూ మంచి కోడలుగా మార్కులు కొట్టేసింది మృదుల.

"మీరు ఆఫీస్ కి వెళ్ళాక నాకు బోర్ కొట్టేస్తుంది. ఏదైనా జాబ్ చెయ్యనా? కాస్త కాలక్షేపంగా ఉంటుంది" అంది మృదుల.

"ఇప్పుడు హ్యాపీగా ఉన్నాము. కొత్తగా ఈ జాబ్... ఒత్తిడులు అవసరమా?"

"ఒత్తిడి లేని జాబ్ అయితే ఓకేనా?"

"ఒత్తిడి లేని ఉద్యోగాలు కూడా ఉంటాయా?"

"ఒత్తిడి పోగొట్టే జాబ్ అయితే?"

"వాట్? అదేం ఉద్యోగం మృదూ?"

"మన కాలనీ లో ప్రైమరీ స్కూల్ లో టీచర్ గా ఆండీ...చిన్న చిన్న పిల్లలతో చదువు, ఆటలు, పాటలు సరదాగా గడిచి పోతుంది. నిన్న వెళ్ళి కనుక్కున్నాను, జీతం పదివేలు ఇస్తామన్నారు."

"అంతే రాణీ గారు టీచరమ్మ అవతారం ఎత్తటానికి ముందే నిర్ణయం తీసేసుకున్నారన్నమాట. సరే అలాగే వెళ్ళు, నీ ఇష్టమే నా ఇష్టం." అన్నాడు సాగర్.

★★★

రెండు నెలలు గడిచిపోయాయి. స్కూల్ లో టీచర్ గా చేరినప్పటి నుంచీ భార్య నడవడిక పై కన్నేశారు సాగర్, అన్నపూర్ణలు.

"ఈ మధ్య సెల్ ఫోన్ లో ఎక్కువగా మాట్లాడుతుంది, ఒక్కోరోజు ఆలస్యంగా ఇంటికి వస్తుంది" అని కొడుకుకి చెప్పింది అన్నపూర్ణ.

సాగర్ ఆ రోజు రాత్రి పడుకున్నాడు కానీ నిద్రపట్టలేదు. తుఫాను అలల తాకిడికి అల్లకల్లోలమైన సముద్రంలా ఉంది అతని మనసు. మొదట సూటిగా మృదులను అడిగేద్దాం అనుకున్నాడు. అసలే తనకి ఆత్మాభిమానం ఎక్కువ. పైగా చాలా సెన్సిటివ్. ఇద్దరి మధ్య గొడవకి తెరలేపిన వాడినౌతాను అనుకుని ఆగిపోయాడు.

మృదుల ఎవరితో మాట్లాడుతుంది? ఆలస్యంగా ఎందుకు వస్తుంది? ఎక్కడికైనా వెళ్లి వస్తుందా? మనసులో పుట్టే ఎన్నో ప్రశ్నలకు సమాధానాలు దొరకల్లేదు. మనసు శాంతించల్లేదు. పదే పదే ప్రశ్నలు మనసును ముల్లల్లా గుచ్చుతూనే ఉన్నాయి. ఎవరి వల్లనైనా మృదుల దూరమైతే తాను బ్రతకలేదు. ఏదేమైనా సమస్య పెద్దది కాకుండా అడ్డుకట్ట వెయ్యాలి అనుకున్నాడు.

భర్త నిద్ర పట్టక ఇబ్బంది పడటం మృదుల గమనించింది.

సాగర్ కి దగ్గరగా జరిగి "ఏమైందండీ? నిద్ర పట్టట్లేదా?" అంది.

"మృదులా! నిన్నొక విషయం అడగనా?

ఏమనుకోవద్దు మరి!"

"అడగండి."

"సంబంధం కుదుర్చుకున్నప్పుడే 'సెల్ ఫోన్ ఎక్కువగా వాడే భార్య నాకిష్టముండదు అని చెప్పాను. ఈ మధ్య నువ్వు ఫోన్ లో ఎక్కువగా ఎవరితోనో మాట్లాడుతున్నావని అమ్మ చెప్పింది.

పెళ్ళయిన కొత్తలో మీ అమ్మానాన్నలతో మాట్లాడినా నాకు చెప్పేదానివి. ఇప్పుడు ఎవరితో మాట్లాడుతున్నావో కూడా చెప్పట్లేదు.

మరొక విషయం టీచర్ జాబ్ లో జాయిన్ అయ్యాక కొత్తలో జీతం డబ్బులు అన్ని నాకే ఇచ్చేదానివి. ఇప్పుడేమో ఇంటి ఖర్చులకి అయిపోయాయి అని చెప్తున్నావు. మన మధ్య పంచుకోలేని రహస్యాలు ఏమైనా ఉన్నాయా మృదులా? "

"మిమ్మల్ని చూసి అందరు మగవాళ్లలా 'అనుమానం బుద్ధి' లేదని చాలా సంతోషించే దాన్ని. కానీ మీరూ అందరు మగవాళ్ల లాంటి వారే... నన్ను అనుమానిస్తున్నారు. అన్ని విషయాలు సమయం వచ్చినప్పుడు మీతో చెప్పాలనుకున్నాను. మీరు, మీ అమ్మగారు నా ప్రవర్తను అనుమానిస్తున్నారు. చిన్నతనం నుంచీ ఒక పద్ధతైన వాతావరణంలో పెరిగాను. ఎవరూ నా వైపు వేలెత్తి చూపించేవారు కాదు, ఒక్క మాట అనేవాళ్లు కాదు. నా ఆత్మాభిమానం అలాంటిది. ఇప్పుడు మీ మాటలతో దానికి తూట్లు పొడిచారు. నా గుండెకు గాయమైంది... నాతో మాట్లాడకండి. అని అటు తిరిగి పడుకుంది."

ఆమె నుంచి తనకు కావలసిన సమాధానం వస్తుందని ఆశపడ్డ సాగర్ కి నిరాశే మిగిలింది.

మరునాడు సాగర్ ఆఫీస్ నుంచి ఇంటికి వచ్చే సరికి మృదుల కనిపించలేదు.

"అమ్మా... మృదుల స్కూల్ నుంచి రాలేదా?"

"చెప్పాను కదరా... అమ్మగారు ఆలస్యంగా ఇంటికి వస్తుందని... ఎక్కడ తిరగబోయిందో? " అంది అన్నపూర్ణ.

మృదులకి ఫోన్ చేసాడు 'స్విచ్డ్ ఆఫ్ ' సాగర్ లో ఆందోళన ఎవరెస్టు అంచులను తాకింది.

స్కూల్ కి వెళ్లి కనుక్కున్నాడు. మృదుల ఆరోజు రాలేదు అని చెప్పారు.

బిక్క మొఖం వేసుకొని ఇంటికి వచ్చాడు. నిస్సత్తువగా మంచం పై వాలిపోయాడు. అప్పుడు కనిపించింది మంచం పక్కన చిన్న టేబుల్ పైన ఫ్యాన్ గాలికి రెప రెప లాడుతున్న కాగితం.

చేతిలోకి తీసుకొని చదవ సాగాడు...

"శ్రీవారికి...

నమ్మకం లేని బంధం, చుక్కని లేని నావ లాంటిది. రెండు మనసుల మధ్య నమ్మకం లేనప్పుడు మనుషుల మధ్యన ప్రేమానురాగాలు పుట్టవు. మీ మాటలకు నా గుండెలో గునపాలు గుచ్చుకున్నంత బాధ కలిగింది. రాత్రి మీరడిగిన ప్రశ్నలకు నేనెంతగా కుమిలిపోయానో మీ పక్కనే కన్నీటి మరకలతో ఉన్న దిండునడగండి... నేను కనపడకుండా పోతే ఎటో వెళ్లిపోయానని ఊహలు మాత్రం వద్దు. నేను ఎక్కడి నుంచి వచ్చానో అక్కడికే తిరిగి వెళ్లి పోతున్నా... ఇక సెలవు... మృదుల."

మంచం పై దిండు కవర్ పైన ఆరిపోయిన కన్నీటి చారికలు సాగర్ ని వెక్కిరించాయి.

ఆ ఉత్తరం చదువుతున్నంత సేపూ సాగర్ చేతులు వణికిపోయాయి. ఆమె ఉత్తరంలోని మాటలను మననం చేసుకున్నాడు.

'ఎక్కడి నుంచి వచ్చానో అక్కడికే తిరిగి వెళ్లి పోతున్నా... ఇక సెలవు.' అన్న మాటలకు అర్థాలు రెండు రకాలుగా వస్తాయి. ఒకటి 'మా ఇంటి నుంచి వచ్చాను కాబట్టి తిరిగి అక్కడికే వెళుతున్నాను' అని. అలా అయితే సమస్య లేదు వెళ్లి సర్ది చెప్పి మళ్లీ ఇంటికి తీసుకొని రావొచ్చు.

ఇక రెండో అర్థం 'నా పుట్టుకతో ఈ భూమి మీదకు వచ్చాను, మరణంతో ఎక్కడనుంచీ వచ్చానో అక్కడికి వెళ్లి పోతున్నాను' అని. ఇది మాత్రం జరుగకూడదు భగవంతుడా అని తన ఇష్టదైవాన్ని ప్రార్థించుకున్నాడు సాగర్.

తన తప్పును తెలుసుకుని, సెల్ ఫోన్ చేతిలోకి తీసుకొని మామ గారికి ఫోన్ చేసాడు.

"హలో... అల్లుడు గారూ... అమ్మాయి ఇప్పుడే ఇంటికి వచ్చింది. చేతిలో బ్యాగ్ కూడా లేదు. చెప్పా పెట్టకుండా ఇలా వచ్చేశావేంటి? అని అడిగితే మాట్లాడకుండా పడక గదిలోకి వెళ్లి తలుపేసుకుంది. మీరేమన్నా గొడవ పడ్డారా?"

"అబ్బే అదేం లేదండీ... చాలా చిన్న విషయం తను హర్ట్ అయినట్టుంది. నేను వచ్చి సర్ది చెబుతాను లెండి." అని ఫోన్ కట్ చేసాడు.

మరుసటి రోజు సాగర్ భీమవరం వెళ్లి ఎంత నచ్చ చెప్పినా మృదుల వినలేదు. ఖాళీ చేతులతో నిరాశగా ఇంటికి తిరిగి వచ్చేసాడు సాగర్.

★ ★ ★

నెలరోజులు భారంగా గడిచి పోయాయి.

ఒక రోజు సాయంత్రం స్కూల్ టీచర్ ఒకావిడ పన్నెండేళ్ల పాపను, తల్లి దండ్రులను వెంటబెట్టుకొని సాగర్ ఇంటికి వచ్చింది. వాళ్ళ చేతుల్లో ఫ్లవర్ బొకే, స్వీట్ ప్యాకెట్ ఉన్నాయి.

లోపలికి సాదరంగా ఆహ్వానించి అందరినీ సోఫాలో కూర్చోమన్నాడు.

అన్నపూర్ణ కూడా కూర్చుని వాళ్ళేం చెబుతారా అని వినసాగింది.

"మృదుల గారు లేరా? స్కూల్ కి కూడా రావట్లేదు" అంది.

"వాళ్ళ అమ్మ వాళ్ళ ఊరెళ్ళింది. వచ్చేస్తుంది." అన్నాడు సాగర్.

తనను తాను సౌదామినిగా పరిచయం చేసుకుంది ఆ టీచర్.

"ఈ అమ్మాయి సౌజన్య మా స్కూల్ లోనే చదువుతుంది. మృదులకు నచ్చిన స్టూడెంట్.

ఈ అమ్మాయికి కార్టూన్స్ వెయ్యడం అంటే చాలా ఇష్టం. ఒక రోజు క్లాస్ లో అందరినీ "మీరు పెద్దయ్యాక ఏమవుతారు?" అని అడిగితే

సౌజన్య అందరినీ ఆశ్చర్యపరిచేలా "నేను మల్లిక్ అంత గొప్ప కార్టూనిస్ట్ ని అవుతాను" అందిట.

మృదులకు ఈ అమ్మాయి ఒక పజిల్ లాగా అనిపించి తను గీసిన కార్టూన్స్ చూసి ఆశ్చర్య పోయింది. సౌజన్య లోని టాలెంట్ కి ఈ వయసులోనే మెరుగులు దిద్దితే ఒక గొప్ప కార్టూనిస్ట్ ని దేశానికి పరిచయం చెయ్యొచ్చు అనుకుంది. గత నెలలో జరిగిన నేషనల్ లెవెల్ కార్టూన్స్ పోటీ కోసం తనకు శిక్షణ ఇవ్వటానికి వారానికి రెండు రోజులు వాళ్ళ ఇంటికి వెళ్ళేది.

డౌట్ లు వస్తే ఫోన్ చెయ్యమనేది. ఫోన్లో సూచనలు సలహాలు చెప్పేది. నిన్ననే పోటీ ఫలితాలు ప్రకటించారు. సౌజన్యకు గోల్డ్ మెడల్ వచ్చింది. ఆ ఆనందం పంచుకుందామని, మృదులకు అభినందనలు, ధన్యవాదములు చెప్పాలని అందరమూ వచ్చాము." అంది.

సౌజన్యకు షేక్ హ్యాండ్ ఇచ్చి "కంగ్రాట్స్!" అని అభినందించాడు సాగర్.

ఆమె తల్లి దండ్రులనుద్దేశించి "ఇలాంటి ప్రతిభ ఉన్న పిల్లల వల్ల తల్లిదండ్రుల పేర్లు కూడా చరిత్రలో నిలిచిపోతాయి. మీరు స్వయంగా మృదుల దగ్గరకు వెళ్లి అభినందించండి. రేపు ఉదయం నేను కారులో మిమ్మల్ని భీమవరం తీసుకొని వెళ్తాను. రాగలరా? సౌజన్యను విజేతగా చూసి తను చాలా సంతోషిస్తుంది."

"తప్పకుండా వెళ్దామండీ, రేపు ఒక్క రోజు ఆఫీస్ కి సెలవు పెట్టుకుంటాను." అన్నాడు సౌజన్య తండ్రి.

మరుసటి రోజు అందరూ కలిసి భీమవరం వెళ్లి మృదులను కలిశారు. సౌజన్యను అక్కడ చూసి మృదుల ఆనందానికి అవధులు లేవు. సాగర్ వైపు కృతజ్ఞతగా చూసి "థాంక్స్!" అంది.

మృదుల గదిలోకి వెళ్ళాక, ఆమె వెనక వెళ్ళి "సారీ మృదూ! నా ప్రశ్నలకు సమాధానం ఇప్పుడు దొరికింది. తప్పు నాదే... ఈ దీనుణ్ణి క్షమించి ఇంటికి బయలు దేరవా దేవీ!" అని గడ్డం పట్టుకున్నాడు.

మృదుల కన్నీళ్లు జల జలా రాలి ఆమె చెక్కిళ్ళు తళుక్కుమన్నాయి. అవి ఆనంద భాష్పాలో, బాధా తప్త జలధారలో అర్థం కాలేదు సాగర్ కి. ఆమె భుజాల వెనుక చేతులు వేసి దగ్గరకు తీసుకున్నాడు. కన్నీళ్లు తన వేళ్ళతో తుడిచి, తనను తనివితీరా గట్టిగా గుండెలకు హత్తుకున్నాడు.

"మనం ఎప్పుడూ ఇలా విడిపోకూడదు... నువ్వు దూరంగా ఉన్నా నా పక్కనే ఉన్నట్టుండేది... "అన్నాడు ప్రేమగా తల నిమురుతూ.

"ఊ... "అని సాగర్ కౌగిలి విడిపించుకుని, సూట్ కేసు సర్దుకోవటానికి ఉద్యుక్తురాలైంది.

ఆమెకు తను కూడా సహకరించసాగాడు సాగర్.

బీరువాలోంచి ఒక కవర్ తెచ్చి సూట్ కేసులో పెట్టింది.

"ఏంటిది?" అని కవర్ లో ఉన్న సర్టిఫికెట్ బయటకు తీసి చూసి నోరు తెరిచాడు ఆశ్చర్యంగా.

"స్కూల్ లో ఉన్నప్పుడు నేషనల్ లెవెల్ కార్టూన్స్ పోటీలో నేను గెలుచుకున్న గోల్డ్ మెడల్ సర్టిఫికెట్ అది.

ఇదిగో... ఇదే ఆ గోల్డ్ మెడల్!" అని చేతిలోని మెడల్ చూపించింది మృదుల.

గుప్పెడంత మనసు

నివేదిత ఆదిత్య. తనికెళ్ల
Ph: 9440988845

వాలు కుర్చీలో కూర్చుని దీర్ఘంగా ఆలోచిస్తున్న కళ్యాణి తన పుత్ర రత్నాలు కోడళ్లతో సహా తన వద్దకు రావటం గమనించింది. వాళ్లు ఎందుకు వస్తున్నారు? ఏం అడగాలనుకుంటున్నారు ఊహించింది కళ్యాణి.

"రేపు ఉదయం 9 గంటలకు నేను, సురేష్ పెళ్లి చేసుకోబోతున్నాం. ఇష్టం ఉన్నవాళ్లు రావచ్చు లేనివాళ్లు మానేయొచ్చు" అని మనసు దిటవు చేసుకాని చెప్పి నిర్మోహమాటంగా అక్కడినుండి లోపలికి వెళ్ళిపోయింది కళ్యాణి.

తలుపులు మూసి గడియ వేసి, గోడకు చారబడింది కళ్యాణి...

తన ప్రమేయం లేకుండానే కళ్ళ వెంబడి వస్తున్న కన్నీరుతో చీర తడిసి ముద్ద అవుతోంది....

'గదికి తలుపు వేయగలం కానీ, చెవులకు వేయలేము కదా...?'

అందుకే, బయట మాటలు వద్దన్నా స్పష్టంగా వినిపిస్తున్నాయి....

"మా అమ్మ ఇంత గొప్పది, అంత గొప్పది అని చంకలు గుద్దుకున్నారు కదా...? ఇప్పుడు అర్థం అయిందా ఆమె గొప్పదనం....?

హవ్వా..! వయసుకు వచ్చిన మనమలు, మనవరాళ్లు ఉన్నారు అన్న ఇంగితం కూడా లేకుండా... ఈ వయసులో, ఇలా బరి తెగించడమా..?

ఇన్ని రోజులు మా నోర్లు మూయించారు కదండీ... ఇప్పుడు ఊర్లో వాళ్ల నోరు ఎలా మూయిస్తారు..? మీ అమ్మ గారి ఘనకార్యం ఊరు, వాడ మాట్లాడుకుంటున్నారు!" అంటూ కళ్యాణికి వినిపించేలా పెద్ద నోరు చేసుకాని మాట్లాడుతోంది సంతోషి....

"అవును అక్క, అత్తయ్య కోసం వీధిలో వాళ్లు మాట్లాడే మాటలు వింటుంటే... బయటకి వెళ్లాలంటేనే మొహం చెల్లడం లేదు" అని అగ్నికి ఆజ్యం పోసింది స్వప్న...

"మరేం స్వప్న, అదే కదా నా బాధ...

ఇప్పుడు ఆవిదగారికి ఏం తక్కువ అయింది అని..?

నెలలో పదిహేను రోజులు మా ఇంట్లో, మిగతావి మీ ఇంట్లో బాగానే గడిచిపోతున్నాయి కదా..?" అంది సంతోషి.

"చల్ల కదలక్కర్లేకుండా అన్ని జరిగిపోతుంటే, అలానే ఉంటుంది అక్క..." అంటున్న స్వప్న మాటలకి అడ్డు పడి...

"ఆపండి ఇక మీ అనవసర ప్రేలాపనలు అన్నాడు పెద్దోడు...."

వాడికి ముందు నుండి నా మీద ప్రేమే, అందుకే వాళ్ళని అదమాయించాడు అనుకుంది కల్యాణి మనసులో.

"ఎదిగిన పిల్లల ముందు ఏం మాట్లాడాలో, ఎలా ప్రవర్తించాలో తెలియకపోతే... మీకు, మా అమ్మకి మధ్య తేడా ఏముంది..?" అంటూ పిల్లల్ని మేడ మీద గదిలో కూర్చోమని చెప్పి పంపించాడు గిరీష్....

"అయినా పెళ్ళీడుకి వస్తున్న పిల్లలకు మంచి చెడు చెప్పడం మానేసి, వాళ్ళ ఎదురుగా ప్రేమ, పెళ్ళి అంటూ అమ్మ, అది ఈ వయసులో....

ఛా, ఎందుకు ఇలా మితి మీరి చేయకూడని పనులు చేస్తోంది?" అంటూ మండి పడ్డాడు పెద్దోడు గిరీష్.

"అవును అన్నయ్య నాకు అమ్మ మీద ఉన్న ఆ కాస్త అభిమానం పోయింది. ఎంతకు తెగించకపోతే, మన ఎదురుగా, రేపు పెళ్ళి చేసుకుని వెళ్తున్నాను అని చెప్పింది.

నాకు తెలిసి మన అమ్మని చూసి కాదు, తన వెనుక ఉన్న ఆస్తిని చూసి వచ్చాడు తన ప్రియుడు అనుకుంటా అన్నయ్య" అన్నాడు హరీష్....

"నిజమే రా...! లేకపోతే ఇన్ని సంవత్సరాలు రాని ప్రేమికుడు, మనకు వంశపారంపర్యంగా వచ్చిన ఆస్తి రాగానే, ఎందుకు ప్రత్యక్షమయ్యాడు..?"

"అన్నయ్య నా మాట విని రేపు ఒక్కరోజు అమ్మని పెళ్ళికి వెళ్ళకుండా ఆపి, బెదిరించి లేదా భయపెట్టి ఆ ఆస్తి మన పేరు మీద రాయించుకుంటే ఒక జుజ్జు తెగిపోతుంది." అన్నాడు హరీష్.

"అయినా మీ పిచ్చి కాని, రేపటి వరకు ఎందుకు? ఇప్పుడే సంతకం పెట్టించుకుంటే, ఆవిద ఎటు పోయినా మనకి పరవాలేదు కదా...?" అంది స్వప్న.

"ఆస్తి పేరు మారడం అంటే అంత సులభమా..? దానికి చాలా తతంగం ఉంటుంది... కాగితాలు అవి తయారవ్వాలి కదా? అందుకు కొంత సమయం పడుతుంది."

ఉష్....!

మన మాటలు వింటే, అమ్మ మళ్ళీ ఇంకేమైనా చేయటానికి ఆలోచించే అవకాశం ఉంటుంది." అందుకే సంతోషి నువ్వు వెళ్ళి ఆ గదికి బైట తాళం వేయి అన్నాడు గిరీష్.

లోపల నుండి నా అనుకున్న కొడుకులు, కోడళ్ళు ఆడుతున్న మాటలు విని భరించలేకపోయింది కళ్యాణి....!

'కన్న బిడ్డలే కాల యమఫుల్లా నాపై దాడి చేయడానికి సిద్ధమైతే నేను ఎందుకు ఇంకా బ్రతికి ఉండాలి...?' అనే ఆవేదనతో వెక్కి వెక్కి ఏడుస్తూ... అక్కడే కూర్చుండిపోయింది.

★★★

ఆస్తి మార్పు కి కావాల్సిన కాగితాలు తీసుకుని వచ్చిన రిజిస్ట్రార్ తో.... తాళం తీసి లోపలికి వెళ్ళి చూసేసరికి, లోపల కళ్యాణి లేకపోవడంతో అందరూ ఆశ్చర్యపోయారు.

"అమ్మ లేకపోవడం ఏంటి..?" అన్న గిరీష్ తో..

"ఏమోనండి నాకు అర్థం కాలేదు, వేసిన తలుపుల వేసినట్లే ఉన్నాయి. తాళం కూడా ఇప్పుడే మనం తీశాము. కానీ లోపల మనిషి లేదు." అంది సంతోషి.

వెంటనే బాత్రూం వైపు వెళ్ళి చూసేసరికి, బాత్ రూమ్ రెండో డోర్ తీసి ఉంది.

"హవ్వా..?

ఎంత దారుణం, ఇంత వయసులో ఇలా దొడ్డి దారి గుండా గోడ దూకి పారిపోయింది మీ అమ్మగారు. నలుగురికి తెలిస్తే ఇంకేమైనా ఉందా..?" అంది సంతోషి.

"దొంగలా పారిపోయింది అంటే...

ఖచ్చితంగా బంగారం, నగలు, డబ్బు, ఆస్తి పేపర్లు అన్ని పట్టుకుని వెళ్లిపోయి ఉంటుంది.. వెంటనే బీరువా తీసి చూడు స్వప్న" అన్నాడు హరీష్..

ఇంతలో టేబుల్ మీద పెట్టిన కొన్ని పేపర్లు గాలికి రెపరెపలాడుతూ కనిపించాయి. దాని మీద నగలు పెట్టి వత్తు పెట్టి ఉంది.

ఆ కాగితాల్లో ఏముందో చూద్దాం అని ఆత్రంగా దగ్గరికి వెళ్ళారు అందరు ..

★★★

ప్రియమైన గిరీష్, హరీష్ లకు....

కన్న బిడ్డలను కళ్ళల్లో పెట్టుకుని, కష్టాలకు ఎదురు ఈదుతూ.. చివరకు కన్నీటితో వీడ్కోలు చెబుతున్న తల్లి లేఖ.

బ్రతుకు పోరాటం చేసి బాగా అలసిపోయాను.. మానసికంగా ఎన్నో ఓడిదుడుకులను చవిచూసి విసిగిపోయాను.

మనసులో కట్టలు తెంచుకున్న ఉద్వేగాన్ని కనిపెట్టగలిగే మనసు దొరకక కృంగిపోయాను. ఐదు పదుల వయస్సులో కూడా ఇంకా నా బిడ్డల ఆనందాల కోసం ఆరాటపడుతూ నా ఆశలని మర్చిపోయాను.

ఎన్నో కష్టాలకు ఎదురు నిలిచి, సమాజం ఆడే మాటలు విని భరించాను.

రెక్కలు వచ్చిన పక్షుల్లా ఇద్దరు కొడుకులు ఎవరి దారి వారు చూసుకుని, ఎవరూ లేని ఏకాకిలా మార్చినా భరించాను.

ఒకే దగ్గర ఉంటే పెంచలేక పోతున్నాం... నిన్ను పంచుకుంటామంటే తలవంచాను.!

కానీ అదే బిడ్డలు ఇప్పుడు డబ్బు కోసం కసాయి వాళ్లుగా మారుతూ ఉంటే , చూస్తూ భరించలేక కాలు బయటపెట్టాను.

బహుశా నాకు తెలిసి ఈ ప్రపంచంలో ఏ కన్నతల్లి, కన్న బిడ్డలకు ఇటువంటి విషయాలు చెప్పి ఉండదేమో..!?

నా పేరు కళ్యాణి, సాధారణ మధ్యతరగతి కుటుంబంలో పుట్టాను.

కళ్యాణి గొప్ప అందగత్తె, ఎవడు చేసుకుంటారో గాని అదృష్టవంతుడు... అని అందరూ అంటూ ఉంటే అందం అనే మాటకి అర్థం కూడా తెలియని వయసులో పొంగిపోయే దాన్ని.

నాకు పన్నెండేళ్ల వయసులో అనుకోకుండా అమ్మ, నాన్న చనిపోయారు. ఉన్న ఒక్కగానొక్క అన్నయ్య తన జీవితం కోసం ఆలోచించుకుంటూ, నన్ను పట్టించుకోకపోతే మొదలైంది నా ఒంటరి ప్రయాణం.

అటువంటి సమయంలో, స్కూల్ లో నా పరిస్థితి గమనించి ఫ్రెండ్స్ అంటూ చేరువయ్యాడు సురేష్.

చాలా మంచివాడు, చలాకీగా ఉండేవాడు.

తన స్నేహం వల్ల పదో తరగతి వరకు, కాలమే తెలియకుండా అయిపోయింది నాకు. ఒకరంటే ఒకరికి ప్రాణంగా మారిపోయాము.

నన్ను ఒంటరిగా విడిచిపెట్టి వెళ్ళటం ఇష్టం లేక చదువు మానేస్తానని అన్న సురేష్ ని బలవంతంగా ఒప్పించి కాలేజ్ చదువులకి వేరే ఊరు పంపించాను.

తను ప్రేమించిన అమ్మాయిని పెళ్లి చేసుకోవాలంటే తనకు ఉద్యోగం కావాలని.... దానికి కావలసిన డబ్బు ఇస్తామన్నారు అని నన్ను ఆనంద్ తో పెళ్లికి ఒప్పుకోమని బలవంత పెట్టాడు అన్నయ్య.

కాదు అంటే తను కూడా చనిపోతానని బెదిరించాడు.

వేరే గత్యంతరం లేక అన్నయ్య కోసం... సురేష్ కి తెలియనివ్వకుండా, తాను సెలవులకి వచ్చేలోగా ఇష్టం లేని పెళ్ళికి తలవంచాను.

★★★

పదహారేళ్ళ ప్రాయంలో ఏ ఆడపిల్లయినా అందంగా ఉంటుంది. కానీ నీ అంత కాదు, నీ కోసం ఏం చేసినా తక్కువే అంటూ పొగడ్తలతో ముంచెత్తాడు ఆనంద్ మొదటి రాత్రి.

అలా కొత్త మోజులో, వారం రోజులు సంతోషంగా గడిచిపోయాయి. కానీ సురేష్ కి నేను చేసిన అన్యాయం మాత్రం నా మనసుని పీడిస్తూనే ఉంది.

ఇంతలో వారం తరువాత ఆనంద్ అసలు రూపం బయటపడింది.... తనకు అంతకు ముందు చాలా మంది అమ్మాయిలతో సంబంధాలు ఉన్నాయని, తాగుడుకి బానిస అని తెలిసి లోలోపలే క్రుంగిపోయాను.

ఆ రోజు నుండి ప్రతి రాత్రి నరకప్రాయంగా మారింది నాకు. రోజు ఎవరో ఒక అమ్మాయిని లేదా సినిమా హీరోయిన్ ని   చూసి రావటం, ఆ అమ్మాయి అంత అందంగా నేను లేనని దూషించడం..

బాగా తాగి పశువులా నా మీద పడి తను ఉదయం నుండి చూసిన ఆ అమ్మాయిని తలుచుకుంటూ నాపై దాడి చేయటం దినచర్య అయిపోయింది.

ఆ అమ్మాయిలా ముక్కు లేదని, ఇంకొకరిలా అందంగా లేవని. మరొకరిలా సన్నని నడుము లేదని, పక్కింటి ఆమెలా నేను అప్సరసను కాదని.... ఇలా రోజు ఏదో ఒక కారణం పెట్టి.... ఇటువంటి అనాకారి దాన్ని పెళ్ళి చేసుకుని నా జీవితం అంతా పాడు చేసుకున్నానని కొట్టడం కూడా మొదలు పెట్టాడు.

కొన్ని రోజులకు ఆనంద్ మాటలు విని విని నిజంగానే నేను అనాకారి దానిని, అందరూ నన్ను అందగత్తె అని చెప్పి మోసం చేశారు, అందుకే ఆనంద్ నాతో సంతోషంగా ఉండలేకపోతున్నారు అని నా ఆలోచన మారిపోయింది.

అటువంటి దుర్భర పరిస్థితుల్లో నేను తల్లిని కాబోతున్నాను అనే శుభవార్త తెలిసి, ఆనందంగా అతనికి చెబితే,

అది శుభవార్త ఏంటి..? అసలు ఆ కడుపు కారణం ఎవరో..? నాకు తెలియదు అనుకున్నావా నీ ప్రేమాయణం. అన్న మాటతో నా గుండె పగిలినంత పనయింది.

ఇక ఆరోజు నుండి ఎందుకు బతుకుతున్నాను..? అని ప్రతిక్షణం బాధ పడేదాన్ని, కానీ కడుపులో ఉన్న మిమ్మల్ని చంపుకోలేక బతికున్న శవంలా గడిపేదాన్ని.

అతిగా తాగటం వల్ల, తన రెండు కిడ్నీలు, లివర్ బాగా చెడిపోయాయి అని బతకడం కష్టం అని డాక్టర్లు చెప్పారు.

ఉన్న ఇల్లు అమ్మి, నా దగ్గర ఉన్న కాస్త బంగారం తాకట్టు పెట్టి చికిత్స చేయించినా లాభం లేకపోయింది.. మీరు పుట్టటం, ఆనంద్ చనిపోవటం అన్ని కలలా జరిగిపోయాయి.

చేరదీస్తారు అనుకున్న అత్త వారు మాకు సంబంధం లేదని చేతులెత్తేశారు. తలదాచుకోడానికి చోటు అడుగుతానేమో అని అన్నయ్య వేరే ఊరు వెళ్లిపోయాడు.

కవల పిల్లలు అయినా మీ ఇద్దరిని పట్టుకొని పొట్టకూటి కోసం చేయని పని లేదు... పెద్దగా చదువు కూడా లేకపోవడంతో చివరకు తెలిసిన వారి దయ దాక్షిణ్యం వల్ల ఒక చిన్న కంపెనీలో చేరాను.

అక్కడ చేసే పని ఎక్కువ, వచ్చే జీతం తక్కువ. అది మాత్రమే కాకుండా అందంగా ఉన్నావ్ అని, ఒంటరిగా ఎన్ని రోజులు బ్రతుకుతావని, రాత్రి నాతో వస్తే కోరింది ఇస్తానని, నా వైపు తప్పుగా చూడని మగాడు లేకుండా పోయింది అక్కడ.

అటువంటి మనుషుల మధ్య పని చేయలేక వేరే ఊరు వెళ్లి కూలిపని చేస్తూ, వచ్చిన దాంతో మీ ఇద్దరినీ పెంచాను.

ఎక్కడికి వెళ్లినా ఏ పని చేస్తున్నా, మగవాళ్ళ వంకర చూపులు తప్పవని అర్థం అయింది.

నెమ్మదిగా మీరు వయసులోకి వచ్చారు, చదువు పూర్తి చేసుకుని ఉద్యోగాలు చేస్తే మన కష్టాలు తీరినట్లే అని ఎంతో ఆనందపడ్డాను.

కానీ రెండు పదుల వయసు రాకుండానే, ఒకరి తర్వాత ఒకరు ప్రేమించామంటూ... కోడళ్లను పట్టుకుని ఇంటికి వస్తే.... కాదనలేక హారతి పట్టి ఆహ్వానించాను.

మీ చదువులకే కాక... మీ సుఖాలకి, సంతోషాలకి, మీ భార్యలకు కావలసిన కనీస అవసరాలు తీర్చటానికి డబ్బుల కోసం టైలరింగ్ చేస్తూ, పేపర్లు వేస్తూ, పాల ప్యాకెట్లు ఇస్తూ చివరకు నాలుగు ఇళ్లలో ఊడిగం చేసి మీ కోరికలు తీర్చేను.

నా ఒంట్లో ఓపిక నశించి, మీ పంచన చేరితే... పెంచలేము అంటూ, వాటాలు అంటూ నా మనసుని ముక్కలు చేశారు.

మీకు భారం కావటం ఇష్టం లేక, నా జీవితాన్ని ఒంటరిగానే అంతం చేసుకుందామని ఆలోచించి ఆత్మహత్య చేసుకుందామని వెళ్లిన నన్ను, అనుకోకుండా ఒక చేయి ఆపింది. వెనుతిరిగి చూస్తే సురేష్.

అన్ని సంవత్సరాల తర్వాత నన్ను వెతుక్కుంటూ వచ్చి, చావకుండా ఆపిన సురేష్ ని చూడగానే నా మనసులో ఉద్వేగం కట్టలు తెంచుకుని వరదలా కళ్ల నుండి జారిపోతూ ఉంటే... తను నన్ను గట్టిగా హత్తుకున్నాడు.

ఊహ తెలిసిన తర్వాత అంత ప్రేమగా, ఆప్యాయతగా అనిపించిన కౌగిలి వెచ్చదనానికి నా గుండెల్లో ఉన్న భారం మొత్తం కరిగిపోయింది. ఎవరు నిన్ను కాదన్నా, నీకు ఎప్పుడూ నేను ఉన్నాను అని తను చెప్పిన ధైర్యంతో బతుకు మీద ఆశ చిగురించింది.

నీ కోసం పెళ్లి కూడా చేసుకోకుండా చాలా వెతికాను. ఈ మధ్యనే అనుకోకుండా నువ్వు ఒక దగ్గర కనిపించావు, వెంటనే నీకు సంబంధించిన ప్రతి విషయం తెలుసుకున్నాను.

ఇప్పటి వరకు నీ కోసం, నీ బిడ్డల కోసం, వారి బిడ్డల కోసం నువ్వు చేస్తున్న బ్రతుకు పోరాటం చాలు. ఇన్ని సంవత్సరాలు నేను ఎంతో కష్టపడి సంపాదించిన ఆస్తినంతా మీ బిడ్డల పేరుమీద రాస్తాను. వాళ్ళు సంతోషంగా ఉంటారు.

జీవితంలో నువ్వు అనుభవించిన కష్టాలు, బాధలు చాలు. ఈ వయసులో మనకు కావలసింది మానసిక సుఖం మాత్రమే, శారీరక సుఖం కాదు.

కాబట్టి, మనిద్దరం పెళ్లి చేసుకుందాం. అందరికీ, అన్నింటికీ దూరంగా వెళ్ళిపోదాం అన్నాడు.

తను చెప్పిన దాంట్లో నిజం ఉన్నా, నాకు మీ ఇద్దరి సంతోషం కనిపించింది. మీకు తను ఇచ్చే ఆస్తితో కష్టాలు తీరిపోతాయి. మీ పిల్లల చదువులు, పెళ్ళిళ్లకు ఇబ్బంది ఉండదు అనిపించింది. అందుకే సురేష్ తో పెళ్ళికి ఒప్పుకున్నాను.

ఇందులో ఏ ఒక్కటి నా సంతోషం కోసం నేను చేయలేదు. ప్రతి ఒక్కటి నా అనుకున్న వాళ్ళ సంతోషం కోసమే చేశాను.

కానీ ఈ రోజు మీ ఇద్దరి ఆలోచన చూసి, ఇన్ని రోజులు ప్రాణంగా పాలుపోసి పెంచుకున్నది పాములని అని అర్థమైంది. ఆ విష సర్పాలు ఎప్పటికైనా కాటువేసేవే గాని అక్కున చేర్చుకునేవి కాదు అని తెలిసింది.

అందుకే మొదటి సారి, నా సంతోషం కోసం సురేష్ తో నా మానసిక ఆనందాన్ని వెతుక్కుంటూ వెళ్ళిపోతున్నాను. దయచేసి నాకోసం వెతకొద్దు. ఆస్తి, బంగారం, డబ్బు అన్ని మీకు ఇస్తున్నాను. కేవలం నా మానసిక సంతోషం నాకు ఇవ్వమని ప్రాధేయ పడుతున్నాను.

నేను వెళ్లిన విషయాన్ని ఊరువాడ డప్పు వేసుకుని తిరగవద్దని నా ప్రియమైన కోడళ్ళకి చెప్పండి. ఆ సమయాన్ని వాళ్ల బిడ్డల కోసం కేటాయించమని చెప్పండి.

ఇక సెలవు....

ఇట్లు
మిమ్మల్ని ఎంతో ప్రేమించే, మీకు ఏమీ కానీ అమ్మ....

ఆ ఉత్తరం చదివిన వెంటనే కన్నీరుమున్నీరుగా ఏడ్చారు గిరీష్, హరీష్.

తమ కోసం ఎన్నో చేసిన అత్తగారిని తమ మాటలతో రోజు నరకయాతన పెట్టి, చివరకు తన ప్రాణాలు తీద్దాం అనుకున్నందుకు సిగ్గుతో తల దించుకున్నారు సంతోషి, స్వప్నలు.

గిరీష్ కూతురు హరిత మాత్రం, వాళ్లలో వచ్చిన మార్పు చూసి, రాత్రి కళ్యాణి ని హత మార్చేందుకు తమ తల్లిదండ్రులు చేస్తున్న కుట్ర తెలుసుకుని, దొంగతనంగా తాళం తెచ్చి నానమ్మను తప్పించినందుకు తనలో తానే ఆనందపడింది.

మలి పొద్దులో

మీనాక్షీ శ్రీనివాస్
Ph: 9492837332

లాస్ ఏంజెల్స్ రన్ వే లో ఇండియా నుంచి వచ్చిన విమానం లాండ్ అయి చర చరా పరిగెడుతోంది.

ఆ విమానంలో వచ్చే వ్యక్తి కోసం వచ్చిన మధుకర్ గుండె, ఆ చక్రాలతో సమాన వేగంగా కొట్టుకుంటోంది.

మధూలిక, తన జీవిత మాధుర్యాన్ని నిర్దాక్షిణ్యంగా కాలరాసి ఇద్దరి జీవితాలు ఎడారి చేసిన మధూలిక. పేరులోనే తప్ప ఆ మనిషిలోనూ, మనసులోనూ కూడా ఏమాత్రం మాధుర్యంలేని తన భార్య గాని భార్య. కమ్ముకొస్తున్న ఆలోచనల్లోంచి బలవంతంగా బయటకొస్తూ నిట్టూర్చాడు మధుకర్.

ఇప్పుడే వచ్చింది ఫ్లైట్, ఇంకా ఇమ్మిగ్రేషన్, బేగేజ్ తీసుకోవడం చాలా తతంగం ఉంటుంది కదా, తను ఇక్కడే ఇలా వేచి ఉండడం ఎందుకు? అలా వెళ్ళి కాఫీ తాగి వద్దాం అనుకుంటూ వెనుదిరిగాడు.

'వేచి ఉండడం' హూ...ఒకటా రెండా అనేక ఏళ్ళు వేచి చూసాడు ఆమె కోసం, వస్తుంది...వస్తుందీ అనుకుంటూ. కానీ తనేమి చేసింది? కారణం చెప్పుకుండా, ఇక్కడకు రాకుండా అలా అలా ఏళ్ళు ఏళ్ళు తనకు వేచి చూడడం మాత్రమే మిగిల్చింది.

చివరకు సుమారు పది ఏళ్ళ తరువాత, ఇక ఆమె రాదు అని తను మనసు రాయి చేసుకుని పరస్పర అంగీకారంతో విడాకులు తీసుకున్నారు. అది కూడా బోలెడంత భరణం ఇచ్చి మరీ.

తనకు ఇప్పటికీ అర్థం కాదు, అసలు ఇష్టం లేనప్పుడు తను నా జీవితంలోకి ఎందుకు వచ్చిందీ? నన్ను కాదనుకుని ఎందుకు దూరంగా ఉండిపోయిందీ? ఏం సాధించిందీ?' షాప్

అతను అందించిన కాఫీ అందుకుని బిల్ చెల్లించి, నెమ్మదిగా సిప్ చేస్తూ కూర్చున్నమధుకర్ మనసు వెనక్కి పరిగెట్టింది.

ఆ ముచ్చట తీరి కూడా అప్పుడే పుష్కర కాలం కావస్తోంది. అంటే ఇప్పటికి సుమారు యిరవై రెండేళ్ళ తరువాత తలవని తలంపుగా మళ్ళీ ఆమె తనంత తానుగా అమెరికాలోనూ, నా జీవితంలోనూ అడుగుపెడుతోంది.

సుమారు రెండు నెలల క్రితం తనకు ఆమె నుంచి వచ్చిన ఫోన్ కాల్ స్ఫురణకు వచ్చింది.

'తన తల్లి చనిపోయిందనీ, తను ఒంటరిదయి పోయిందనీ...మీ విషయాలు నాకు తెలుస్తూనే ఉన్నాయి. మీరు మళ్ళీ పెళ్ళి చేసుకోలేదు కనుక, మిగిలిన జీవితం ఇద్దరం కలిసి ఉందామా?' అంటూ.

'మిగిలిన జీవితం' అన్నది వినగానే తను ఫక్కున నవ్వాడు.

జీవితం ఏం మిగిలిందనీ, అయినా తనేమీ మాట్లాదలేదు. ఆమె ఇప్పుడు తన అండ కోరుకుంటోంది అని మాత్రం అర్థమైంది. కాదనడానికి ఏమీ అభ్యంతరం కనబడలేదు.

కానీ తమకు కష్టంగా ఉన్నా, ఒక్కడినీ వదలలేక తనతో బాటే అక్కడ ఉండిపోయి జీవిత ఖైదు అనుభవిస్తున్న తన తల్లి తండ్రులను ఒక మాట అడగాలి' అనుకున్నాడు.

వాళ్ళకు చెప్పాడు . వాళ్ళు పొంగిపోయారు, విడాకుల తరువాత ఎంత చెప్పినా తను మళ్ళీ పెళ్ళి చేసుకోకపోవడంతో వాళ్ళే ఇక్కడకు వచ్చేసి ఉండిపోయారు.

ఇప్పుడు తమ తరువాత అనే బెంగ వాళ్ళను క్రుంగదీస్తోంది. పిల్లలకు ఎంత వయసు వచ్చినా ఆ తల్లితండ్రులకు వాళ్ళు చిన్నవాళ్ళే. అది సృష్టి ధర్మం.

సంతోషంగా అంగీకరించి వెంటనే రమ్మని కోరడంతో ఇప్పుడు ఆమె ఇక్కడ ఉంది.

ఇప్పుడు తన వయసు యాభై రెండు...ఆమెతో పెళ్ళి నాటికి ముప్పై ఏళ్ళ నవ యవ్వనం. స్ఫురద్రూపం, చక్కని చదువు, లక్షల్లో దాలర్ల పంట...అందరి దృష్టిలో తను మోస్ట్ ఎలిజిబుల్ బ్యాచులర్.

తనకు మొదటి నుంచీ అమ్మాయిలూ, ప్రేమలూ అంటే అంత ఇంటరెస్ట్ లేదూ, సదభిప్రాయమూ లేదు.

అందుకే తన పెళ్ళి విషయం అమ్మా, నాన్నల ఇష్టానికే వదిలేసాడు.

అమ్మకున్న జాతకాల పిచ్చితో సుమారు తనకు పాతికేళ్ళ వయసులో మొదలుపెట్టిన వధువు అన్వేషణ ముగిసి తను పెళ్ళిపీటలు ఎక్కెటప్పటికి తన వయసు ముప్పై.

తనకన్నా ఆరేళ్ళు చిన్నదైన మధూలిక సన్నగా నాజూకుగా, తెల్లగా, అమాయకమైన పెద్ద పెద్ద కళ్ళతో చూడగానే తనును ఆకర్షించింది.

కోటి మధురాశలతో ఆమె మెళ్ళో మూడుముళ్ళు వేసిన తనకు అప్పటికి తెలియదు తను ముడి వేసింది మూర్తీభవించిన మూర్ఖత్వానికీ, అమాయకత్వానికీ అని.

పెళ్ళంటే అమ్మాయిలకే కాదు, అబ్బాయిలకూ ఎన్నో కలలూ, ఆశలూ ఉంటాయి.

అమ్మ కోరిక ప్రకారం సత్ సాంప్రదాయం, అమ్మాయి మంచి జాతకం, ఆస్తి పాస్తి...సమాజంలో మంచి పేరు ప్రతిష్టలూ ఉన్న కుటుంబానికి అల్లుడిని అయ్యాను.

మా ఇద్దరి జాతకాలూ ఆ సీతారాములంత గొప్ప జాతకాలనీ, అన్యోన్యతకు మారుపేరనీ, ఏవేవో అంటూ మురిసిపోయిన అమ్మ ముఖం ఇంకా నా కళ్ళకు కట్టినట్టే ఉంది.

అంతలోనే ఫక్కున నవ్వేచ్చింది, తాగుతున్న కాఫీ పొలమారి దగ్గేచ్చింది. చిన్నప్పుడెప్పుడో చదివిన వేమన శతకంలోని పద్యం గుర్తుకు రావడమే ఆ నవ్వుకు కారణం.

'విప్రులెల్ల జేరి వెర్రి కూతలు కూసి

సతి పతులను గూర్చి సమ్మతమున

మను ముహూర్త ముంచ ముందెట్లు మోసెరా?

విశ్వదాభిరామ! వినురవేమ!'

ఒక్కసారిగా ఇహానికొచ్చి అటూ, ఇటూ చూసాను కంగారుగా...ఇది అమెరికా, ఎవరినెవరూ పట్టించుకోరు లక్కీగా.అంతలోనే నా నవ్వుకు కారణం గుర్తొచ్చి మళ్ళీ తెరలు తెరలుగా నవ్వేచ్చింది.

నిజమే! ఎప్పుడో ఎళ్ళనాడు చెప్పినా వేమన చెప్పినదానిలో అర్థం ఉంది. జాతకాలు, ముహూర్తాలూ అంటూ అన్నీ చూసి చేసినా ఎన్నో పెళ్ళిళ్ళు ఎందుకు పెటాకులవుతున్నాయ్?

అయినా ముందుగా మనసులు కలవకుండా, ఒకరి అభిప్రాయాలు ఒకరు తెలుసుకోకుండా...ఎన్ని చూసి చేస్తే ఏం ఫలితం?

హోరుగాలిలో దీపం పెట్టి, 'దేవుడా నీదే భారం' అంటే ఆ దీపం నిలుస్తుందా! అంతమాత్రాన దేవుడు లేనట్టా?

అలాగే ఈ జాతకాలు, ముహూర్తాల బలాలు ఉన్నంత మాత్రాన విభిన్న మనస్తత్వాలూ, కోరికలూ ఉన్నవాళ్ళు పెళ్ళాడితే ఆ బంధం నిలుస్తుందా? అలా అని ఆ శాస్త్రాలని తప్పుపట్టడం, అవి లేవనడం మూర్ఖత్వమే.

అసలు ఆ శాస్త్రం కూలంకషంగా తెలిసిన వాళ్ళెంతమంది?

'ఉదర పోషణార్థం బహుకృత వేషం...'అని అది ఒక వృత్తిగా ఎంచుకున్నవాళ్ళే ఎక్కువ...అలాంటివాళ్ళు చూసిన జాతకాలను నమ్ముకుని, కాబోయే జీవిత భాగస్వామి మనసు, అభిరుచులు, ఆశలు తెలుసుకోకపోవడమే ఇన్ని అనర్థాలకు మూలం.

'నిజమే మా జాతకాలు ఆ సీతారాములంత గొప్ప జాతకాలే...లేకపోతే చట్టబద్ధంగా విడిపోయి కూడా మళ్ళీ ఇన్నేళ్ళకు ఇలా కలవడం ఏమిటి?

అడవిలో అయినా అమెరికాలో అయినా కలిసి ఉండడం కదా అన్యోన్య దాంపత్యం అంటే...

ఏమిటో! ఈవేళ నా బుద్ధీ, మనసూ రెండూ నామీద దాడి చేస్తున్నాయి...అస్సలు మాట వినడం లేదు...

అమ్మో! ఆలోచనలో పడి ఎంత సమయం గడిచిందో చూసుకోలేదు...మధు ఈపాటికి బయటకు వచ్చేస్తూ ఉంటుంది...' లేచాను.

'మధు' నాకెంతో ప్రియమైన పేరు, ప్రియమైన వ్యక్తి పేరు...ఇన్నాళ్ళ తరువాత కూడా ఎంతో సహజంగా, దగ్గరతనంతో నాలోంచి వచ్చేస్తోంది ఆ పేరు.

అదేనేమో ఆ బంధంలోని గొప్పతనం. ముక్కూ, మొహం తెలియని ఇద్దరు వ్యక్తులనీ, రెండు కుటుంబాలనీ దగ్గర చేసే శక్తి ఒక్క ఆ బంధానికి మాత్రమే ఉంది అనడంలో అతిశయోక్తి ఎంత మాత్రం లేదనడానికి మా ఈ పునఃసమాగమమే నిదర్శనం కదూ.

అడుగులు చకచకా పడుతున్నాయి 'అరైవల్స్' వైపు...

నా చేతిలో పూల గుచ్ఛం...ఆమె రాకను మనస్ఫూర్తిగా స్వాగతిస్తూ...

★★★

కేజువల్ వేర్ తో, క్రమం తప్పకుండా చేసే యోగా, మెడిటేషన్...ఇంకా రోజువారీ వ్యాయామాలు అతని శరీరాన్ని ఫిట్ గా ఉంచితే, యోగ సాధన వలన, ధ్యానం వలన వచ్చిన ప్రశాంతతతో...ఇప్పుడు ఆమె రాక తెచ్చిన ఆనందంతో ముఖం వెలిగిపోతూ ఉంది. మనసు యుక్తవయస్సు కుర్రాడిలా ఎగసిపడుతోంది.

విమానం దిగిన జనం చిరునవ్వుతో, ఆనందంతో, ఆత్రుతతో తమ వారికోసం పరుగులాంటి నడకతో, తమ సామానున్న ట్రాలీ తోసుకుంటూ రావడం మొదలైంది.

యిరవైరెండు ఎళ్ళ క్రితం తన జీవితంలో ప్రవేశించి, యిరవై ఒక్క ఎళ్ళుగా దూరమయి, పుష్కరం క్రితం తనతో బంధాన్ని చట్టబద్ధంగా తెంచేసుకున్న మధులిక కోసం అతని కళ్ళు వెతుకుతున్నాయి. మనసు ఎప్పుడెప్పుడు చూస్తానా అని వేగిరపడుతోంది.

ముదురు నీలం జీన్స్ మీద, నీలం పువ్వులున్న తెలుపు టాప్ తో, పోనీ వేసిన జుట్టుతో, రెండు చేతులతో ట్రాలీ నెట్టుకుంటూ వస్తున్నది ఎవరు? మధలాగే ఉందే, నలభై ఆరేళ్ళ తను ఆ వస్త్రధారణ వలన కాస్త వయసు తగ్గినట్టు కనబడుతున్నా, ఆమె తీసుకున్న తప్పుడు నిర్ణయాలు, గడిపిన వేదనాత్మకమైన జీవితం తాలూకా గుర్తులు ఆమె ముఖంలో తారాడుతున్నాయి.

అతనికి చివరిసారిగా ఆమెను చూసిన రోజు జ్ఞాపకం వచ్చింది.

తమ పెళ్ళి అయిన తరువాత, తనతో బాటు వచ్చేసి, ఏడాదిపాటు తామిద్దరూ గడిపిన ఆనందమయ జీవితంలో అప్పుడప్పుడూ తెల్లని బియ్యంలో నల్లని మట్టిబెడ్డల్లాంటి జ్ఞాపకాలు.

తనకు ఎప్పుడూ ప్రాజెక్ట్స్, పనులూ, టెన్షన్స్...పాపం ఒక్కతీ ఉండేది. అప్పుడు అర్థం కాలేదు, అన్ని సౌఖ్యాలూ అందుతుంటే ఎందుకు ఎప్పుడు చూసినా ఏదో పోగొట్టుకున్నదానిలా దిగులుగా ఉంటుంది, అస్తమానం తనతోనే ఉండాలంటే ఎలా కుదురుతుంది? అనుకున్నాడే కానీ అంతకు మించి ఆలోచించలేకపోయాడు. అలా ఆలోచించి ఉంటే...'

అంతలోనే మళ్ళీ నవ్వొచ్చింది. 'అన్నీ అయిపోయాకా ఇప్పుడు ఎందుకొచ్చిన ఆలోచనలు?' అనుకుంటూ తదేకంగా ఆమెనే చూస్తూ చిరునవ్వుతో చెయ్యి ఊపాడు.

ఆమె ముఖంలో కనీకనిపించని ఆనందం, ఏదో బెరుకు...తనిప్పుడు చేస్తున్నది తప్పా, ఒప్పా అన్న మనసులోని సందిగ్ధత ముఖంలో దోబూచులాడుతుంటే తనూ మెల్లిగా చెయ్యి ఊపింది.

తన దగ్గరకు వచ్చిన ఆమె చేతిలో ఉన్న ట్రాలీని తను తీసుకుంటూ మెల్లిగా అడిగాడు...

"ప్రయాణం బాగా జరిగిందా? ఎలా ఉన్నావ్?" అంటూ...

బాగానే ఉన్నానన్నట్టు చిన్నగా తల ఊపింది. అతనినో మారు చూసి తలదించుకుంది.

అతనూ ఆమెకేసి చూసి చిన్నగా నవ్వి, ముందుకు కదిలాడు.

ఇద్దరి మధ్యా ఏ మాటలూ లేకున్నా, వాళ్ళ మనసులు మాట్లాడుకుంటున్నాయి.

'అతనిలో ఏ మార్పూ లేదు, వయసు తెచ్చిన హుందాతనం, కొద్దిపాటి లావు పెరగడం తప్ప. తనను చూడగానే అతని కళ్ళలో అదే మెరుపు.

తను అనాలోచితంగా చేసిన తప్పు ఇద్దరి జీవితాలనూ ఎలా కాలరా సేసిందో తనకు చాలా కాలం క్రితమే అర్థం అయినా చేయగలిగింది ఏమీ లేకపోయింది.

కనీసం తను ఇప్పుడు చేసిన ధైర్యం అప్పుడే చేసి ఉంటే...ఎలా చేస్తుందే? అసలు తన ఈ తప్పుడు నిర్ణయానికి మూలకారణమే తన తల్లి అయినప్పుడు, తన తల్లి పోయేవరకూ తను ధైర్యం చేయలేకపోవడంలో అసంబద్ధత ఏముందీ?

ఇద్దరకూ ఒకే సమయంలో తమ పెళ్ళి అయిన మరుసటి ఏడాది...మారేజ్ డే కోసం ఇండియా వచ్చి తిరిగి వెళ్ళిన ఆ రోజు, తమ ఇద్దరి జీవితాలనూ ఒకరికొకరు కాకుండా చేసిన ఆ రోజు జ్ఞాపకం వచ్చింది.

ప్రతి ఆడపిల్లలాగే తనకూ తన వారినందరినీ వదిలి అతనితో అమెరికా వెళ్ళాలి అంటే బోలెడు దుఃఖం వచ్చింది. దానికి తోడు తనకు ఏ ఉద్యోగం లేదు, అక్కడకు వెళ్ళాక గడపబోయే ఒంటరి జీవితం తలుచుకుని ఇంకా దుఃఖం వచ్చింది. తల్లిని పట్టుకుని భోరున ఏడుస్తున్న తనను పట్టుకుని తల్లి...

"నన్ను ఒంటరిదాన్ని చేసి పోతావుటే అమ్మ! మీ నాన్నలేరు, ఇప్పుడు నువ్వు కూడా వెళ్ళిపోతే నా పరిస్థితి ఏమిటీ?" అంటూ పెద్ద పెట్టున ఏడుస్తున్న తల్లిని చూస్తే తనకు ఇంకా దు:ఖంగా అనిపించింది.

తను ఈ పెళ్ళి చేసుకుని తప్పు చేసానా అనిపించింది.

తనేం చేస్తోందో తనకే తెలియని స్థితిలో...

"మధా! నేను తర్వాత వస్తాను ప్లీజ్" అంటూ అతని కళ్ళలోకి చూసింది.

ఏడుస్తున్న తనను చూసి ఏం అనుకున్నాడో...

"సరే! నువ్వు వచ్చే ముందు చెబితే టికెట్ తీసి పంపుతాను.జాగ్రత్త" అంటూ వెళ్ళిపోయాడు.

అప్పుడు తన అత్తగారు తనను చూసిన చూపు ఎప్పటికీ మరచిపోలేదు.

అయినా ఆ సమయంలో ఆ విషయం పెద్దగా పట్టించుకోకుండా తల్లితో బాటుగా వచ్చేసింది.

ఆ తరువాత తనకు తల్లి చాలా చెప్పింది.

'నువ్వు కాపురానికి వెళ్ళకుంటే, అతనే అమెరికా నుంచి వచ్చేస్తాడు. ఇక్కడా బోలెడన్ని మంచి ఉద్యోగాలున్నాయి. అతనలా వచ్చేస్తే, నీకూ, నాకూ కూడా మంచిదే కదా!' అంటూ తెగ చెప్పింది.

తనూ అలాగే అనుకుంది.

ఏడాది, రెండు, మూడు అలా ఏళ్ళు గడిచాయి కానీ తాము అనుకున్నట్టు మధు అమెరికా వదిలి రాలేదు. తనూ అక్కడకు పోలేదు. చివరకు పదేళ్ళ తరువాత శాశ్వత పరిష్కారం విడాకులు.

నడుస్తున్న మధూలిక కంటివెంట నీటి చుక్కలు. తరువాత తనేదో చిన్నపాటి ఉద్యోగం చూసుకుంది.

తల్లి స్వార్థానికి తన జీవితం బలైపోయింది అన్న విషయం అర్థం అయ్యేసరికే అంతా అయిపోయింది.

ఎంతసేపూ అతడిని తిట్టి పోసే తన తల్లిని తను ఒక్క మాట అడగలేకపోయింది.

'అతను ముందే చెప్పాడు, నా ఉద్యోగం అక్కడే, నేను ఇండియా రాను.' అంటూ...

అయినా మంచి సంబంధం అంటూ నన్నిచ్చి పెళ్ళి చేసి, ఇప్పుడు అతనిని తిట్టడం ఏమిటీ?' అని.

'చాలా మంది భార్యలు పెళ్ళయ్యాకా తన భర్త సిగరెట్ మానేస్తాడు, తన చుట్టూ తిరుగుతాడు...లాంటి ఎన్నో ఎక్స్‌పెక్టేషన్స్ తో ఉంటారు.

తన తల్లి అలాగే, పెళ్ళయ్యాక అతనిని ఇండియా రప్పించడం చిటికెలో పని అని అనుకునే ఆ పెళ్ళి చేసిందని చాలా ఆలస్యంగా అర్థం అయింది.' ఆలోచనల్లోనే పార్కింగ్ లో ఉన్న కారు చేరారు.

మధుకర్ చకచకా ఆమె సామానంతా డిక్కీలో పెట్టేసి ఆమెకేసి చూసాడు.

మౌనంగా వెళ్ళి ముందు సీట్లో కూర్చుంది.

★★★

సుమారు గంట తరువాత కారు ఓ బంగ్లా ముందు ఆగింది.

కారు దిగి వాళ్ళు గుమ్మం వైపు నడిచే లోపు మధుకర్ తల్లి, తండ్రి గబగబా బయటకు వచ్చారు.

తల్లి చేతిలో హారతి పళ్ళెం ఉంది.

"ఏమిటమ్మా నీ చాదస్తం నువ్వూనూ" అంటు విసుకుంటున్న అతని మాటలు పట్టించుకోకుండా గబగబా ముందుకు వచ్చి ఇద్దరికీ హారతి ఇచ్చి, దిష్టి తీసి, కాళ్ళు కడుక్కు లోపలికి రమ్మని నీళ్ళు ఇచ్చింది.

అన్నేళ్ళుగా తల్లి వేదన కళ్ళారా చూస్తున్న అతను మారు మాటాడక ఆమె చెప్పినట్టే చేసాడు.

మధులిక అతనిని అనుసరించింది.

"ఇన్నేళ్ళకు మా మీద కరుణ కలిగిందా తల్లీ, మేం పోతే వాడు ఒంటరివాడు అయిపోతాడన్న నా దిగుళు తీర్చడానికి ఆ దేవుడే నిన్నిలా పంపించి ఉంటాడు" అంటూ తనను పట్టుకుని వలవలా ఏడ్చేస్తున్న అత్తగారిని వెర్రిదానిలా చూసింది మధ.

ఆమె కళ్ళకు తమ పెళ్ళిలో పట్టు చీరతో, ఒంటి నిండా నగలతో సాక్షాత్తూ మహాలక్ష్మిలా ఉన్న అత్తగారి రూపం మెదిలింది.

ఇప్పుడు చిక్కి శల్యమై, జుట్టు ఊడిపోయి, బాబ్ తో, నైటీతో కళ్ళలో ప్రాణాలు నిలుపుకున్న ఆమెను చూస్తుంటే నోట మాట రాలేదు.

'పిల్లా, పాపాతో హాయిగా ఉండాల్సిన తన కొడుకు జీవితాన్ని ఎడారి చేసిన నాపై ఆమెకు నిజంగా కోపం లేదా' అన్న ప్రశ్న కదలాడింది ఆమె కళ్ళలో.

"లోపలికి రామ్మా, కుడి కాలు ముందు పెట్టూ' అంటున్న తల్లిని చూస్తే నవ్వాలో, ఏడవాలో అర్థం కాలేదు మధుకర్ కు, వాళ్ళ నాన్నకూ.

ఎన్నో సంబంధాలు చూసి, జాతకాలు 'సీతారాములంత' బాగా నప్పాయి అంటూ చేసిన పెళ్ళి పెటాకులైనా, ఇంకా ఆ తంతుల మీది నమ్మకంతో ఉన్న ఆమెను ఏమనుకోవాలో కూడా అర్థం అవలేదు.

పెద్దగా నవ్వాడు.

కొడుకు నవ్వు అర్థం అయిన ఆమె, చిన్నబుచ్చుకోకుండా...'అలాగే నవ్వు, నా నమ్మకాలు నావి. అయినా ఇప్పుడూ అదే మాట అంటాను...మీ ఇద్దరి జాతకాలు అంత బాగా కలిసాయి కాబట్టే, విడాకులలో, విస్తరాకులలో అయ్యాక కూడా...ఆ అమ్మాయికి ఆ బుద్ధి పుట్టి నీతో కలిసి జీవించడానికి వచ్చింది.

కొన్నళ్ళ వియోగం ఆ సీతారాములకే తప్పలేదు, మానవమాత్రులం మనమెంతా'' అంటూ వెలుగుతున్న కళ్ళతో నవ్వేసింది పిచ్చితల్లి, కొడుకూ, కోడళ్ళను కళ్ళారా చూసుకుంటూ.

నమ్మకాల నీడలో

శింగరాజు శ్రీనివాసరావు
Ph : 9052048706

"హలో ధన్వి...ఎక్కడ ఉన్నావు. వినిపిస్తోందా"
"ఆ..వినిపిస్తోంది. మీరక్కడ ఎలా ఉన్నారు? ఇప్పుడు టైమెంతయింది మీకు?"

"బాగానే ఉన్నాను. రోజూ ఇదే ప్రశ్న వేస్తావేమిటి..రోజూ చెప్తానే ఉన్నాగా. మీకు రాత్రి ఏడు గంటలయితే మాకు ఇక్కడ పగలు ఆరున్నర. అర్థమయిందా. అయినా రోజూ ఏమీ విశేషాలు లేవన్నట్టు ఒకటే ప్రశ్న వేస్తావు. సరేగానీ, అమ్మ, నాన్న బాగున్నారా? వచ్చేపోయే బంధువుల రాక తగ్గిందా లేక అలాగే క్యూ కడుతున్నారా?"

"ఏదో మొద్దు మొదరష్టాన్ని. మీరు ఎన్నిసార్లు చెప్పినా గుర్తుండి చావదు. అత్తయ్య, మామయ్య భేషుగ్గా ఉన్నారు. మీరు ఎప్పుడు వస్తారా అని ఎదురు చూస్తున్నారు. ఇక బంధువులు అన్న తరువాత రాకుండా ఎక్కడికి పోతారు. అలా వస్తూ, పోతూ ఉంటేనే కదండీ బంధాలు నిలబడేది. రేపు మనకు ఏదైనా కష్టమొస్తే వాళ్ళే కదా ఆదుకునేది"

"అంటే అమ్మా, నాన్న తప్ప నాకోసం నువ్వు ఎదురు చూడడం లేదా?"

అవతల నుంచి మౌనం. "ఏయ్ ధన్వి.నిన్నే"
   "ఎదురు చూడడం అంటే..అది మామూలు మాట. నేను మీకోసం.." ధన్వి కంతం బొంగురుపోయింది.
"ఏయ్ పిచ్చిమొద్దు. ఏడుస్తున్నావా. ఇంకెన్నాళ్ళు ఒక్క ఆరు నెలలు. ఆ తరువాత నా ఎదుట నీవు,

నీ ఎదుట నేను, ఓకెనా"

"ఇప్పటికి మీరు వెళ్ళి ఆరు నెలలు అయింది. ఇంకా ఆరు నెలలు ఆగాలని తలుచుకుంటే దుఃఖం పొంగుకు వస్తుంది"

"నువ్వేకదా అమ్మ, నాన్నను ఈ వయసులో వదిలి మనపాటికి మనం వెళ్ళడం ధర్మం కాదని ఆగిపోయావు. పెళ్ళయి సంవత్సరం గడవక ముందే నేను ఇలా అమెరికా రావలసి వస్తుందని కలగన్నానా. ప్రాజెక్టు పని మీద సంవత్సరం కాంట్రాక్టుకు రావలసి వచ్చింది. ఇక వెళ్ళమన్నా ఎక్కడికి వెళ్ళను. నువ్వెక్కడుంటే నేనక్కడే"

"అలా కాదు..అత్తయ్య, మామయ్య, మనం అందరూ ఒకచోటే"

"సరే..సరే.. ఇంకేమిటి కబుర్లు"

"ఏమున్నాయండీ. రోజూ చెబుతూనే ఉన్నాగా. ఏముంటాయి కొత్తగా ప్రతిరోజూ"

"ఆ దిక్కుమాలిన చట్టాల కబుర్లు కాదు. ఏవైనా స్వీట్ నథింగ్స్"

"ఏం థింగ్స్.."

"అవే ప్రేమ ముచ్చట్లు"

"ఫోను లోనా!. అత్తయ్య పది అడుగుల దూరంలోనే ఉంది. అవన్నీ మీరు ఇక్కడికి వచ్చాకే. అంతవరకు స్వీట్ డ్రీమ్స్.. అదిగో అత్తయ్య పిలుస్తున్నట్లుంది. ఈసారికి దీనితో సరిపెట్టుకోండి" అని సెల్ మీద చిన్నగా ముద్దు పెట్టి కట్ చేసింది ధన్వి నవ్వుకుంటూ.

"ధన్వి.ధన్వి" అరిచి, అవతల ఫోన్ కట్ అయిందని అర్థమయి నవ్వుకుంటూ లేచాడు ప్రద్యుమ్న ఆఫీసుకు తయారు కావడానికి.

★★★

"హాయ్. ప్రద్యుమ్న..టుడే యూ ఆర్ టూ స్మార్ట్..ఏంటి విశేషం. అదిరిపోయే డ్రస్ వేశావు" ఆఫీసులో అడుగుపెట్టగానే అడిగింది పల్లవి.

"నథింగ్ పల్లవి. ఎప్పుడో పెళ్ళికి కుట్టించుకున్నవి. ఈ మధ్యకాలంలో వేసుకోలేదు. అందుకే అలా అనిపిస్తున్నది నీకు" అన్నాడు ప్రద్యుమ్న.

"ఈరోజు మనకు ఆఫీసులో పెద్ద పనిలేదు. ఈరోజు ఫన్ డే అని మధ్యాహ్నం అందరికీ బౌలింగ్ తో ఎంజాయ్ మెంట్ అట. ఒక అరగంట మనం కాల్ అటెండ్ అయి వెళ్ళిపోవచ్చు. పన్నెండు గంటల కల్లా మన స్టాఫ్ అంతా మన ప్లేహాలుకు వచ్చేస్తారట. మరలా మూడుకల్లా ఇళ్ళకు వెళ్ళిపోవచ్చు"

"అరె..నాకు తెలీదే ఈ విషయం"

"అందరికీ మెసేజిలు పెట్టారు. చూసుకోలేదా"

"ఈరోజు ఉదయాన్నే ఇంటికి ఫోను చేశాను. ఆ హడావుడిలో ఆఫీసుకు టైమవుతుందని ఫోను చూడలేదు"

"ఏంటి భార్యతో ఫోనులో ఎగిరే ముద్దులా" ఫక్కున నవ్వింది పల్లవి.

"ఏయ్..అరవకు. ఇది కాలిఫోర్నియా అయినా ..సగం మంది మన జీవాలే. వింటే నవ్వుతారు"

"సారీ బాస్..త్వరగా కాల్ కు అటెండవ్వు. మధ్యాహ్నం ఇక్కడి నుంచి నేరుగా మీ రూముకు పోదాము. అక్కడ మిగిలిన కథ చెబుదువు గాని" అంటూ కంప్యూటరు వైపుకు తిరిగింది పల్లవి.

'ఇంత అల్లరి పిల్లను ఎవడు కట్టుకుంటాడో గానీ. వాడికి టార్చరే టార్చర్' అనుకుని మనసులో నవ్వుకుంటూ తన సీటువైపుకు నడిచాడు ప్రద్యుమ్న.

పల్లవి, ప్రద్యుమ్న ఇద్దరూ హైదరాబాదులో ఒకే కంపెనీలో కలిసి పనిచేశారు. ఇద్దరినీ ఒకేసారి ఎంపిక చేసి అమెరికాకు పంపారు కంపెనీ వారు. పల్లవి వాళ్ళు కొంచెం హైఫై ఫ్యామిలీ కావడం, ఆమె పుట్టుక, చదువు అంతా హైదరాబాదులోనే కావడంతో,అందరితో చనువుగా ఉండడం

ఆమెకు అలవాటయి పోయింది.గత ఆరు నెలలుగా ఒకే కమ్యూనిటీలో ఉండే వేరు వేరు ఇళ్ళు అద్దెకు తీసుకుని ఉంటుండడంతో వాళ్ళిద్దరి మధ్య చనువు మరికొంచెం ఎక్కువ. పల్లవి గురించి ధన్వికి కూడా చెప్పేశాడు ప్రద్యుమ్న. ఆ మాటకు ఆమె ఎంతో సంతోషపడి 'పోనీలెండి ఒకరికి ఒకరు తోడుగా ఉండవచ్చు' అన్నదే కానీ, ఏమాత్రం అతిగా స్పందించలేదు. వీకెండ్ వస్తే చాలు ఇద్దరూ కలిసే తిరిగే వారు. వాళ్ళు ఉంటున్నది అమెరికా కావడంతో చెవులు కొరుక్కునే వారు ఎవరూ లేకపోయారు. అది కూడా వీళ్ళకు ఒక ప్లస్సే అయింది.

★★★

"ప్రద్యుమ్నా..రేపు వీకెండ్. ఎక్కడికైనా ప్లాన్ చేద్దామా" టీ తాగుతూ అడిగింది పల్లవి.

"ఎక్కడికి వెళదామో చెప్పు"

"లాస్ ఏంజిల్స్"

"రేపు ఉదయం అయిదు గంటలకు బయలుదేరితే తిరిగి రాత్రికి రావచ్చుకదా"

"నో..రేపు వెళ్ళి రాత్రికి అక్కడ ఉండి ఆదివారం రాత్రికి వద్దాము. లాంగ్ డ్రైవ్ కదా..అలిసిపోతాము"

"నో..నో..పోయేటప్పుడు నువ్వు డ్రైవ్ చెయ్యి. వచ్చేటప్పుడు నేను డ్రైవ్ చేస్తాను"

"నో యార్.. నామాట విను. ప్రశాంతంగా రెండు రోజులు ఉండి హ్యాపీగా ఎంజాయ్ చేసి వద్దాం"

"మరి హరికి ఫోను చేసి మనం వస్తున్నామని చెప్పనా. రేపు రాత్రికి వాళ్ళింట్లో ఉండవచ్చు"

"నో ఛాన్స్. ఎవరికీ తెలియకుండా ఉండాలి మన ప్రోగ్రాం. నేను నిన్ననే నీకు చెప్పకుండా లాస్ ఏంజిల్స్ లో రూమ్ బుక్ చేశాను. రేపు మనం బయలుదేరుతున్నాం. అంతే..అంతే" అని ఖరాఖండిగా చెప్పేసింది పల్లవి.

"అదికాదు పల్లవి..ఇద్దరం కలిసి ఒకే గదిలో .." నాన్నాడు ప్రద్యుమ్న.

"ఏమీ కాదు. ఏయ్..మనం అమెరికాలో ఉన్నాం. ఎవరూ పట్టించుకోరు. టీ చాలా బాగా పెట్టావు. రెస్ట్ తీసుకో. రేపు నా కారు తీసుకుని వస్తాను. ఇద్దరం దాన్లోనే వెళ్దాం. బై" అంటూ ప్రద్యుమ్న చేతిని తన చేతిలోకి తీసుకుని "వెరీ హ్యాండ్ సమ్ బాయ్" అని చేతిమీద ముద్దు పెట్టుకుని వెళ్ళింది పల్లవి.

ఒక్కసారిగా షాక్ అయ్యాడు ప్రద్యుమ్న. తనతో దగ్గర దగ్గరగా ఉంటూ చనువుగా ఒకరి చేతిలో ఒకరు చెయ్య వేసుకుని తిరగడం మామూలే. కానీ ఇదే మొదటిసారి పల్లవి, ప్రద్యుమ్న చేతిని ముద్దు పెట్టుకోవడం. ఎందుకో ఇది యాదృచ్ఛికం అనిపించలేదు ప్రద్యుమ్నకు. పల్లవి మనసులో ఏదో పెట్టుకుని ఇలా చేస్తుందేమో అని అనిపించింది అతనికి. ఆలోచిస్తూ వెళ్ళి మంచం మీద వాలాడు. ధన్వికి ఫోను చేద్దామనుకుని కూడా ఆపేశాడు. మనసంతా అస్తవ్యస్తంగా ఉంది ప్రద్యుమ్నకు.

★★★

"ప్రద్యూ..బాగా అలిసిపోయాను. స్నానం చేసి వస్తాను. నేను రాగానే నువ్వు వెలుదువు గాని" అంటూ బాత్రూమ్ లోకి దూరింది పల్లవి.

ఉదయాన్నే నిద్ర లేవడం, ప్రయాణం, వెంటనే లాస్ ఏంజిల్స్ లో షాపింగుతో వళ్ళు హూనమయింది ఇద్దరికి. ప్రద్యుమ్న కూడా బాగా అలిసిపోయాడు. ఏదైనా తిని పడుకుంటే హాయిగా నిద్ర పడుతుంది అనుకున్నాడు.

అరగంట సేపు స్నానం చేసి బయటకు వచ్చింది పల్లవి. ట్రాన్స్ పరెంట్ నైటీలో ఆమె అందాలు దాగలేక పోతున్నాయి. గుడ్లప్పగించి చూస్తుండి పోయాడు ప్రద్యుమ్న.

"ఏయ్..ఏమిటి మింగేసేలా ఆ చూపు. కొంపదీసి కొరుక్కుని తినేస్తావా ఏమిటి? చూసింది చాలు

వెళ్ళి ఫ్రెషయి రా” అంటూ అద్దం ముందుకు వెళ్ళింది పల్లవి.

వెనుక నుంచి ఆమె అందాలు మతి పోగొట్టేలా ఉన్నాయి. ఒక్కసారి తల విదిలించుకుని లేచి వడివడిగా స్నానాల గదిలోకి వెళ్ళిపోయాడు ప్రద్యుమ్న.

ప్రద్యుమ్న స్నానం ముగించి వచ్చేసరికి తమతో పాటు వస్తూ వుడ్ లాండులో తెచ్చుకున్న టిఫినును టేబుల్ పై సర్ది తినడానికి సిద్ధంగా ఉంచింది పల్లవి.

“రా ప్రద్యూ..టిఫిన్ చేసి పడుకుందాం” అని వస్తున్న ప్రద్యుమ్న చేతిని పట్టుకుని టేబుల్ వద్దకు తీసుకువచ్చింది. ఆమె స్ప్రే చేసుకున్న జాస్మిన్ పెర్ఫ్యూమ్ వాసన, లేని మత్తును కలిగిస్తున్నది. ఇద్దరూ పక్కపక్కన కూర్చుని టిఫిన్ చేయసాగారు. మధ్య మధ్యలో ఆమె శరీరం అతనికి బాగా దగ్గరగా తగులుతున్నది. మెత్తని శరీరభాగాలు అతనికి పిచ్చెక్కిస్తున్నాయి. టిఫినును ముగించి బెడ్ మీద వాలి “ప్రద్యూ.. రా వచ్చి పడుకో” అంది పల్లవి.

“వద్దు పల్లవి. బెడ్ మీద నువ్వు పడుకో. నేను సోఫాలో పడుకుంటాను. అయినా ఏంటి ఈ రోజు నన్ను ‘ప్రద్యూ’ అని పిలుస్తున్నావు కొత్తగా”

“ఆరు నెలలు సావాసం చేస్తే వారు, వీరవుతారట. అలాగే మనం కూడా నేను,నువ్వుదామని”

“అర్థంకాలేదు”

“సోఫాలో వద్దు కానీ, వచ్చి బెడ్ కు ఆ వైపున పడుకో. అర్థమయేలా చెబుతాను”

“వద్దు పల్లవి..నాకు అక్కడే బాగుంటుంది”

“నాకు బాగోదు” అంటూ లేచి రాబోయి నెటీ తట్టుకుని పడబోయింది పల్లవి. ఆమెను పడకుండా ఆపాడు ప్రద్యుమ్న. అదే అవకాశంగా అతడిని అల్లుకుపోయింది పల్లవి.

“పల్లవి.. ఏమిటిది. వదులు” అని విడిపించుకోబోయాడు. ఆమె తప్పుకోక అతని పెదవిపై ముద్దు పెట్టింది. ఆ ఘటనకు నిర్ఘాంతపోయి ఆమెను విసురుగా బెడ్ మీదకు నెట్టాడు ప్రద్యుమ్న.

"నీకేమైనా పిచ్చి పట్టిందా"

"అవును పట్టింది. నీ మంచితనం, నా మీద కేరింగ్, నీ అందం, మన దగ్గరితనం, అన్నీ కలిసి నిన్ను నా వాణ్ణి చేసుకోవాలనే కోరిక పెరిగేలా చేశాయి. ప్రద్యూ..ఒక్కసారి. మనం ఇప్పుడు ఇండియాలో లేము. అమెరికాలో ఉన్నాం. ఇక్కడ ఇవన్నీ మామూలే. నీకు పెళ్ళయిందని తెలుసు. కానీ నా మనసు ఆగడం లేదు" పచ్చిగా మాట్లాడుతున్నది పల్లవి.

"షటప్..పల్లవి షటప్. ఇందుకేనేమో "కామాతురాణాం.. నభయం..నలజ్జ" అంటారు. అమెరికాలో ఉన్నామే కానీ మనం ఇండియన్స్. అది మర్చిపోకు. నీ దృష్టిలో అమెరికాలో ఉన్న వారంతా బరితెగించి ఎలా పడితే అలా తిరుగుతారనుకుంటున్నావా. తప్పు పల్లవి. నీ ఆలోచన తప్పు. వాళ్ళు కూడా మనలాగే భార్యాభర్తల బంధానికి విలువ ఇస్తారు. ఒకరితో కాపురం చేసేటప్పుడు మరొకరితో ఎలాంటి తప్పు చేయరు. ఒకవేళ మనస్పర్ధలు వస్తే విడిపోయి, వేరేవారిని పెళ్ళి చేసుకుంటారే కానీ, తప్పు దారిలో నడవరు. ఇక మన దేశంలో అంటావా. భార్యాభర్తల బంధం నడిచేది నమ్మకం మీద. ఒకరికొకరు దూరంగా ఉన్నా, ఒకరి మీద మరొకరికి విపరీతమైన నమ్మకం. ఆ నమ్మకమే కాపురాన్ని మరణం వరకు చీలిపోకుండా కాపాడుతున్నది. ఇప్పుడు నేను తొందరపడి నీతో తప్పు చేస్తే, ధన్వి నా మీద పెట్టుకున్న నమ్మకానికి నిలువునా పాతర వేసినట్టే. ఆ పని నేను చేయలేను. సంవత్సరం కాదు కదా, అయిదేళ్ళు దూరంగా ఉన్నా నా ధన్విక నేను ద్రోహం చేయలేను" ఆవేశంతో ఊగిపోయాడు ప్రద్యుమ్న.

"ప్రద్యూ..మరీ అంత సెంటిమెంటల్ ఫూలువి కాకు. 'సెక్స్ ఈజ్ నథింగ్ బట్ ఏ బయోలాజికల్ నీడ్'. శరీరానికి ఆహారం ఎంత అవసరమో, ఇది కూడా అంతే. ఆకలి వేస్తే ఆలి వంటకోసం కూర్చుంటావా..హోటల్ లో తినవా" అంటూ అతని దగ్గరికి రావాలని లేచింది పల్లవి.

"ఎంత తప్పుగా, పవిత్రబంధాన్ని ఎంత తక్కువగా ఆలోచిస్తున్నావు పల్లవి. నిన్ను నువ్వు దిగజార్చుకుని మాట్లాడుతున్నావు. నా దృష్టిలో నువ్వాక పవిత్రమైన స్నేహితురాలివి. ఏ బంధానికి లోంగని అనుబంధం మనది అనుకుని గర్వపడేవాడిని. ఇక్కడికి వచ్చేటప్పుడు కూడా ఎంతో నిర్మలంగా నీతో వచ్చాను. కానీ నువ్విలా మారతావని, దిగజారిపోతావని అనుకోలేదు. నీ మెడలో మంగళసూత్రం పడలేదు కనుక, హై సొసైటిలో పెరిగావు కనుక, ఇది నీకు సర్వసాధారణంగా అనిపించవచ్చు. ఇదేపని నీకు వివాహం అయిన తరువాత చేయగలవేమో చూడు. చెయ్యలేవు.

ఎందుకో తెలుసా? దానికి కారణం నీ మెడలో వేలాడే తాళి. ఆ తాళి అంటే ఏమిటో అర్థమవుతుందా నీకు. అది భర్తకు ప్రతిరూపం. ఏ క్షణం మెడలో తాళి పడుతుందో ఆ క్షణం ఆడపిల్ల జీవితంలో చెప్పలేని మార్పు వస్తుంది. నమ్మకాల నీడలో నూరేళ్ళు నిలిచేదే సంసారబంధమంటే. చూడు పల్లవి.. క్షణికావేశంలో తప్పు చేస్తే, అది మరణం వరకు మనల్ని బాధపెడుతుంది. ఒకరోజు సుఖం కోసం జీవితాన్ని నరకం చేసుకోవడం తప్పు కదూ. వెళ్ళు.. వెళ్ళి పడుకో" అంటూ సోఫా వైపు కదిలాడు ప్రద్యుమ్న.

వెళుతున్న ప్రద్యుమ్న చేతులు పట్టుకుని ఆపింది పల్లవి. ఆమె కళ్ళు వర్షిస్తున్నాయి.

"ప్రద్యుమ్నా..అవకాశం దొరికితే ఆడదాన్ని వాడుకోవాలనే మగవాళ్ళను చూశాను. కానీ నీలా భార్యాభర్తల బంధానికి విలువనిచ్చి, వచ్చిన అవకాశాన్ని తృణప్రాయంగా వదులుకునే గొప్ప వ్యక్తిని ఇప్పుడే చూస్తున్నాను. నేనిదంతా కావాలనే చేశాను ప్రద్యుమ్నా. ఒకవేళ నువ్వు అడ్వాన్స్ అయివుంటే నేనే ఆపేదాన్ని. భార్యాభర్తల బంధాన్ని నిలిపేది నమ్మకమేనని చాలామంది అంటుంటే నేను ఒప్పుకోలేదు. అవకాశంరాక మాట్లాడే అవకాశవాదపు మాటలని అనేదాన్ని. అది నిజమో, కాదో తెల్చుకోవాలని చిన్న పరీక్ష పెట్టాను. అంతే. నువ్వే గెలిచావు. నేను హై సొసైటీలో పెరిగి ఉండవచ్చు. కానీ నేను కూడా భారతదేశపు ఆడపడచునే. సంప్రదాయాన్ని, వివాహబంధాన్ని గౌరవించేదాన్నే. సారీ ప్రద్యుమ్నా..నిన్ను నా పిచ్చి చేష్టలతో బాగా టెన్షన్ పెట్టాను కదూ. ఏదయితేనేం.. నీ భార్య పట్ల నీ నిజాయితీ నాకు బాగా నచ్చింది. ఆల్ ది బెస్ట్" అంటూ అతని చేతిని విడిచింది.

"పల్లవి. నువ్వు అల్లరి పిల్లపని తెలుసు. కానీ ఇంత ప్రాక్టికల్ అల్లరిదానివి అనుకోలేదు. నీ అల్లరి తగ్గాలంటే ఇక నీకు పెళ్ళి చేయాల్సిందే"

"హలో..అదేదో తొందరగా కానీ. వచ్చేవాడు నీలాగే నిజాయితీపరుడై ఉండాలి. అది మాత్రం మర్చిపోకు. లేకుంటే ధన్విని ఒప్పించి, నేనే నీకు గంగను అవుతా. అర్థమయిందా..." అంటూ పక్కున నవ్వింది పల్లవి.

"చాలు తల్లీ. ఇక పడుకో" అంటూ సోఫా మీద వాలిపోయాడు ప్రద్యుమ్న.

మాంగల్యబంధం

కొడాలి బేబీ జగదీష్

Ph: 9441818414

సంధ్య ఒక మధ్యతరగతి అమ్మాయి.సుందరమ్మ, కోటేశ్వరరావు ల ఏకైక సంతానం. 5'6 హైట్, 60 కేజీల బరువుతో, పచ్చని పసిమిచాయతో ఉంటుంది. ఒక్కసారి తనను చూసినవారెవరూ తల తిప్పుకోలేని అందం తనది. డిగ్రీ చదువుకునే రోజుల్లో ప్రేమిస్తున్నాం అని తన వెంట ఎంతో మంది కుర్రకారు పడ్డారు. అయినా వంచిన తల ఎత్తకుండా కాలేజీకి వెళ్లి బాగా చదువుకుని డిగ్రీ ఫస్ట్ క్లాస్ లో పాస్ అయింది. ఉద్యోగం చేస్తాను అని ఇంట్లో వారిని అడిగితే, పెద్దల అంగీకారం లేక వార పత్రికలు, నవలలు చదువుకుంటూ కాలక్షేపం చేస్తున్నది. ఇంట్లో వాళ్లు పెళ్లి సంబంధాలు చూస్తున్నారు. అబ్బాయి సెలక్షన్ పూర్తిగా తల్లిదండ్రులకే వదిలేసింది సంధ్య.

శ్రీధర్ ఒక సాఫ్ట్-వేర్ ఇంజినీర్. ఒక్కడే కొడుకు. గారాబంగా పెరిగాడు. చూడడానికి బాగుంటాడు. జీతం లక్షల్లో ఉంది. విచ్చలవిడిగా ఖర్చు పెట్టే మనఃస్తత్వం. స్త్రీలంటే పెద్ద గౌరవం లేదు, అలాగని తృణీకార స్వభావం కూడా లేదు.

సంధ్య తల్లిదండ్రులుకు మధ్యవర్తి ద్వారా ఆ సంబంధం వచ్చింది. వాళ్లకు బాగా నచ్చి పెళ్ళిచూపులకు రమ్మని చెప్పారు. పెళ్లి చూపుల్లో ఒకరినొకరు చూసుకుని ఓకే అనుకున్నారు. ఇద్దరి మధ్య మాటలు ఏమీ జరగలేదు. అవన్నీ పెద్ద వాళ్ళు మాట్లాడుకున్నారు. కట్నకానుకలు భారీగా ఇచ్చి పెళ్లి చేశారు సంధ్య తల్లిదండ్రులు. సంధ్య ఒక మామూలు ఆడపిల్లలానే కోటి ఆశలతో అత్తవారి ఇంట అడుగుపెట్టింది.

తొలిరాత్రి రోజే శ్రీధర్ స్వభావం సంధ్యకు పూర్తిగా అర్థం అయింది. మనిషి మంచివాడే గానీ భార్య అంటే చెప్పుచేతల్లో ఉండాల్సిన వ్యక్తి, తనకంటూ స్వంత అభిప్రాయాలు ఉండకూడదు అని భావించే వ్యక్తి.

సంధ్య సగటు ఆడపిల్ల లానే సర్దుకుని కాపురం చేస్తున్నది. పిల్లలు ఇప్పుడే వద్దనుకుని కుటుంబ నియంత్రణ పద్ధతులు అమలు చేస్తున్నారు. శ్రీధర్ తన కుటుంబ అవసరాలకు మాత్రమే

గాక బంధువుల, స్నేహితుల అవసరాలకు, తన ఆడంబరాలకు కూడా డబ్బులు విపరీతంగా ఖర్చుపెడుతున్నాడు. సున్నిత స్వభావం గల సంధ్య అదంతా చూస్తూ కూడా భర్తకు చెపితే ఏమి అనుకుంటాడో అని చూస్తూ ఊరుకుంటున్నది. తల్లిదండ్రులు కూడా ఏమీ చెప్పేవారు కాదు.

ఇలా ఉండగా ఒకరోజు శ్రీధర్ పనిచేసే కంపెనీ సడన్ గా నష్టాల్లో కూరుకుపోయింది. ఆ కంపెనీ తాలూకు బిగ్ క్లైంట్స్ దివాళా తీశారు. కంపెనీ ఖర్చు తగ్గించుకోవాల్సిన పరిస్థితిలో కొంతమంది ఎంప్లాయిస్ ను తీసేయాల్సిన పరిస్థితి వచ్చింది. అందులో శ్రీధర్ ఒకరు.

ఒక్కసారిగా పరిస్థితి తారుమారయ్యింది. శ్రీధర్ బ్యాంక్ బాలన్స్ నిల్ అతని గత పోకడల వల్ల. వెంటనే అనేక జాబ్స్ కు అప్లై చేసాడు. నో రెస్పాన్స్. ఇండస్ట్రీలో కూడా మాంద్యం ఉంది. శ్రీధర్ డిప్రెషన్ లో కూరుకుపోయాడు. ఇంట్లో పరిస్థితి బాలేదు. కనీస అవసరాలకు కూడా డబ్బు లేదు. ఏం చేయాలో తోచని స్థితి. అలాగని చిన్న చిన్న పనులు చేయడానికి అతని మనస్సు ఒప్పుకోడం లేదు. అప్పటిదాకా అతనితో ఖర్చు బాగా పెట్టించి ఎంజాయ్ చేసిన స్నేహితులు మొహం చాటేశారు. ఈ గందరగోళ పరిస్థితిలో తరచూ సంధ్యపై కోప్పడడం మొదలెట్టాడు. ఒకరోజు ఒత్తిడి తట్టుకోలేక చీప్ లిక్కర్ తాగి ఇంటికొచ్చాడు. సంధ్య కనపడగానే అతనిలోని దానవుడు నిష్కారణంగా నిద్రలేచాడు. నీ వల్లనే నా జీవితం ఇలా అయ్యింది, దరిద్రగొట్టు మొహమా నిన్ను చేసుకున్నాకే నా జీవితం చంక నాకిపోయింది అంటూ నిందించాడు. సంధ్య కళ్లనీళ్లు గక్కుకుంటూ నా తప్పేముందండీ, మీ కంపెనీ దివాళా తీస్తే నా తప్పెలా అవుతుంది అని ప్రశ్నించింది. దాంతో మద్యం మత్తులో ఉన్నశ్రీధర్ సంధ్య పై బలంగా చేయి చేసుకున్నాడు. సంధ్య అతని చేతి విసురుకు వెళ్లి గోడకు గుద్దుకుని క్రిందపడింది. ఆ పడడంలో సంధ్య చేయి ఫ్రాక్చర్ అయింది. తాను ఏడుస్తూ ఉన్నా మత్తులో ఉన్న శ్రీధర్ పట్టించుకోకుండా బైటకు వెళ్లిపోయాడు.

సంధ్య మెల్లగా లేచి బైటకు వచ్చి హాస్పిటల్ కు వెళ్లి కట్టు కట్టించుకుని పుట్టింటికి వెళ్ళింది. సంధ్యను చూసి జరిగింది విని తల్లిదండ్రులు ఎంతో బాధపడ్డారు. సరేనమ్మా, అతను తప్పు తెలుసుకుని నిన్ను వచ్చి తీసుకెళ్లిందాకా నువ్వు ఇక్కడే ఉండు తల్లి అన్నారు. అక్కడ శ్రీధర్ కు మత్తు దిగాక తాను చేసిన తప్పు అర్థం అయింది. అయినా తప్పు అంగీకరించడానికి అహం అడ్డొచ్చింది. అదే వస్తుందిలే ఎప్పుడాకప్పుడు అని ఊరుకున్నాడు. అలా సంవత్సరం గడిచింది. శ్రీధర్ తల్లిదండ్రులు ఏదో పొరపాటున కొట్టావనుకో, అంతమాత్రానే మొగుణ్ణి వదిలేసి పుట్టింటికి పోవాలా అని కొన్ని రెచ్చగొట్టే మాటలు చెప్పారు. ఇక తన సహాయం చేయని స్నేహితులైతే, మామా నువ్వు బెట్టుగా ఉండు. ఏ మాత్రం తగ్గొద్దు. విడాకుల నోటీస్ పంపు, ఆమే దారికొస్తుంది అని ఒక పనికిరాని సలహా ఇచ్చారు. విధి సక్రమంగా లేనప్పుడు పనికిరాని సలహాలనే జనం పాటిస్తారు, అదే విధంగా శ్రీధర్ కూడా విడాకుల నోటీస్ పంపాడు.

సంధ్య మనసు ఒక్కసారిగా షాక్ కు గురయ్యింది. వెళ్ళిపోయి భర్తతో నాదే తప్పు అని ఒప్పుకొని రాజీపడదామా అని మనసుకు అనిపించింది ఒక్క క్షణం. కానీ ఏం తప్పుచేశావని అలా సరెండర్ అవ్వాలి అని మనసు ఎదురుతిరిగింది.

నిన్ను వద్దు అనుకున్నప్పుడు నువ్వు మాత్రం అతన్ని కావాలి అనుకుంటే సరిపోతుందా, అతని విడాకుల నోటీస్ కు అంగీకారం తెలిపి నీ జీవితాన్ని నువ్వు సరిదిద్దుకో అని మనసు హెచ్చరించింది. ఆ విధంగా సంధ్య విడాకులకు తన అంగీకారాన్ని శ్రీధర్ కు పంపింది. కొన్ని నెలలలోనే శ్రీధర్ కు, సంధ్యకు పరస్పర అంగీకారంతో విడాకులు మంజూరు అయ్యాయి.

ఇంట్లోవాళ్ళు సంధ్యను అలా ఖాళీగా కూర్చోకమ్మా, మనసు బాధపడుతుంది. ఏదైనా మంచి వ్యాపకం పెట్టుకో తల్లీ అని చెప్పారు. సంధ్యకు కూడా అది నిజమే అనిపించింది. గ్రూప్-1 కు ప్రిపేర్ అవుదాం అనిపించింది. కానీ ఆంతలోనే అమ్మో, నా వల్ల అవుతుందా అనిపించింది సంధ్యకు.

కానీ తప్పక చేయాలి అనే దృఢనిశ్చయానికి వచ్చి మెటీరియల్ పోగు చేసుకోవడం మొదలెట్టి దగ్గర్లోని ట్రైనింగ్ ఇన్స్టిట్యూట్ కు వెళ్లి కోచింగ్ తీసుకుంది. ఒక సంవత్సరం పాటు అలా నిర్విరామంగా కష్టపడి ప్రిలిమ్స్, మెయిన్స్ రాసి ఇంటర్వ్యూ కు సెలెక్ట్ అయింది. ఇంటర్వ్యూ కోసం గతంలో అనేకమంది ఎదుర్కొన్న ఇంటర్వ్యూ వీడియో లను సునిశితంగా పరిశీలించి మానసికంగా కాన్ఫిడెంట్ గా మారింది. ఆ ఆత్మవిశ్వాసంతో ఇంటర్వ్యూ లో సునాయాసంగా నెగ్గి డిప్యూటీ కలెక్టర్ పోస్ట్ సాధించింది.

ఇక్కడ శ్రీధర్ కు సరైన ఉద్యోగ అవకాశాలు IT ఇండస్ట్రీలో రాక చిన్న వ్యాపారం పెట్టుకున్నాడు. వ్యాపారం ఒక మాదిరిగా సాగుతున్నది. ఇంటి ఖర్చులు వెళుతున్నాయి. తల్లిదండ్రులు రోగిష్టులు అయ్యారు. శ్రీధర్ ను మళ్లీ పెళ్లి చేసుకో నాయనా, మేము పోతే నిన్నెవరు చూస్తారు అని పోరుతున్నారు. అయినా శ్రీధర్ ఇంకో పెళ్లికి ఇష్టపడలేదు. తాను సంధ్యకే న్యాయం చేయలేకపోయాడు, ఇంకో అమ్మాయికి ఏం న్యాయం చేస్తాడు అనిపించేది. అదిగాక సంధ్య పట్ల మనసులో అంతో ఇంతో ప్రేమ కూడా దాగి ఉంది.

డిప్యూటీ కలెక్టర్ పోస్ట్ సాధించిన సంధ్య తన మాజీ భర్త శ్రీధర్ ఉన్న పట్టణానికి పోస్ట్ చేయబడింది. శ్రీధర్ వ్యాపార సంస్థకు అధికారులతో కొన్ని ఇబ్బందులు ఏర్పడ్డాయి. ఆ విషయంగా కలెక్టర్ ను కలవడానికి వెళ్తే అపాయింట్మెంట్ దొరకక డిప్యూటీ కలెక్టర్ అపాయింట్మెంట్ కోసం ప్రయత్నించమని సలహా ఇచ్చారు కలెక్టర్ పి.ఎ.

శ్రీధర్ డిప్యూటీ కలెక్టర్ ను కలవడానికి ఆమె ఛాంబర్ కు వెళ్ళినప్పుడు బయట నేమ్ బోర్డ్ లో సంధ్య అని ఉండడం గమనించాడు. ఒక్క క్షణం మనసు కలుక్కుమంది. గతంలో తాను చేసిన తప్పు గుర్తొచ్చింది. సరే, ఇప్పుడవన్నీ ఎందుకులే అని మనసుకు సర్ది చెప్పుకుంటూ లోపలికి వెళితే

తన మాజీ భార్య సంధ్య డిప్యూటీ కలెక్టర్ గా దర్శనం ఇచ్చింది. సంధ్య కూడా ఒక్క క్షణం తనను తాను సముదాయించుకుని కూర్చోంది, ఏంటి మీ సమస్య అని అడిగింది. శ్రీధర్ చెప్పాడు తన సమస్య. వెంటనే సంబంధించిన అధికారులకు ఫోన్ చేసి ఈ సమస్య ను ఈ విధంగా సాల్వ్ చేయండి అని ఆర్డర్స్ ఇచ్చింది. ఆ తర్వాత శ్రీధర్ వైపు తిరిగి నవ్వుతూ మీ సమస్య సాల్వ్ అయింది మీరిక వెళ్ళచ్చు అని చెప్పింది.

శ్రీధర్, నేను మీతో ఇంకొక విషయం మాట్లాడచ్చా అని అడిగాడు. చెప్పండి ఏంటి విషయం అంది. మీరు నన్ను క్షమించగలరా అని అడిగాడు. అదెప్పుడో మర్చిపోయాను శ్రీధర్ గారూ, అదే మనసులో పెట్టుకుంటే నేను ఈ స్థానానికి న్యాయం చేయలేను అని చెప్పింది సంధ్య. సరే, మీ ఫామిలీ ఎలా ఉన్నారు? ఎంతమంది పిల్లలు ప్రస్తుతం మీకు అని అడిగింది. దానికి శ్రీధర్ నేను మళ్ళీ పెళ్లి చేసుకోలేదు సంధ్య గారూ, చేసుకున్న అమ్మాయికి సరైన న్యాయం చేయలేకపోయాను అనే భావం నా మనసును కలచివేస్తున్నది ఇప్పటికీ. ఇంక జీవితంలో పెళ్లి అనే మాటే లేదండీ. గతంలో నా ప్రవర్తనకు నన్ను క్షమించండి అని చేతులు జోడించి వెనుతిరిగాడు.

సంధ్య మనసులో కూడా ఏదో తెలీని భావం కదలాడింది. అతను తప్పు తెలుసుకున్నాడు. ఎందుకు అతను తన జీవితాన్ని అలా శిక్షించుకోవాలి అనిపించింది. అదే మాట అతనితో అంటే నా జీవితంలో ఇంకో స్త్రీ లేదు సంధ్య గారు. ఇప్పుడు నేను మిమ్మల్ని నా జీవితంలోకి రమ్మని అడిగితే మీ పదవి, హోదా చూసి అడిగాను అని మీరు అనుకోవచ్చు. అలా మీరు అనుకోవడం నాకు ఇష్టం లేదు అన్నాడు. అతని ప్రవర్తనలో మార్పును సంధ్య అర్థం చేసుకోగలిగింది. సరే, ఒక అవకాశం ఇచ్చి చూద్దాం అని భావించి మీరు నాతో స్నేహంగా ఉంటాను అంటే నాకేమీ అభ్యంతరం లేదు. మీరు అప్పుడప్పుడు వచ్చి కలుస్తూ ఉండండి అంది సంధ్య.

అలా ఒక 10 నెలలు గడిచాయి. సంధ్య అతని ప్రవర్తనను మరింత నిశితంగా పరిశీలిస్తున్నది. అతసలో పూర్తిగా మార్పు వచ్చింది అని సంధ్యకు రూఢీగా అర్థం అయింది.

ఒక రోజు ఇద్దరూ పార్క్ లో కలిశారు. సంధ్య, శ్రీధర్ ను ఇలా అడిగింది. మీకు ఇంకా నా పైన ప్రేమ అలానే ఉందా. ఉంటే మీ జీవితంలోకి రావడానికి నాకు ఎలాంటి అభ్యంతరం లేదు అని చెప్పింది. ఒక్కసారిగా శ్రీధర్ ఉద్విగ్నమనస్కుడై కన్నీళ్ల పర్యంతం అయ్యాడు. సంధ్యా, నేను గతంలో చేసిన తప్పును క్షమించి నీవు మళ్ళీ నా జీవితంలోకి వస్తానంటున్నావు. అంతకన్నా అదృష్టమా నాకు, నువ్వొస్తే నిన్ను నా జీవితాంతం మహారాణిలా చూసుకుంటాను అన్నాడు. వెంటనే గుళ్లో పెళ్లి చేసుకుందాం, తర్వాత మేరేజ్ ను రిజిస్టర్ చేయించుకుందాం సంధ్య అన్నాడు. సంధ్య సిగ్గుతో తలూపింది. ఆ విధంగా మళ్ళీ ఇరువురు ఒక్కటై తమ వైవాహిక జీవితాన్ని పునఃప్రారంభించారు. బహుశా అదేనేమో మాంగల్యబంధం విలువ.

తమసోమా జ్యోతిర్గమయా!

ఉప్పలూరి మధుపత్ర శైలజ

7032094260

ఉదయం పదిగంటలయ్యింది. విజయనగరంలోని ఉమెన్స్ కాలేజి ప్రాంగణమంతా విద్యార్థుల రాకతో కళకళాడుతోంది. జ్యోతి, అంజలి ఆ కాలేజిలో బి.కాం. కంప్యూటర్స్ ఆఖరి సంవత్సరం చదువుతున్నారు. ఆ రోజు ఉదయం ఫస్ట్ పిరియడ్ క్లాస్ తీసుకోవలసిన సారు రాకపోవటంతో వాళ్ళకి ఖాళీ దొరికింది. కబుర్లు చెప్పుకుంటూ కూర్చున్నారు.

"అంజలీ! ఈ రోజు నోటీసు బోర్డ్ చూశావా? ఇంటర్ కాలేజీ పోటీలలో పాల్గొనే విద్యార్థులు పేర్లను నమోదు చేసుకోమని నోటీసు పెట్టారు. నీవు ఎప్పుడూ "చెస్" ఆటలో పాల్గొంటావుకదా! బహుమతులను కూడా గెలుచుకుంటావు కదా అని చెపుతున్నాను" అంది లలిత.

"ఇంకా చూడలేదు లలితా" అని సమాధానం చెప్పి, పక్కకు తిరిగి " ఏమే జ్యోతీ! నీవు సంగీతం నేర్చుకుంటున్నావు కదా! మీ ఇంట్లో ఎన్నో సార్లు నీ పాటలను విన్నాను. ఈ సారి నీవు పాటల పోటీలో పాల్గొనవే" అంది అంజలి.

"అమ్మో! అంతమందిలో పాడాలంటే నాకు చాలా భయం, నన్నొదిలేయవే" అంది జ్యోతి.

"జ్యోతి! ఒక్కసారి ప్రయత్నించు. నెగ్గితే నెగ్గుతావు లేదా అనుభవం వస్తుంది. రేపు చదువయ్యాక అయినా ఉద్యోగం చేసేటప్పుడు నలుగురితో మాట్లాడాలికదా. అంతేకాక నీ సంగీతం క్లాసులైన తరువాతైనా కచేరీలు చేయాల్సి వస్తుంది కదా, అప్పుడు ఈ అనుభవం తప్పక ఉపయోగ పడుతుంది" అంటూ నచ్చ చెప్పింది అంజలి.

దాంతో పాటల పోటీకు పేరిచ్చింది జ్యోతి.

"దాదాపుగా ఓ పది రోజుల సమయం ఉంది బాగా సాధన చెయ్యి" అని ధైర్యాన్ని కూడా నూరిపోసింది అంజలి. అలాగేనంటూ తలూపింది జ్యోతి.

కాలేజి నుండి ఇంటికి తిరిగివచ్చిన జ్యోతి, "అమ్మా! కాస్త టీ తాగి ఈ రోజు రెండు కీర్తనలను సాధన చేసుకొంటాను" అని పాటల పోటీ గురించి చెప్పింది. తమ్ముడు వచ్చేదాకా తన్మయత్వంతో సాగిందా సాధన.

జ్యోతి, సురేష్ లు సురేంద్ర, ఇందిర దంపతుల పిల్లలు. సురేంద్ర గారు విద్యాశాఖలో గెజిటెడ్ అధికారిగా పనిచేసేవారు.

జ్యోతి పుట్టినప్పుడు 'బారసాల' కు వచ్చిన సురేంద్ర అక్కచెల్లెళ్ళు, తల్లితండ్రులు మొదట పుట్టిన ఆడపిల్ల మా ఇంటి మహాలక్ష్మి అవ్వాలని ఆశిస్తూ, సిద్ధాంతి గారినుండి ఆ పిల్ల జాతకాన్ని తీసుకున్నారు. కాని ఆ జాతకం ప్రకారం జ్యోతిది నష్టజాతకమని, పెద్దలకు ప్రాణగండముమున్నదని, జపాలు, శాంతి హోమాలు, నక్షత్ర శాంతి పూజలు చేయించాలని సిద్ధాంతి గారు చెపితే, సురేంద్ర "మీవి అన్నీ మూఢనమ్మకాలు, అంతా ఒక 'ట్రాష్' అని కొట్టిపారేస్తూ, నా బిడ్డ గొప్ప అదృష్టవంతురాలు, ఓ మహారాజు కుటుంబంలోకి వెడుతుంది నా బంగారు తల్లి" అంటూ తెగ ముద్దుచేసేవాడు.

జ్యోతి మొదటి సంవత్సరం పుట్టినరోజు రాత్రి, సురేంద్ర తండ్రికి "గుండె" నొప్పి వచ్చి చనిపోయారు. అంతా ఈ జ్యోతి మూలంగానే అని తిడుతూంటే, ఇందిర గుళ్ళో సురేంద్రకు తెలియకుండా సిద్ధాంతి గారు చెప్పిన పూజలన్నింటినీ చేయించింది. చిన్నారి జ్యోతికి ఇవేమి తెలియవు.

జ్యోతి ఎనిమిదవ తరగతి చదువుతూ ఉండగా సురేంద్ర రోడ్డు ప్రమాదంలో చనిపోయాడు. అప్పటికి సురేష్ చాలా చిన్నవాడు. మూడవతరగతి చదువుతున్నాడు. అంత్యక్రియలకు వచ్చిన ఆతని బంధువులంతా, అతని అకాల మరణానికి దుఃఖిస్తూ, దీనికంతటికి కూడా ఈ నష్టజాతకురాలే కారణమంటూ జ్యోతిని తిట్టడం మొదలుపెట్టారు బంధువర్గమంతా.

ఇప్పుడు 'జ్యోతి'కి అన్నీ అర్థమౌతున్నాయి. తండ్రి మరణానికి తాను, తన జాతకము కారణమంటూ నానమ్మ, అత్తయ్యలు తిడుతూ ఉంటే, 'నా మూలంగా నాన్న చనిపోయారు' అనుకొంటూ ఆ పదిరోజులు నిద్రాహారాలు మాని ఏడ్చింది.

కార్యక్రమాలన్నీ పూర్తయ్యాక, బంధువులందరు వెళ్ళిపోయాక, ఇందిర, జ్యోతిని దగ్గర కూర్చోపెట్టుకొని, "తండ్రి లాలనలో, సంరక్షణలో ఎదగాల్సిన నీవు, తండ్రిని దూరం చేసుకోవటం దురదృష్టకరమైన విషయమే. కాని మనం దేనికి 'కర్త, కర్మ, క్రియలం' కాదు. దేవుడు ఎప్పుడు ఎవరిని తన దగ్గఆకు పిలిపించుకుంటాడో ఎవరికి తెలియదు. కాబట్టి వాళ్ళ మాటలను పట్టించుకోవద్దు. ఈ చెవితో విన్న వాటిని ఆ చెవితో వదిలెయ్య. మీ నాన్నగారికి నిన్ను బాగా చదివించి, ఓ గొప్పింటికి మహారాణిలా, కోడలిగా పంపాలని చాలా కోరికలుండేవి. అందుకని వారి

కోరిక ప్రకారం నీవు చదువు, సంగీతంపై బాగా దృష్టిని పెట్టు" అని ఓదార్చింది. మేనమామ కూడా ధైర్యం చెప్పి వెళ్ళాడు. సురేశ్ చిన్నవాడవటంతో అమ్మ మాటలు అర్థం కాలేదు.

ఇందిర డిగ్రీ పాస్ అయి ఉండటం వల్ల "కారుణ్య నియామక" పథకం క్రింద ఆమెకు సురేంద్ర ఆఫీస్‌లో క్లర్క్ పోస్ట్ ఇచ్చారు. ఆ లెటర్ పట్టుకొని, ఆఫీస్ కెళ్ళి, ఇందిర డెప్యూటి డైరక్టర్ గారిని కలిసి, తనకు ఈ ఊళ్ళో ఆయన జ్ఞాపకాలతో ఉద్యోగం చెయ్యటం కష్టమౌతుంది, విజయనగరంలో తన తల్లి, తమ్ముడు ఉన్నారు. పిల్లల చదువులకు పెద్ద కాలేజీలు, అమ్మాయికి సంగీతం నేర్పించటానికి సంగీత కళాశాల ఉన్నాయి, అందువల్ల తనకు విజయనగరంలో పోస్టింగ్ ఇప్పించవలసిందిగా అభ్యర్థించింది.

అందుకు ఆ ఆఫీసర్‌గారు, "విజయనగరం నుండి ఒకతను ఇక్కడకు రావటానికి ప్రయత్నిస్తున్నాడు. నిన్ను ఆతని స్థానంలో వేసి అతనికి ఇక్కడ పోస్టింగ్ ఇస్తాను. మీ పని తేలికగానే అవుతుంది, ఆర్డర్ వచ్చాక వెళ్ళి జాయినవుదురుగాని" అని బదులిచ్చారు.

ఒక పది హేను రోజులకు విజయనగరం పోస్టింగ్ రావటం, తమ్ముడు వెతికి ఉంచిన మూడు గదులు ఉన్న ఇంటికి రావటం, కొత్త ఆఫీసులో ఇందిర జాయిన్ కావటం జరిగిపోయాయి. జ్యోతి చదువుతో పాటు సంగీత కళాశాలలో చేరి, కర్ణాటక సంగీతం, వీణ నేర్చుకుంటోంది. ఇటు చదువులోను అటు సంగీతంలోను చక్కగా రాణిస్తోంది.

జ్యోతికి చిన్నతనం నుండి గమనిస్తూ పెరగటంవల్ల ఇంటి పరిస్థితులన్నీ అర్థమౌతున్నాయి. "అమ్మ చదువుకోవడం చేతనే కదా ఉద్యోగంలో చేరగలిగింది. అందువల్ల తాను కూడా బాగా చదువుకొని, అమ్మకు అండగా తాను కూడా ఉద్యోగంలో చేరి, తమ్ముణ్ణి పెద్ద చదువులు చదివించాలి" అన్న తన కోరికలను విజయనగరం వచ్చినప్పుడే తన డైరీలో రాసిపెట్టుకొంది జ్యోతి.

అందరితో తక్కువగా మాట్లాడే జ్యోతికి, విజయనగరంలో స్కూలులో చేరినప్పటి నుండి అంజలితో స్నేహమేర్పడింది. తన చిన్ననాట జరిగిన విషయాలనన్నింటిని అంజలితో చెపుతూ, తన ఆశలను, ఆశయాలను వివరంగా చెప్పేది. అంజలికి కూడా జ్యోతి అంటే చాలా ఇష్టమేర్పడింది. తండ్రిలేని పిల్ల, ఇన్ని ఆశయాలను పెట్టుకుంది, దేవుడు దీనికి తప్పక సాయం చేయాలని ప్రతి రోజు ప్రార్థించేది అంజలి. అలా ఇద్దరు స్నేహితులు డిగ్రీ ఆఖరి సంవత్సరానికి వచ్చేసారు. జ్యోతి సంగీతంలో కూడా డిప్లమో పరీక్షకు వచ్చింది.

పోటీల రోజు సాయంత్రం ఆరుగంటలయ్యింది. పోటీలలో పాల్గొనేందుకు వచ్చిన వివిధ కళాశాలల విద్యార్థులు, వారి తల్లితండ్రులు, కళాశాలలోని మిగిలిన విద్యార్థులతోను ఆడిటోరియం కిటకిటలాడుతోంది. ముఖ్య అతిథిగా ప్రముఖ పారిశ్రామికవేత్త శ్రీ అరవింద్‌గారు వచ్చారు. వీరు ఈ కాలేజికు మహారాజపోషకులు. వారి అబ్బాయి ప్రతి పుట్టినరోజు నాడు ఆయన ఈ కళాశాలకు

డొనేషన్ ఇస్తారు. పోటీలొక్కొక్కటిగా మొదలైనాయి. అంతా మైమరచి ఉత్సాహంగా చూస్తున్నారు. వివిధ రకాలైన నృత్య పద్ధతులలో ముందుగా పోటీలు జరిగాయి.

ఆ తరువాత సంగీతంలో పోటీలు మొదలైనాయి. ఒక్కొక్క కాలేజి నుండి పోటీదారులొచ్చి మధురంగాను, శ్రావ్యంగాను పాడుతున్నారు. శ్రీ అరవింద్‌గారు స్వతహగా సంగీత ప్రియులు కావటంతో కార్యక్రమాన్ని పూర్తిగా ఆస్వాదిస్తున్నారు. అందర్లోకి చివరిగా వచ్చిన జ్యోతి "నగుమోము గనలేని.." అంటూ త్యాగరాజ కీర్తన పాడింది. సభలోని వారందరితోపాటు శ్రీ అరవింద్‌గారు కూడా తన్మయులైపోయారు. ఎదురుగా అపర సరస్వతిలా తన గళంతో రాగఝురి కురిపిస్తోంది అందాల బొమ్మలా ఉన్న జ్యోతి. పాటపూర్తయ్యింది. జ్యోతి అందరికి నమస్కరించి వెళ్ళబోయింది. ఆగమ్మా! నీకు శ్రమనుకోకుంటే మరో కీర్తన పాడగలవా? అంటూ జ్యోతిని అడిగారాయన.

ప్రేక్షకులలో ఉన్న అంజలి వైపు చూసింది జ్యోతి, "ఏం పాడను?" అన్నట్లుగా. రామదాసు కీర్తనను పాడు అని సూచిస్తున్నట్లుగా రాములవారి ఫొటోను చూపెట్టింది అంజలి. వెంటనే "రామా కోదండ రామా..." అంటూ భక్తిపారవశ్యంతో ఆ పాటలో లీనమై పాడింది జ్యోతి. ప్రేక్షకుల చప్పట్ల వర్షంలో తడిసి ముద్దయి, స్టేజి పై నుండి క్రిందకు వచ్చేసింది జ్యోతి.

తరువాత జరిగిన బహుమతి ప్రధానోత్సవంలో సంగీత విభాగంలో జ్యోతికి ప్రథమ బహుమతిని అందించారు శ్రీఅరవింద్‌గారు. బహుమతిని అందుకునేందుకు వేదికపై కొచ్చిన జ్యోతిని ఆప్యాయంగా పలకరించారు. చదువు, సంగీతం మొదలైన వివరాలను అడిగారు. తల వంచుకొని నెమ్మదిగా ఆయనకు సమాధానాలను ఇచ్చింది జ్యోతి. తల్లిదండ్రుల వివరాలనడిగిన ఆయనతో, మా తండ్రిగారు నా చిన్నప్పుడే చనిపోయారని, అమ్మ, తమ్ముడు ఉన్నారని చెప్పింది జ్యోతి.

"అయ్యో సారీ అమ్మా! నిన్ను ఈ వివరాలన్నీ అడిగి బాధపెట్టినందుకు ఏమీ అనుకోకు! ఇంత చక్కగా సంగీతం పాడుతున్న నీవు ఎవరి బిడ్డవో తెలుసుకొని అభినందించాలని అడిగాను. నీ తండ్రిలాంటి వాడిని మన్నించు తల్లి" అని చెప్పి, తన కారులో వెళ్ళిపోయారాయన.

అంజలితోపాటు నడుస్తూ ఇంటికి బయలుదేరింది జ్యోతి. అంజలి వాళ్ళింటి దగ్గరకొచ్చాక, "బాగా లేటయ్యిందికదా, కాస్త ఏమైనా తిని వెళ్ళవే జ్యోతి" అని అంది అంజలి.

"వద్దు మరోసారి వస్తానులే" అని తన ఇంటి వైపు గబగబా అడుగులేసింది జ్యోతి.

ఆఫీసు నుండి వచ్చిన ఇందిర జ్యోతికోసం ఎదురుచూస్తోంది. ఇంటికి రాగానే, తల్లితో తాను పోటీలో పాడిన కీర్తనల గురించి, తనకు సంగీతంలో ప్రథమ బహుమతి రావటం గురించి చెప్పింది. బహుమతిగా ఇచ్చిన సరస్వతీదేవి జ్ఞాపికను, నగదు బహుమతిగా ఇచ్చిన Rs.2,000/–ను అమ్మ చేతికిచ్చి, పాదాభివందనం చేసింది.

"అమ్మా! నాన్నగారి ఒక కోరికను తీర్చాను కదా!" నవ్వుతూ అన్న జ్యోతి మాటలకు ఇందిరకు ప్రేమతో కూడిన దుఃఖం వచ్చింది.

"ఔనమ్మా! వారే ఉంటే, ఈ పాటికి నా కూతురికి సంగీతంలో ప్రథమ బహుమతి వచ్చిందని బంధువులందరికి ఫోనులో చెప్పేసే వారు. పైనుండి నిన్ను తప్పక దీవిస్తారు" అంది ఇందిర.

" అమ్మా! ఆ డబ్బులను తమ్ముడికి ఇచ్చేయి, వాడిక్కావలసిన పుస్తకాలేమైనా కొనుక్కుంటాడు" అని అంది జ్యోతి .

"ఏరా! మీ అక్క సంపాదనాపరురాలైతే నీకెన్ని కొనిపెడుతుందో చూశావా" అంటూ అక్క తమ్ముళ్యను కౌగిలిలోకి తీసుకొని ముద్దులు పెట్టింది ఇందిర.

"సురేష్! అక్కను చూడు. చదువులోనూ , సంగీతంలోనూ బాగా కష్ట పడుతూ మంచి బహుమతులను గెలుచుకొంటోంది. నువ్వు కూడా అక్కలాగా బాగా చదువుకోవాలి, నాన్నగారికి మల్లే పెద్ద ఉద్యోగంలో జేరి వారి పేరును నిలబెట్టాలి" అని చెప్పింది ఇందిర.

"అమ్మా! నీకో విషయం చెప్పటం మరిచిపోయాను. అదేమిటంటే ఈ రోజు మా కాలేజికి ప్రముఖ పారిశ్రామికవేత్త శ్రీ అరవింద్‌గారు వచ్చి, మా సంగీతం పోటీలకు న్యాయనిర్ణేతగా వ్యవహరించారు. పోటీలలో నన్ను రెండవ పాట పాడమన్నారు, బహుమతి ఇచ్చేటప్పుడు మన కుటుంబ వివరాలను అడిగి తెలుసుకున్నారు" అని చెప్పింది జ్యోతి.

"వారికి సంగీతమంటే అభిరుచి, అభిమానం ఉండి ఉంటుంది, అందులకే అడిగి ఉంటారు" అంది ఇందిర. "సరే ఇప్పటికే చాలా ఆలస్యమైంది. ఆకలేస్తూ ఉంటుంది పదండి డిన్నర్ చేసేద్దాం" అంటూ పిల్లల్ని లోపలకు తీసుకెళ్ళింది ఇందిర.

అదే రాత్రి, అరవింద్‌గారు డైనింగ్ టేబుల్ వద్ద కూర్చుని తన భార్య లక్ష్మితో, "తాను న్యాయనిర్ణేతగా వెళ్ళిన పాటల పోటీ గురించి, అందులో జ్యోతి పాడిన రెండు కీర్తనల గురించి, ఆ అమ్మయి అణకువ, నిరాడంబరత్వం, పెద్దలతో మాట్లాడే తీరు, ముఖ్యంగా నవ్వితే పద్మంలా వికసించే వదనం, వీటినన్నింటిని" వివరంగా చెప్పారు.

"తనకు జ్యోతి లాంటి కూతుర్ని కన్న తల్లితండ్రులను చూడాలనిపించిందని, నిజంగా నీవు నా స్థానంలో ఉంటే, నీ మెడలోని ముత్యాలహారాన్ని ఆ అమ్మయి మెడలో వేసి, మా ఇంటి కోడలిగా రా తల్లీ అనే దానివి తెలుసునా? మన అబ్బాయి కిరణ్‌కు పెళ్ళి యోగం ఉంటే ఆ అమ్మాయిని నిక్షేపంలా మన కోడలిగా తెచ్చుకోవచ్చును" అంటూ జ్యోతి గురించి చాలా ఉత్సాహంగా వర్ణించి చెపుతున్నారు.

"ఏమండీ! ఇది మరీ అన్యాయం సుమా! నాకు ఆ అమ్మయి ఫోటో అయినా చూపించకుండా మీ పొగడ్తలేమిటీ?" అంది లక్ష్మి.

దానికి అరవింద్‌గారు "ఒక్క ఫోటో ఏమిటి? ఆ అమ్మాయి పాట కూడా రికార్డ్‌ చేశాను" అంటూ జ్యోతి పాడిన రామదాసు కీర్తనను తన సెల్‌లో చూపించారు.

లక్ష్మి కూడా పాటను విని "మీరన్న మాటలు నిజంగా అక్షర సత్యాలే! నేను మెల్లిగా కిరణ్‌ ను కదుపుతాను. మీరీలోగా మన వాళ్ళను పంపి జ్యోతి తల్లిదండ్రుల వివరాలను, జాతకచక్రం తెప్పించండి. ఈ సారి మనం చాలా జాగ్రత్తగా ఉండాలి. లావణ్య విషయంలో బోల్తాపడినట్లు కారాదు. అన్ని విషయాలలోనూ వాడికి అనుకూలమయ్యాకే మనం ముందుకెదదాము, తొందరపడవద్దు" అంది లక్ష్మి.

అరవింద్‌గారు గతంలోకి జారుకున్నారు కిరణ్‌ పైచదువులకు అమెరికాకు వెళ్ళే ముందు ఓసారి "లావణ్య" ను ఇంటికి తీసుకొచ్చి "నా క్లాస్‌మేట్‌" అంటూ తల్లితండ్రులకు పరిచయం చేశాడు. "పెళ్ళంటూ చేసుకుంటే ఈ అమ్మాయినే చేసుకుంటాను. అమెరికానుండి తిరిగివచ్చాక ముహూర్తాలు పెట్టుకుందాం. దీనికి వాళ్ళ పెద్దవాళ్ళు కూడా ఒప్పుకున్నారు" అని చెప్పాడు. వాడు అమెరికాకు వెళ్ళాక ఓసారి "లావణ్య" తన తల్లితండ్రులతో కలిసి వచ్చింది. తరువాత రెండుసార్లు తన ఫ్రెండ్స్‌తో కలిసి వచ్చింది. ఆ తరువాత అప్పుడప్పుడు ఫోన్‌లలో మాట్లాడింది. ఆ తరువాత అది కూడా మానేసింది.

కిరణ్‌ ఎంతో ఆనందంగా ఇండియాకు తిరిగి వచ్చి "లావణ్య" కోసం ఎదురుచూశాడు. ఆ అమ్మాయిని కలవటానికి వాళ్ళింటికి వెడితే, "హాయ్‌ కిరణ్‌ చదువైపోయిందిగా వాట్‌ నెక్స్ట్‌ " అంది. "ఇంకేముంది, మన పెళ్ళి జరగడమే ఆలస్యం" అన్నాడు కిరణ్‌.

దానికి లావణ్య "పెళ్ళా? నీతోనా? అమెరికానుండి నీవు నీస్నేహితులతో తీయించుకున్న ఫొటోలను మెయిల్‌లో చూసిన నా మనసు నీతో పెళ్ళి వద్దంది. నీ రూపం అపురూపం అనుకొన్న నాకు ఓ అంకుల్‌లా తయారైన నిన్ను ఆ ఫొటోలలో చూసేటప్పటికి, నీవు నాకు చాలా దూరంగా జరిగిపోయావు. అంతేకాక మాడాడి ఓ పెద్ద సంబంధం చూశారు. నీకంటే అన్నిటిలోను అతను చాలా ఎత్తులో ఉన్నాడు. అందుకే నీవు అమెరికా నుండి వచ్చినప్పుడు రాలేదు"

"లావణ్య" మాటలను మధ్యలో తుంచేస్తూ కిరణ్‌ "మరి మన ప్రేమ సంగతేమంటావు?" అని అడిగాడు.

"ప్రేమా లేదు, దోమా లేదు, అప్పటి నీ రూపం, డబ్బు, సంఘంలో మీకున్న పరపతిని చూసి ఇష్టపడ్డాను. ఇప్పుడు నీ రూపమే మారిపోయింది", అంటూ ఇంకా ఏదో చెప్పబోయింది లావణ్య,

ఇక లావణ్య మాటలను వినలేక "సారీ నాకు తలనొప్పిగా ఉంది" అంటూ ఇంటికొచ్చేశాడు కిరణ్‌.

"ప్రేమకు విలువనేదే లేదా? మనసనేది ముఖ్యంకాదా? బాహ్యరూపం, ఆస్తులు, అంతస్తులకేనా ప్రాధాన్యత? ఈ కాలం ఆడపిల్లలంతా ఇంతేనా?" అని వేదనపడ్డ కిరణ్ తిండి మానేశాడు. ఎవరితోను ఎక్కువగా మాట్లాడటం లేదు. ముభావంగా ఉంటున్నాడు.

అలా దిగులు పడుతున్న ఒక్కగానొక్క కొడుకును చూసి అరవింద్‌గారు చాలా తల్లడిల్లిపోయారు. ఏదైనా వ్యాపకం ఉంటే తిరిగి మామూలు మనిషి అవుతాడని ఓ కంపెనీకి సి.ఇ.ఓ. గా చేశారు. కిరణ్ యాంత్రికంగా ఆఫీసుకెళ్ళి రావటం తప్ప, మనిషిలో చైతన్యమన్నదే లేకుండా పోయింది.

ఓ రోజు తల్లి గుడికి తీసుకెళ్ళమంటే తప్పనిసరై బయలుదేరాడు. గుడిలో శ్రీవేంకటేశ్వరస్వామిని తదేకంగా చూస్తూంటే అతని మనసుకి చాలా ప్రశాంతత కలిగింది. "థ్యాంక్స్! అమ్మా నా మనసిప్పుడు హాయిగా ఉంది. ఓ అరగంట ఇక్కడే గడిపి వెదదాం" అన్నాడు.

బయట రోడ్డు మీద పెద్దగా హారన్ వేస్తూ వెళ్ళిన కారు వల్ల, ఆలోచనలనుండి బయటపడ్డారు అరవింద్‌గారు. "ఛీ! జ్యోతిలాంటి అద్భుతమైన అమ్మాయిని చూశాక ఆ లావణ్యను గురించి తలచుకోవడం అనవసరం" అనుకున్నారు అరవింద్‌గారు.

ఒక నాలుగు రోజులలో మధ్యవర్తి అరవింద్‌గారి దగ్గఱకు పూర్తి వివరాలతో వచ్చాడు. "సార్! మీరు చెప్పిన వివరాలనన్నింటిని తెలుసుకొని, అమ్మాయి జాతకం తీసుకొని వచ్చాను. అన్నింటిలోను ఆ పిల్ల బంగారమే కానీ ఒక్క.." అంటూ సణుగుతున్నాడతను.

"కానీ ఏమిటో త్వరగా చెప్పు?" ఏదో తెలియని ఆత్రుతతో అడిగారు అరవింద్‌గారు.

"వాళ్ళు మధ్య తరగతి కుటుంబీకులు. అమ్మాయి పై చిన్నతనం నుండి "నష్ట జాతకురాలు" అని ముద్ర ఉంది. దానికి తగ్గట్లుగానే ఆమె సంవత్సరం వయసప్పుడు ఆమె తాతగారు, ఎనిమిదేళ్ళప్పుడు ఆమె నాన్నగారు చనిపోయారు. గవర్నమెంట్ వారు తండ్రి చేసే డిపార్ట్‌మెంట్‌లోనే ఆమె తల్లిగారికి ఉద్యోగం ఇచ్చారు. తల్లి ఆ ఉద్యోగం చేసుకొంటూ, ఇద్దరు పిల్లల్ని చదివించుతోంది. అబ్బాయి ఇంటర్ మొదటిసంవత్సరం చదువుతున్నాడు. స్వంత ఇల్లుగాని, వేరే ఆస్తులుగాని లేవు.

పిల్ల మేనమామ విజయనగరంలోనే ఒక ప్రయివేట్ కాలేజిలో లెక్చరర్‌గా పనిచేస్తున్నాడు. ముందుగా నేను ఆయన దగ్గఱకు వెళ్ళి "మీ విషయాలను చెప్పి, మీ అబ్బాయి కిరణ్‌కు ఆయన మేనకోడలు జ్యోతిని ఇచ్చి వివాహం చేయాలనే అభిప్రాయంతో మధ్యవర్తిగా వచ్చాను" అని చెప్పాను.

"అంత గొప్ప ధనవంతులు, నా మేనకోడల్ని వెతుక్కుంటూ ఇంతదూరం రావటమేమిటి?" అని అడిగారాయన.

"సంగీతం పోటీలకు న్యాయనిర్ణేతగా వీరు రావటం, జ్యోతి ప్రవర్తనను, సంగీతాభిలాషను, మాట్లాడే విధానాన్ని చూసి వారి అబ్బాయికి ఈ సంబంధం చేసుకొంటే బాగుంటుందని భావించి నన్ను ఆ అమ్మాయి పూర్తి వివరాలను తెలుసుకురమ్మని పంపించారు" అని చెప్పాను.

ఇప్పుడు మాలక్కయ్య ఇందిర కూడా ఇంట్లో ఉండదు. సాయంత్రమైతే మనం వెళ్ళి మాట్లాడుకోవచ్చని చెప్పటంతో, నేను అప్పటిదాకా వేచి ఉండి, ఆయనతో కలసి వాళ్ళింటికెళ్ళాను. అమ్మాయి సాధన చేసుకుంటోందనుకుంటా, ఇంటిలో నుండి రామదాసు కీర్తన వినిపిస్తోంది. మీరన్నట్లుగా అమ్మాయి సంగీత సరస్వతే. జ్యోతి వాళ్ళమ్మగారు కాసేపటికి ఆఫీస్ నుండి వచ్చారు. "ఏరా తమ్ముడు, ఈవేళ కాలేజి అప్పుడే అయిపోయిందా? వీరెవరు?" అంటూ మమ్మల్ని పలకరించారు. మా జ్యోతి మీకు మంచినీళ్ళు, కాఫీ ఇచ్చిందా? అని అడిగారు.

ఇందిరగారి తమ్ముడు మీ గురించి, మీ అబ్బాయి కిరణ్ గురించి మీకున్న ఆస్తిపాస్తుల గురించి చెప్పుకొచ్చారు.

"కిరణ్ విదేశాల్లో ఎం.బి.ఎ. చదివి తిరిగి ఇండియాకు వచ్చి, వైజాగ్ లో తండ్రికున్న ఒక కంపెనీను చూసుకొంటున్నాడు అని, జ్యోతికి పాటల పోటీలో బహుమతినిచ్చింది మా అరవింద్‌గారే" అంటూ మిగిలిన వివరాలను నేను చెప్పాను.

మీ సంపదను, దానగుణాన్ని, మిగిలిన వివరాలను విన్న ఆ అక్కాతమ్ముళ్ళు తెల్లబోయారు. ఎక్కడ ఆకాశంలోని చందమామ? ఎక్కడ నేలమీద ఓ మామూలు సాదాసీదా వ్యక్తి అయిన మాజ్యోతి? ఇది కలా? నిజమా?" అనుకుంటూ ఆశ్చర్యానికి లోనయ్యారు.

"అమ్మా! కోరికోరి అంతటి గొప్పింటివారు మీ అమ్మాయిని తమ కోడలుగా చేసుకోవాలి" అని అనుకుంటున్నారంటే ఆ తల్లిలో ఏదో ప్రత్యేకత ఉండబట్టే కదా! కాబట్టి మీకు సందేహమేమి వద్దు. ఇదిగో అరవింద్‌గారి అడ్రస్. వైజాగ్ వచ్చి అన్నీ చూసుకోండి. అన్నీ నచ్చితేనే ముందుకు వెడదాము. "మరి వారు అమ్మాయి జాతకం అడిగారమ్మా! అది ఇస్తే ఇక నేను వెడతానని చెప్పి, జాతకం తీసుకొని మీ దగ్గఱకు వచ్చాను" అంటూ అమ్మాయి జాతకాన్ని అరవింద్‌గారికి ఇచ్చాడు మధ్యవర్తి.

అరవింద్‌గారు వెంటనే సిద్ధాంతిగారికి ఫోను చేసి రమ్మనమని చెప్పారు. పంచాంగంతో సహా వచ్చారాయన. వారికి స్వాగతం పలికి, కూర్చోమని చెప్పి, "ఇది అమ్మాయి జాతకం, మా కిరణ్‌కు జత పడుతుందో? లేదో?" చూసి చెప్పండి అన్నారు అరవింద్‌గారు.

ఓ గంట సమయంపాటు ఆ జాతకాన్ని పరిశీలించిన సిద్ధాంతిగారు, "ఈ అమ్మాయిని మీ ఇంటి కోడలుగా తెచ్చుకోండి. గొప్ప అదృష్ట దేవత మీ నట్టింట అడుగిడబోతోంది" అని చెప్పారు.

"మరి ఈ అమ్మాయిది 'నష్టజాతకం' అని వాళ్ళవాళ్ళు అంటున్నారు, దాని గురించి చెప్పండి" అని అడిగారు అరవింద్‌గారు

"జాతకం ప్రకారం ఈఅమ్మాయికి చిన్నతనంలో కష్టాలున్నమాట వాస్తవమే కాని యుక్తవయస్కురాలు అయినప్పటినుండి ఈమెది మహర్దశ. ఏవిధమైన అనుమానాలకు చోటివ్వకుండా ఈమెను మీ కుటుంబంలోనికి తెచ్చుకోండి. బంగారు పూవులతో ఆహ్వానించండి, ఆ అమ్మాయిరూపంలో లక్ష్మీదేవి మీఇంట సిరులను కురిపిస్తుంది" అని అన్నారు సిద్ధాంతిగారు.

ఆనందంతో ఉబ్బితబ్బిబయ్యారు అరవింద్‌గారు. "లక్ష్మీ! ఇటురా! విన్నావుగా సిద్ధాంతిగారి మాటలు, వారికి మంచి సంభావన, తాంబూలం ఇచ్చి పంపు" అంటూ తేలికైన మనసుతో గుండెలనిండా నవ్వుకున్నారు అరవింద్‌గారు.

ఒక వారం తరువాత కిరణ్‌కు టిఫెన్ పెడుతూ, జ్యోతి విషయం చెప్పింది లక్ష్మి. "తండ్రి విజయనగరం వెళ్ళిరావటం, ఆ అమ్మాయి లక్షణాలన్నీ నచ్చటంతో, నీకు తగినజంట అని నిర్ణయించుకొని, ఆ అమ్మాయి వాళ్ళ వివరాలను తెలుసుకోమని తెలిసిన వాళ్ళకు చెప్పటం, సిద్ధాంతిగారు కూడా జాతకాలు కలిసినాయి. ఈ అమ్మాయినే కోడలుగా చేసుకోమని చెప్పటం" మొదలైన విషయాలనన్నింటిని చెప్పింది.

"కన్నా! అందరూ లావణ్యలా ఉందురురా, ఒక్కసారి ఆ అమ్మాయి మాట, ప్రవర్తన గమనిస్తే నీకే అర్థమోతుంది. నీకు అన్నివిధాలా నచ్చితేనే మనం ఈ సంబంధం విషయంలో ముందుకెడదాము. అందుకని ఒక్కసారి మనం వెళ్ళి ఆ అమ్మాయిని చూసివద్దాం. నీవు సరేనంటే నాన్నగారు మిగిలిన వ్యవహారం చూస్తారు" అని చెప్పింది.

"సరేనమ్మా! నా ఛాయిస్ విఫలమయ్యింది. ఇక పెద్దల మాటకు విలువనిచ్చి మీరు చెప్పినట్లే వింటాను" అంటూ బయటకెళ్ళిపోయాడు కిరణ్.

ఆ విధంగా కొడుకు ఒప్పుకోవటంతో, అరవింద్‌గారు, జ్యోతి మేనమామకు ఫోను చేసి, "పిల్లల జాతకాలు కలిసినాయి, వచ్చే ఆదివారంనాడు మంచి రోజు అని మా సిద్ధాంతిగారు చెప్పటం వల్ల ఆ రోజు సాయంత్రం నాలుగు గంటలకు అబ్బాయితో కలిసి పిల్లను చూడటానికి వస్తాము" అని చెప్పారు.

ఇందిర ఈ సంబంధం విషయం జ్యోతితో కదిపింది. అక్కడే ఉన్న జ్యోతి మామయ్య, "ఆ మధ్యవర్తి ఇచ్చిన సమాచారం ప్రకారం నేను వెళ్ళి వైజాగ్ లో విచారిస్తే అంతా మంచిగానే చెప్పారు, నేనైతే వాళ్ళింటికి వెళ్ళలేదు గాని, నా స్నేహితులు చెప్పిన దాని ప్రకారం ఆ కుటుంబం చాలా మంచిదని, దానధర్మాలలో ముందుంటారని" చెప్పారు.

"ఈ రోజు అరవింద్‌గారు ఫోనులో జాతకాలు కుదిరినాయని, ఆదివారం నాడు పెళ్ళి చూపులకొస్తామని చెప్పారు, జ్యోతికి అబ్బాయి నచ్చితే మనం ఈ సంబంధానికి ఒప్పుకోవటం చాలా మంచిది" అన్నారు.

అనుకున్నట్లుగానే ఆదివారంనాడు అరవింద్‌గారు, వాళ్ళ కుటుంబ సభ్యులు కిరణ్‌తో కలసి జ్యోతి మేనమామగారింటికి పెళ్ళిచూపులకు వచ్చారు. కిరణ్, జ్యోతిని చూడగానే "అమ్మవాళ్ళు చెప్పింది అక్షరాలా నిజం" అనుకొన్నాడు.

జ్యోతితో వరండాలో కూర్చొని మాట్లాడుతూ, తన చదువు గురించి, లావణ్యతో ప్రేమనుకొని మోసపోయిన విషయం గురించి అన్నీ వివరంగా చెప్పాడు. జ్యోతి కూడా తన చిన్నతనంలో ఎదుర్కొన్న సమస్యలను, తన మేనత్తలు అన్న మాటలను అన్నింటిని చెప్పింది.

"నిజంగా మన జాతకాలు కలిసినాయా? నాది నష్టజాతకమన్నారు కదా? అందుకే అడుగుతున్నాను" అని అడిగింది. దానికి కిరణ్ జవాబిస్తూ, "మా సిద్ధాంతిగారి మాట మాకు వేదవాక్కు లాంటిది. ఆయన చెప్పారు కాబట్టి నీకు భయమేమి అక్కరలేదు" అన్నాడు.

జ్యోతి "తాను ఉద్యోగం చేసి తన తమ్ముణ్ణి ఇంజనీరింగ్ చదివించాలన్న కోరిక ఈ పెళ్ళి జరిగితే నెరవేరదేమో" అని సందేహం వెలిబుచ్చింది.

"నాకు కూడా తోబుట్టువులెవరూ లేరు. కాబట్టి నీ కోరికలను సాధ్యమైనంతవరకు తీర్చటమే ఇక నుండి నా బాధ్యతగా చేసుకుంటాను" అని చెప్పాడు కిరణ్.

అలా ఇద్దరి అభిప్రాయాలను ఒకరికొకరు తెలియజేసుకోవటంద్వారా మనసులు కలిసే ప్రయత్నంచేశారు. జ్యోతి పరీక్షలయ్యక ముహూర్తాలు పెట్టుకుందామనుకున్నారు.

అంజలి, జ్యోతి పరీక్షలను బాగా వ్రాశారు. "పెళ్ళైతే వైజాగ్ వెళ్ళిపోతావు, మరలా వాళ్ళు నిన్ను నా దగ్గఅకు పంపుతారో లేదో, ఈ రోజు మా ఇంటికొస్తావా జ్యోతి?" అని అడిగింది అంజలి.

అమ్మనడిగి తప్పక వస్తాను అంటూ ఫోనులో తల్లి పర్మిషన్ తీసుకొని, స్కూటిపై అంజలి వాళ్ళింటి కెళ్ళారు. అంజలి వాళ్ళమ్మగారు ఎదురొచ్చి కుశల ప్రశ్నలేశారు. "జ్యోతి నీ పెళ్ళి నిశ్చయమైనదిగా, అబ్బాయి ఎలా ఉన్నాడు?" అంటూ పెళ్ళి విషయాలు మాట్లాడేసరికి జ్యోతి అరవిరిసిన గులాబి మొగ్గయి పోయింది.

"అమ్మ! పై ఫ్లాట్ లో నుండి బాగా శబ్దాలు వినిపిస్తున్నాయి, ఏమి చేస్తున్నారు?" అని తల్లిని అడిగింది అంజలి.

"ఆ ఫ్లాట్‌ను ఎవరో వైజాగ్‌వాళ్ళు కొన్నారుట. వాళ్ళు ఎంత విచిత్రమైన వ్యక్తులో తెలుసా? తమ కొడుకు కోడలు మొదటి రాత్రిని సొంత ఇంటిలోనే చేసుకోవాలట. కాబోయే కోడలికి సొంత ఇల్లులేదే అన్న బాధ ఉండకూడదని ఈ ఫ్లాట్‌ను కాని, షోకేసులవీ అమరుస్తున్నారు. పెళ్ళి సమయానికి ఇల్లు తయారు చెయ్యాలని పనులను వేగంగా చేస్తున్నారు" అని చెప్పింది.

అన్నీ వింటున్న జ్యోతి, ఆ ఇల్లు కొన్న వారి పేరేమిటి ఆంటీ? అని అడిగింది.

"పేరు తెలియదుగాని వాళ్ళు వైజాగ్‌లో పెద్ద పారిశ్రామికవేత్తలట. బాగా డబ్బున్న వాళ్ళని మన పని మనిషి చెప్పింది" అన్నారు అంజలి వాళ్ళమ్మగారు.

అంజూ! ఓ సారి నాతోపాటు పై ఫ్లాట్‌కు వెళదాం, వస్తావా? అంటూ గబగబా లిఫ్ట్ లో పైకి వెళ్ళింది జ్యోతి.

అక్కడ నలుగురు కార్పెంటర్స్, ఫ్లోరింగ్ పనివాళ్ళు పని చేస్తున్నారు. ఇల్లంతా చక్కగా అలంకరించారు. షో కేసులను బిగిస్తున్నారు.

ఆ పనివాళ్ళలో ఒకరితో, "మీ ఓనరుగారి పేరేమిటి?" అని అడిగింది జ్యోతి.

"అరవింద్‌బాబుగారని వైజాగ్‌లో ఉంటారు, వారి అబ్బాయిగారి పెళ్ళినాటికి ఇల్లు సిద్ధం చేయాలని చెప్పారమ్మ" అని అన్నాడతను.

షాక్‌కు గురయ్యింది జ్యోతి. "అంజూ నన్ను ఒకసారి గిల్లు. నేను విన్నది నిజమేనా? నా కాబోయే మామగారు ఇంత మంచివారా? నా సంతోషం గురించి, అమ్మావాళ్ళ కోసం ఇల్లు కూడా కొన్నారు. నాది నిజంగా అంత గొప్ప జాతకమా? మరారోజు మా అత్తయ్యలు నేను నష్టజాతకురాలినంటూ.." గొంతులో దుఃఖం పొంగుకు రాగా మాట బయటకు రాలేదు. అంజలి జ్యోతిని ఓదారుస్తూ తమ ఇంటికి తీసుకెళ్ళి, "అమ్మా పై ఫ్లాట్‌ను మన జ్యోతివాళ్ళ కోసమే తన కాబోయే మామగారు కొన్నారు" అని చెప్పింది.

అంజలి వాళ్ళమ్మగారు కూడా ఆశ్చర్యపడింది. "ఎంత మంచితనమున్న ఇంటిలోనికి వెళ్తున్నావమ్మా, ఇక మీ బాధలన్నీ తీరిపోయినట్లే, సంతోషంగా ఉండమ్మా" అని దీవించింది.

సాయంత్రం ఇందిర ఇంటికొచ్చాక ఫ్లాట్ విషయం చెప్పింది జ్యోతి. ఆమె కూడా తెల్లబోయి, తమ్ముడికి ఫోనులో ఆ సంగతిని చెప్పింది.

అతను నవ్వుతూ "రేపు మీరంతా కలసి ఇటు రండి, వెళ్ళి పాలు పొంగించి వద్దాం, ఇది మరి కాబోయే అల్లుడిగారి ఆజ్ఞ" అన్నాడు. ఆ ఫ్లాట్‌కు అంతా వెళ్ళి పాలు పొంగించి వచ్చారు.

ఓ వారంలో ఆ కొత్త ఫ్లాట్‌లోనే నిశ్చితార్థం జరుపుకుందాం అనుకొన్నారు. అరవింద్‌గారి ఆధ్వర్యంలో షాపింగ్ అంతా వైజాగ్ లోనే చేశారు. జ్యోతి తన తండ్రిగుర్తుగా దాచుకొన్న రిస్ట్‌వాచ్‌ను బీరువాలోనుండి తీసి సర్వీసింగ్ చేయించి కొత్త దానిలా మెరుస్తున్న ఆ వాచ్‌ను గిఫ్ట్‌ప్యాక్ చేసి ఉంచింది.

నిశ్చితార్థం రోజు అపరంజిబొమ్మలా ఉన్న జ్యోతిని అలంకరించటానికి బ్యూటీ పార్లర్ వాళ్ళు వచ్చారు. వరుసకు చెల్లెలైన పిన్నికూతురు వచ్చి జ్యోతి చెయ్యి పట్టుకొని వదలటమే లేదు. పెళ్ళివారు రెండు కార్లలో వచ్చారు. అంజలి అందరిని రిసీవ్ చేసుకొని ఏర్పాట్లను చూస్తోంది. సిద్ధాంతిగారు గణపతిపూజ చేయించి, లగ్నపత్రికను వ్రాశారు. శుభలేఖలను ఇచ్చిపుచ్చుకున్నాక కాబోయే వధూవరులతో ఉంగరాలను మార్పించారు. కిరణ్ సెలక్ట్ చేసిన బంగారువన్నె చీరలో జ్యోతి మెరిసిపోతోంది.

కిరణ్‌తో సావకాశంగా మాట్లాడే వీలు దొరకగానే కొత్త ఇంటి విషయం అడిగింది జ్యోతి.

"జ్యోతి అంటే చీకటిని పోగొట్టే వెలుగు అని అర్థం. నా జీవితంలో ఏర్పడిన తిమిరాన్ని నీవు పోగొట్టావు. మరి నీకు బదులుగా ఏమివ్వగలను? మీ నాన్నగారిని తెచ్చివ్వలేను కదా! అందుకే మీ తండ్రి స్థానంలో ఉండి, ఏపని చేస్తే నీ జీవితాంతం నవ్వుల వెలుగులు చిందిస్తావో అని ఆలోచించి ప్రస్తుతానికి ఈ పని చేశాను" అన్నాడు కిరణ్.

జ్యోతి కళ్ళవెంట ఆనంద భాష్పాలు కురుస్తున్నాయి. తాను కిరణ్ గురించి దాచి ఉంచిన వాచ్ ను గిఫ్ట్ గా ఇచ్చింది.

వైజాగ్ ఆర్.కె. బీచ్ ఒడ్డున ఉన్న ఫంక్షన్ హాల్లో జ్యోతి కిరణ్ ల కళ్యాణం అంగరంగ వైభవంగా జరిగింది.

పెళ్ళికి జ్యోతి మేనత్తలు, తండ్రి వైపు బంధువులంతా వచ్చారు. "ఇందిరా! మన జ్యోతి అదృష్టజాతకురాలు" అంటున్నారు ఆడపడుచులు. "ఏమో అనుకున్నం గానీ కాణీ ఖర్చు పెట్టించకుండా ఎదురొచ్చి పిల్లను రాణీగా చేసుకొన్నారు. పెళ్ళి ఏర్పాట్లన్నీ కూడా మగపెళ్ళివారే చేసుకున్నారు" అనుకొంటూ ఆశ్చర్య పోతున్నారు.

అదే సమయానికి అక్కడికి వచ్చిన లక్ష్మి, ఆమె చెల్లెలు వీరి మాటలను విని "మీరు జ్యోతిని చిన్నప్పటి నుండి చూసిన వారే కదా! అమ్మాయి ప్రవర్తన, గుణగణాలు, వినయం, పెద్దలపట్ల గౌరవం ఇవన్నీ మాకు, మా సిద్ధాంతిగారు జ్యోతి జాతకం చూసే చెప్పారు. మాకు నచ్చాయి. అందుకే ఏరికోరి జ్యోతిని మా ఇంటి కోడలుగా తెచ్చుకొంటున్నాము. మనం ప్రతిదానికి జాతకాల మీద ఆధార పడతాం కాబట్టి అన్నింటికి భయపడి. పోతుంటాము. ఇక మీ జ్యోతి మాఇంటి వెలుగే" అని చెప్పి వెళ్ళిపోయారు.

నిద్రలకు విజయనగరం వచ్చిన రోజు భోజనాలయ్యాక సురేష్ను పిలచి "మంచిగా చదువుకోమని, ఇకనుండి నీ బాధ్యతను నేను తీసుకుంటాను. నీ సొంత అన్నలాగా భావించి ఏమి కావాలన్నా నన్నే అడుగు" అని చెప్పాడు కిరణ్. బావగారి మాటలకు సురేష్ పొంగిపోయాడు.

కిరణ్ మనసులోని చీకటి తెరలను తన రాకతో తరిమేసి వెలుగులను నింపింది జ్యోతి. అలాగే జ్యోతి మనసులోని భయమనే తిమిరాన్ని తన ప్రభాత వెలుగులతో తరిమేశాడు కిరణ్. అలా వారి దాంపత్యనావ సంతోష రాగాలు పాడుతూ ఆనంద తీరాలను తాకుతోంది.

హృదయ కరచాలనం

భమిడిపాటి గౌరీ శంకర్
Ph:9492858395

'పరస్పర వ్యక్తిత్వాల ఎదుగుదల మీద, మార్పుల మీద, ప్రేమను వ్యక్తపరచే విధానాల మీద, పరస్పరం గౌరవమున్నప్పుడే దాంపత్య జీవితం సఫలమవుతుంది' అన్నాను నేను... నా మిత్రుడు రామంతో...

సన్నగా వర్షం పడుతున్నాది.. ఆషాఢం ప్రారంభ రోజులు... అటువేడి...ఇటు సన్నని చినుకులు... చల్లదనం.. పెళ్ళయిన క్రొత్తలో కలిగిన ఎడబాటులా ఉంటుంది..

కాని.. మా మిత్రుల వయస్సు ఇదు పదులకు దాటి ఉంది...

'సిద్ధాంతాలతో కాపురాలు చేయటం సులభమా...' అన్నాడు రామం...

'కాదు... కాని...రెండు బ్రతుకుల మధ్య ఒక జీవిత కాలానికి కావలసిన బంధం నిలవాలంటే సిద్ధాంతాలు అవసరమే..' నన్ను నేను సమర్థించుకున్నాను...

'ఇంతకీ నా సమస్య ఏమిటంటే...' రామం చెప్పబోయాడు

"అమ్మ పుట్టిల్లు మేనమామకు తెలియదంటావా' అన్నాను నేను. మా మధ్య కొద్దిసేపు నిశ్శబ్దం... దూరంగా విశాఖ బీచ్ మౌనంగా ఉంది.. వాతావరణంలో అనిశ్చిత...నా మిత్రుడి మనసులాగానే... "చూడు..నిరాశపడటం వలన పనులు జరగవు. కొంత కాలం ఆగు.. మనిషిలోని ఉదాసీనత, అసహనాలకు ఖచ్చితంగా ఓ వాస్తవ సంఘటన సమాధానం చెబుతుంద'ని అతని భుజంపై చేయి వేసాను.. అతను నవ్వాడు.. మరో అరగంట సేపు ఆ మాటా ఈ మాటా మాట్లాడుకొని.. బయలుదేరాం..

★★★★

"రండి..." అన్నారు సైక్రియాటిస్టు శ్రీనివాస్.. నవ్వుతూ... అతని ముఖంలో నవ్వు భలేగా ఉంటుంది.. ఇదున్నరడుగుల అందగాడు... డబ్బు, కీర్తి రెండూ ఉన్నాయి... తెల్లని

శరీరం.. చల్లని కళ్లు... మెల్లని మాటలు.. నవ్వితే ఆడపిల్లలా సొట్టపడే బుగ్గలు...

నేను... గాయత్రి కూర్చున్నాం... గది ఏ.సి. మెల్లగా ఉంది... చల్లగా ఉంది..

"చెప్పమ్మా... ఏంటి సంగతి..." అన్నాడు డాక్టర్ శ్రీనివాస్...

'పెళ్లి వద్దంటున్నది' అన్నాను నేను...

"తల్లి... నువ్వు చెప్పరా..." అన్నాడు శ్రీనివాస్ అనునయంగా

నా వయసు వాడే... శ్రీనివాస్ కూడా...

గాయత్రి నా వైపు ఇబ్బందిగా చూసింది... డాక్టర్ శ్రీనివాస్ నా వైపు నవ్వుతూ చూసాడు... నేను

గదిలో నుంచి బయటకు నడిచాను.

దాదాపు అరగంట తర్వాత... నన్ను లోపలకు రమ్మంటున్నారని... కాంపౌండర్ చెప్పాడు... గాయత్రి నవ్వుతూ నన్ను చూసింది...

"ఓ.కే... నేను చెప్పాను.. తను పెళ్లి చేసుకుంటానంటున్నది... అయితే కాస్త సమయం కావాలంటున్నది..కానీ.. పెళ్లి చేసుకునేందుకు షరతులు వర్తిస్తాయని చెబుతున్నది... వాటిని మీరు పరిశీలించాలి... నా బిల్ కౌంటర్లో కట్టేసి వెళ్ళండి.." అన్నాడు నవ్వుతూ...

నేను.. డాక్టర్ శ్రీనివాస్ వైపు 'అదోలా' చూశాను..

అతను నవ్వుతున్నాడు... డాక్టర్స్.. లాయర్స్.. రాక్షసుల్స్.. అంతే అనుకుంటాను... తినే వస్తువు దొరికినప్పుడు నవ్వుతూ ఉంటారనుకుంటా...

నేను... నవ్వుకున్నాను...

గాయత్రిని వారింటి వద్ద దింపేసి, నేను ఇంటికి వెళ్ళిపోయాను...

మా అవిడ సరోజ 'ఏమైందండీ' అన్నది...

"పర్వాలేదు... పెళ్లి చేసుకుంటానంది" అన్నాను పొడిగా

'హమ్మయ్య... ఈ రోజుల్లో ఆడపిల్లని పెళ్లికి ఒప్పించడం కన్నా పీ.ఎం. కావడం సులభమండి' అంది... 'ఉండండి కాఫీ తెస్తాను' అంది... "వద్దు.. రాత్రి ఎనిమిది గంటల వేళ కాఫీ ఏమిటి? 'భోజనం' చేసేద్దాం అన్నాను...

నాకు ఒక్కర్తే కూతురే... పీ.జి. అయిపోగానే పెళ్లి చేసేసాను... ప్రస్తుతం అల్లుడు, కూతురు బెంగళూరులో ఉన్నారు. వారి బ్రతుకు వారిది.. టీచర్ గా నాకు సర్వీసు ఉంది... గాయత్రి బాధ్యత నా పైన పెట్టాడు వాళ్ళ నాన్న... ఆమె తెలివైనదే... ఓ ప్రైవేట్ కళాశాలలో లెక్చరర్ గా చేస్తున్నది... గాయత్రి అక్క సుచిత్ర... ప్రేమ వివాహం చేసుకుంది.. తప్పు కాదు.. వర్ణాంతర వివాహం పట్టించుకునే కాలమిది కాదు.. కానీ... ఇంట్లో ఎవరికీ చెప్పకుండా 'వెళ్ళిపోయింది'... ఇది ఆ

కుటుంబంలో అందరిని బాధకు గురి చేసింది... ఆ కుటుంబం దాదాపుగా తమ బంధువులు అందరిని దూరంగా పెట్టింది... ఒంటరిదయింది... తండ్రి కూడా నాలా టీచర్... సొంత ఇల్లుంది... తను సంపాదిస్తున్నది.. సుచిత్ర చేసిన పని వలన కలిగిన అనుభవాలు గాయత్రిలో పెళ్లిపట్ల అసహనం, అలజడి, ఉదాసీనతలను నింపేశాయి. పెళ్లంటే విముఖత కాదు... నిర్లక్ష్యం...

'తగిన సమయంలో తగిన వ్యక్తిని ఎన్నుకోవడం మీద వైవాహిక జీవితంలో ఎనభై శాతం ఆనందం ఆధారపడి ఉంటుంది. మిగిలిన ఇరవై శాతం పరస్పర విశ్వాసం మీద ఆధారపడి ఉంటుంది రా తల్లి' అన్నాను నేను గాయత్రిని శ్రీనివాస్ దగ్గరకు తీసుకువెళ్లే దారిలో...

'నిజమే అంకుల్... కానీ.. మనసు అనేది అనేక రకమైన ఆలోచనలకు పునాది. కానీ... వర్తమాన సమాజం అందుకు వ్యతిరేకం. అక్క చేసిన పని వలన నాకు పెళ్లి మీద ఇష్టం లేదు. తోడు అవసరం కదా! అంటారు... దానికి నా దగ్గర సమాధానం లేదు.. పెళ్లి అనివార్యమనిపించినప్పుడు తప్పక చేసుకుంటాను..'' అంది తను..

వర్తమానంలో అమ్మాయిలను ఎలా ఒప్పించగలం?

సుచిత్ర ఎలా ప్రేమకు లొంగింది... ఆమెను ప్రేమించిన ప్రేమికుడికున్న గొప్పతనం ఏమిటి? నాకు అంతా అయోమయంగా ఉంది. నేను.. నా మిత్రుడు రామం... దాదాపుగా ఒకేసారి వివాహం చేసుకున్నాము... నేను సరోజ గొడవ పడిన సందర్భాలున్నాయి... నా మీద కోపంతో అలిగి కన్నవారి ఇంటికి వెళ్లి పోయిన సందర్భాలూ ఉన్నాయి. అయినా.. కలిసే ఉన్నాము.. మా అమ్మాయికి తనకి నచ్చిన సంబంధమే చేసాం.

మా పాప.. చిన్ననాటి ఫ్రెండ్స్... దాదాపు ఆమె బాల్యమంతా మా ఇంట్లోనే గడిచింది... ఇప్పటి అమ్మాయిలకు వ్యక్తిత్వం ఉంది. తమకు కావాల్సిందేమిటో 'కరెక్ట్'గానే వ్యక్తీకరిస్తున్నారు. ఎవరిని అడిగినా 'పెళ్లంటే... పాముల బుట్టలో చేయి పెట్టి చాపను బయటకు తీయాలనుకోవడం' అంటున్నారు. కానీ... తగినవాడు... ఆర్థికంగా... సామాజికంగా... హెూదా.. స్త్రీగా తనని గౌరవించేవాడు కనిపిస్తే.. తాళి కట్టించుకుంటున్నారు.

"ప్రేమ వివాహోలు.. పెద్దలు కుదుర్చిన వివాహోలు కూడా విఫలమవుతున్నాయి కదా అంకుల్.. అందుకే పెళ్లి మీద నాకు ఒక విధమైన చిరాకు" అంది ఓసారి గాయత్రి. .. నిజమే.. ఇది కాదనలేని సత్యమే... ప్రతి ఆడపిల్ల వర్తమానంలో 'ఐ వాంట్ సమ్ స్పేస్' అంటున్నది... కానీ... వివాహం తర్వాత ఇది సాధ్యమా? ప్రేమ చేత ప్రభావితమై... జ్ఞానం చేత నడిపింపబడేదే ఉత్తమ జీవితం.. ఇదే కుటుంబ జీవనానికి గొప్ప పునాది..

★★★

'ఏంటండీ ఆలోచిస్తున్నారు. గాయత్రి పెళ్లి గురించా..' అంది నా భార్య.. 'రండి. రండి .. భోజనం చేస్తూ మాట్లాడదాం... రాత్రి తొమ్మిదయింది.. మీరు ఆలోచనలో పడితే అర్ధరాత్రి కూడా దాటిపోతుంది..'

ఇద్దరం భోజనాలు చేస్తూ... గాయత్రీ నన్ను అడిగిన వివాహాల విఫలత గురించి సరోజను అడిగాను.. నన్ను ఒకసారి ఎగాదిగా చూసి..! ఏంటి అయ్యగారు నా మీద పడ్డారు....” అంది అన్నంలో మజ్జిగ పోసుకుంటూ...

“నేను చారు అన్నం తింటూ” అది కాదు సరూ... గాయత్రి అడిగిన దాంట్లో తప్పేం లేదు కదా’ అన్నాను...

“కొన్ని వైవాహిక జీవితాలు విఫలం కావటానికి ప్రధాన కారణం – భార్యాభర్తల మధ్య ప్రేమ లేకపోవడం కాదు. స్నేహం లేకపోవడం” అంది.. నేను ఆశ్చర్యపోలేదు... సరోజ గురించి నాకు తెలుసు.. “అయితే మన మధ్యలో ఉన్నదేమిటో...” అన్నాను టీజింగ్ గా

“మీది ప్రేమ... నాది స్నేహం...” అంది... నాకు అర్థం కాలేదు... అయినా అవసరం లేదు... రాత్రి పదిగంటల సమయంలో రామం నుంచి ఫోన్ వచ్చింది... అతడు చెప్పింది విన్నాక ఆనందం కలిగింది.... సరోజకు చెప్పాను... తను కూడా ఆనంద పడింది...

★ ★ ★

“రండి... రండి..” అన్నాడు డాక్టర్ శ్రీనివాస్... ‘గాయత్రిని తీసుకు వచ్చారా” అన్నాడు మళ్ళీ... అటూ... ఇటూ... చూస్తూ...

“ఇంతకీ... ఆమెకు... ఏ మందు వేసి పెళ్ళికి ఒప్పించారు...” అన్నాము... నేను... రామం...

“క్షమించండి... ఈ కాలం అమ్మాయిలకి పెళ్ళి పట్ల ఓ నిర్దిష్టమైన అభిప్రాయాలున్నాయి... గాయత్రిది ఓ సైకలాజికల్ డిజార్డర్... మీ భాషలో చెప్పాలంటే ‘ఫోబియో’ అనాలేమో... పెళ్ళంటే అసహ్యం కాదు... కేవలం అసహనం. అంతే... అందుకు కావలసిన విధంగా కౌన్సిలింగ్ చేశాను... నా దగ్గర ఉన్న ఓ కుర్రాడు ఫోటో చూపించాను... అతని గురించి, అతని తండ్రి గురించి చెప్పాను. ఓ.కే. అంది... కాస్త సమయం కావాలంది... కావలసినంత సమయం తీసుకోమన్నాను... అంతేకానీ మందులేమీ ఇవ్వలేదు. మాటే మందు” అన్నాడు నవ్వుతూ...

“ఇంతకీ... అబ్బాయి తండ్రిని ఎలా ఒప్పించారు...” అడిగాడు రామం... అబ్బాయి ఫోటోను తన చేతిలోకి తీసుకొని చూస్తూ....

“ఒప్పించడానికి ఏముంది... ఆ అబ్బాయి తండ్రిని నేనే కదా..” అన్నాడు డాక్టర్ శ్రీనివాస్ మెల్లగా... ఆశ్చర్య పోవడం మా వంతయింది...

“మానవుడు సగం జీవితం నేర్చుకోవడంలోనూ... మిగిలిన సగం జీవితం తాను నేర్చుకున్నది తప్పని తెలుసుకోవడంలోనూ గడుపుతున్నాడు... వివాహం పట్ల మగవారిలో కూడా ఇదే విధమైన భావనుంది... తెలుసుకున్న దానికి ఆచరణకి దూరం... ఆచరణలో తెలుసుకున్నది సగమే... మా అబ్బాయి కూడా గాయత్రి ఉన్నటువంటి డైలమాలోనే ఉన్నాడు... కనుకనే ఇద్దరికీ వారికి నచ్చిన విధంగా ఓ డాక్టర్ గా.. ఒక తండ్రిగా.. మీ స్నేహితునిగా..ట్రీట్‌మెంట్ చేయగలిగాను...”

ముగ్గరం హోయిగా నవ్వుకున్నాం.. మరి బాల్య స్నేహితులం కదా.. ఆ మాత్రం 'సరదా' మా మధ్య ఉంటుంది...

"హమ్మయ్య... ఇన్నాళ్ళు మనం స్నేహితులం.. ఇప్పుడు బంధువులం..."

"అవును.. గాయత్రి కి నేనెవరో ఎందుకు చెప్పలేదు..." అన్నాడు శ్రీనివాస్...

"అవకాశమేది.. నీ చదువు.. వివాహం.. అంతా అమెరికాలోనే కదా.. నిన్న కాక మొన్ననే కదా ఇండియా వచ్చావు... నీవు మా స్నేహితుడు అని చెబితే అసలు రాదు..."

"సరేలే... మంచే జరిగింది... అవునారే.. మా అబ్బాయి గురించి మీరిద్దరూ అడగలేదు ఏమీ..."

"అవసరంలేదు... నిన్ననే... మీ అబ్బాయి.. మన రామం ఇంటికి వెళ్ళాడుట... గాయత్రి అడ్రస్సు నీవే ఇచ్చావుట కదా... అన్ని వివరాలు రామం ఫోన్లో చెప్పాడుట... గాయత్రి రామం కూతురని నీవు చెప్పావట కదా" అన్నాను నేను... ముగింపు వాక్యాలు పలుకుతూ...

మేము ముగ్గరం గట్టిగా కౌగిలించుకున్నాం.

హృదయం చేసే కరచాలనమే కౌగిలింత

సౌందర్యం!

సత్యవతి దినవహి
Ph: 9790752180

శ్రీకర్ పెళ్లి. పెళ్లికూతురు సుందరి. సుమారు రెండు సంవత్సరాల క్రితం ఆమె శ్రీకర్ పనిచేస్తున్న ఆఫీసులో చేరింది. అప్పటినుండి ఆమె తన పని తాను చేసుకుపోవటం, సహోద్యోగులతో స్నేహభావంతో ఉండటం తప్ప ఏనాడూ అనవసరమైన విషయాలలో జోక్యం చేసుకోవటంకానీ పోసికోలు కబుర్లతో కాలక్షేపం చేయటంకానీ చూడలేదు శ్రీకర్. అలా నిశితంగా పరిశీలించడంలో ఎప్పుడు ఆమెతో ప్రేమలో పడ్డాడో అతనికి తెలియనేలేదు.

'తానైతే ఆమెని ఇష్ట పడుతున్నాడు కానీ ఆమె అభిప్రాయం తెలుసుకోవడం ఎలా, పోనీ సూటిగా అడిగేస్తేనో?' అనే ఆలోచనలోనే రోజులు గడిచిపోయాయి.

అటు ఇంట్లోనేమో "శ్రీకర్ ఇంకా ఎప్పుడు చేసుకుంటావురా పెళ్లి? బెండకాయ ముదిరినా బ్రహ్మచారి ముదిరినా పనికిరావంటారు" అంటూ తొందర చేస్తున్నారు తల్లిదండ్రులు, దామోదరం, కౌసల్య.

'ఇంక ఆలస్యం చేయకూడదు అనుకుని ఒకనాడు ధైర్యంచేసి సుందరి వద్దకు వెళ్ళి "మీతో కొంచం మాట్లాడాలి. మీకు అభ్యంతరం లేకపోతే ఇవాళ ఆఫీసు అయిపోయాక నాతో కాఫీ కి వస్తారా?" అని అడిగాడు.

అలా అడుగుతున్నప్పుడే 'ఆమె అవునంటే సరే కానీ కాదంటేనో!' ఆ ఆలోచనతోనే చిగురుటాకులా వణికాడు శ్రీకర్.

ఒకసారి శ్రీకర్ కేసి చూసి ఏమనుకుందో ఏమో "అలాగే తప్పక వస్తాను" అంది సుందరి. ఆ మాటే చాలు అన్నట్లుగా ఊహలలో తేలిపోసాగాడు శ్రీకర్.

ఆ సాయంత్రం ఇద్దరు ఆఫీసు దగ్గరగా ఉన్న కామత్ రెస్టారెంటుకి వెళ్ళి జనాలు ఎక్కువగా లేని చోట కూర్చున్నారు. ఇద్దరికీ కాఫీ ఆర్డరు చేసి "చూడండి సుందరిగారు నేను సూటిగా మిమ్మల్ని ఒక విషయం అడుగుతాను. మీరూ అంతే సూటిగా సమాధానం చెప్పాలి సరేనా?"

"అలాగే అడగండి"

"మీకు అంగీకారమైతే మిమ్మల్ని పెళ్ళి చేసుకోవాలనుకుంటున్నాను"

ఈ విషయం ముందే ఊహించిన సుందరి "మిమ్మల్ని కాదనడానికి నాకు కారణమేమీ కనిపించడం లేదు. నిజానికి మీరంటే నాకూ ఇష్టమే. కానీ..."

"సందేహించకుండా మీ మనసులో ఏముందో చెప్పండి"

"నా అంగీకారం తెలియజేసే ముందు మీరు నా గురించి మా కుటుంబం గురించి కొన్ని విషయాలు తెలుసుకుంటే మంచిది" అంటూ తన గురించి చెప్పి "ఇప్పుడు చెప్పండి, ఇప్పటికీ మీ నిర్ణయం అదేనా?"

కొంచంసేపు ఆమె వైపే సాలోచనగా చూసి "అవును. మీ గురించి అంతా విన్న తరువాత కూడా నా నిర్ణయమేమి మారలేదు ఇక మారదు కూడా!" దృఢంగా పలికాడు శ్రీకర్.

"చాలా చాలా థ్యాంక్స్" ఆనందం అణచుకోలేక, అది రెస్టారెంట్ అని కూడా మర్చిపోయి అతని రెండుచేతులు తన చేతులలోకి తీసుకుని ముద్దు పెట్టుకుంది సుందరి. తన చర్యకి శ్రీకర్ నవ్వుతుంటే ఎందుకో అర్థంకాక చుట్టూరా చూసేటప్పటికి అందరూ తననే చూస్తుండటం గమనించి సిగ్గుపడి చటుక్కున చేతులు వదిలేసింది.

కులమతాలకీ, అంతస్థులకీ అత్యంత ప్రాధాన్యమిచ్చే వ్యక్తులు శ్రీకర్ తల్లిదండ్రులు. తమ అంతస్థుకి సరితూగేటి తమ కులానికి చెందినట్టి అమ్మాయితోనే కొడుకు వివాహం జరిపించాలనుకుంటున్న తరుణంలో "నేను నా సహోద్యోగి సుందరి అనే అమ్మాయిని వివాహం చేసుకోవాలని నిర్ణయించుకున్నాను" అంటూ శ్రీకర్ చెప్పిన మాటలు అశనిపాతంలా తగిలాయి వారికి.

సుందరి కులగోత్రాలూ, అంతస్థూ అడుగుదామనుకుని కొడుకుకి కోపం వస్తుందేమోనని మౌనంగా ఉండిపోయిన తల్లిదండ్రులతో "సుందరి తండ్రి శరభయ్యగారు పెద్ద పేరు మోసిన వ్యాపారస్తులు" అని చెప్పాడు శ్రీకర్.

'పోనీలే మన అంతస్థుకి తగిన సంబంధమే' అనుకున్నారే కానీ శరభయ్యది కులమేమిటో తెలుసుకుందామనే ఆలోచనే కలుగలేదు దామోదరం దంపతులకు.

కట్నకానుకల ప్రసక్తి ఏమి తేవద్దని పెళ్ళిచూపులకి వెళ్ళే ముందే తల్లిదండ్రులకి చెప్పేశాడు శ్రీకర్. కొడుకు మాటలకి కొంత అసంతృప్తికి లోనైనా 'కోడలు గుణవంతురాలు, చదువుకున్నది, అందమైనది ముఖ్యంగా కొడుకు ఇష్టపడ్డాడు' అని సరిపెట్టుకున్నారు. దానికి తోడు శరభయ్యదే

తమదీ ఒకటే కులమని తెలిసి ఇంకా సంతోషించారు. దగ్గరలోనే మంచి ముహూర్తం ఉండటం, ఇరుపక్షాలు నిశ్చితార్థం అవసరం లేదనుకోవడంతో, పదిహేను రోజుల తర్వాత ఏకంగా పెళ్లికే ముహూర్తం నిశ్చయించబడింది.

"కట్నం లేదు కదాని పెళ్లి తూ–తూ మంత్రంగా చేస్తే కుదరదు మా హోదాకు తగ్గట్లుగా ఘనంగా చేయాలి సుమా! ఎక్కడా ఏ లోపం రాకూడదు–" అంటూ కాబోయే వియ్యంకుడు శరభయ్యకి ముందుగానే చెప్పారు దామోదరం దంపతులు.

"ఆ విషయంలో మీరు నిశ్చింతగా ఉండవచ్చు. పెళ్లి ఘనంగా చేస్తాము" వాగ్దానం చేసారు సుందరి తల్లిదండ్రులు.

కులమతాలకి పెద్దపీట వేసే తల్లిదండ్రులకు పెళ్లికి ముందరే సుందరిని గురించిన నిజం చెపితే మంచిదని నిశ్చయించుకున్నాడు. అయితే తోటలో తల్లిదండ్రులు ఎవరితోనో ఏదో ముఖ్యమైన చర్చలో ఉండటం గమనించి వెనుదిరిగాడో లేదో "శ్రీకర్ ఇలారా" అంటూ తండ్రి హుంకరింపు వినిపించి అటు కదిలాడు.

"ఏమైంది నాన్నా?"

"నేను విన్నది నిజమేనా? సుందరి శరభయ్య కన్నకూతురు కాదట, వాళ్ళ డ్రైవర్ కూతురట?" దామోదరం స్వరంలో కటుత్వం.

'ఓహో! అయితే ఇదన్న మాట ఈ పెద్దమనిషి ఇందాకటి నించి తన తల్లిదండ్రులకి చెప్తున్నది!' అనుకున్నాడు శ్రీకర్.

"ఏం సమాధానం చెప్పవేం, నేను విన్నది నిజమేనా, ఈ విషయం నీకు ముందే తెలుసా?"

"అవును నాన్నా తెలుసు" అన్నాడు శ్రీకర్.

అది విని దామోదరం, కౌసల్య, అప్పటిదాకా వాళ్ళిద్దరి చెవులు కొరికిన ఆ పెద్దమనిషి కూడా నిశ్చేష్టుడయ్యాడు.

కొడుకు నిర్వాకానికి దామోదరానికి తన పరువు మంటగలిసినట్లయ్యింది.

"పరువు ప్రతిష్ఠలకి మేమెంత ప్రాధాన్యతనిస్తామో తెలిసీ ఈ నిజం మా దగ్గర దాచి నువ్వు చాలా తప్పు చేశావు. రేపు నలుగురూ కులాన్ని భ్రష్టు పట్టించాడు దామోదరం కొడుకు అని మమ్మల్ని నిందిస్తుంటే మాకెంత అవమానంగా ఉంటుందో కొంచమైనా ఆలోచించావా?" మహోగ్రహులయ్యారు దామోదరం.

'ఇదేదో తండ్రీ కొడుకుల మధ్య వివాదానికి దారితీసేలా ఉందే' అనుకుని పెద్దమనిషి కూడా చోద్యం చూడసాగాడు.

"సుందరి శరభయ్యగారి కన్న కూతురు కాదనే విషయం వాళ్ళు నాకు ముందే చెప్పారు. శరభయ్యగారి డ్రైవరు విధి నిర్వహణలో ప్రాణాలు కోల్పోయాడు. ఆ సంగతి విని తట్టుకోలేక

బాలింతరాలైన అతని భార్య కూడా అక్కడికక్కడే ప్రాణాలు విడిచింది. అలాంటి సమయంలో శరభయ్య గారు కులము మతము అంటూ రోజుల పసిగుడ్డుని అనాధని చేయకుండా, ఆ త్యాగమూర్తి కుమార్తెను అక్కున చేర్చుకుని, సొంతబిడ్డలా సాకి సుందరి అని పేరుపెట్టి తన ఇంటి పేరు కూడా ఇచ్చి మానవత్వానికే మరో పేరుగా నిలిచారు. అలాంటి వ్యక్తి పెంపకంలో పెరిగిన సుందరి కూడా పరిణామం గురించి భయపడకుండా ఈ నిజం ముందే నాకు చెప్పి ఆయనకి తగిన కూతురని నిరూపించుకుంది. అందుకే సుందరే నాకు సరైన జీవిత భాగస్వామి అని నేను తీసుకున్న నిర్ణయం ఎంతో సరైనదని నాకు నమ్మకం కలిగింది. ఇప్పుడు చెప్పండి నాన్నా కులమతాలంటూ ఈ పెళ్లిని ఆపాలని చూస్తున్న మనం చేస్తున్న పని సరైనదా లేక డ్రైవర్ కూతుర్ని పెంచుకుంటే తమ కులపు వాళ్ళనించి ప్రతిఘటన ఎదురవుతుందని తెలిసీ వెరవకుండా పెద్ద మనసు చేసుకుని ఒక పసిపాపకి జీవితాన్నిచ్చిన శరభయ్యగారి ప్రవర్తన సరైనదా?" సూటిగా ప్రశ్నించాడు.

శ్రీకర్ మాటలు, కులమతాలే ప్రధానమని భావించే శ్రోతలను ఆలోచింప చేశాయి. కాసేపు ఆ నలుగురి నడుమా నిశ్శబ్దం తాండవించింది.

'అవును శ్రీకర్ మాటలలో ఎంతో నిజం ఉంది. ఇన్నాళ్ళు నేను చాలా సంకుచితంగా ఆలోచిస్తూ ఉండిపోయాను. శరభయ్యది నిజంగా ఎంతో గొప్ప మనసు. అలాంటి వ్యక్తి పెంపకంలో పెరిగిన సుందరే శ్రీకర్ కి జీవన సహచరిణి కాదగిన వ్యక్తి' అనుకుని "నీ విజ్ఞతకి మనసారా అభినందిస్తున్నాను బాబూ" అంటూ శ్రీకర్ ని ఆశీర్వదించారు దామోదరం.

పరిణామానికి వెరవకుండా ధైర్యంగా తన గురించిన నిజం చెప్పిన సుందరి రూపంలోనూ గుణంలోనూ సౌందర్యవతేనని గ్రహించింది కౌసల్య కూడా. వివాహం చేసుకుందామని కొడుకు తీసుకున్న నిర్ణయం ఎంతో సరైనదని ఆనందించి ఆశీర్వదించారు. పెద్దల ఆశీస్సులతో 'శ్రీకర్ సుందరి' ల పెళ్లి అంగరంగ వైభవంగా జరిగింది.

మధురం.. ఈ అనుబంధం!!

సౌజన్య రామకృష్ణ
Ph: 9000239842

"సర్, మీకు పాప పుట్టింది.!! మీ భార్య ఆమని, అలానే పాప – ఇద్దరూ క్షేమంగా ఉన్నారు. ఇంకో ఇరవై నిమిషాల్లో వాళ్ళని మీరు చూడచ్చు." అని చెప్పింది సిస్టర్ నవ్వుతూ.

సిస్టర్ చెప్పిన మాట విన్న అజయ్ ముఖంలో చిరునవ్వు మెరిసింది.

"థాంక్ యూ సో మచ్ సిస్టర్." అని చెప్పి ఆనందంగా తన నాన్నమ్మ కి ఫోన్ చేశాడు.

"హలో అజయ్! ఏంట్రా ఇంత పొద్దు పోయాక ఫోన్ చేశావు.?? "

అని అడిగింది నిర్మలమ్మ.

" నానమ్మ!! నాకు..నాకు కూతురు పుట్టింది. నీకు ముని మనవరాలు పుట్టిందే!" అని చెప్పాడు.

" ఏంట్రా.. ముని మనవరాలా..!!చాలా.. చాలా సంతోషంగా ఉందిరా..!! ఏవిటిరా..అప్పుడే అమ్మాయికి పురిటి నొప్పులు వచ్చి కాన్పు కూడా అయిపోయిందా?? " అని అడిగింది నిర్మలమ్మ.

" అవునే నానమ్మ.!! నేను నాన్నని అయ్యాను. పాపని ఇంకా నేను చూడలేదు. డాక్టర్స్ పిలుస్తాం కాసేపు ఆగండి అని అన్నారు. అసలు ఈ రోజు కాన్పు అవ్వుతుంది అని ఆమని, నేనూ అనుకోలేదు.

"మూడు రోజుల క్రితం ఆమని ని చెక్ అప్ కి తీసుకుని వెళ్తే

డాక్టర్ ఆమని ని పరీక్షించి కాన్పుకి ఇంకో వారం సమయం ఉంది" అని చెప్పారు.

అలానే ఏ క్షణం లో పురిటి నొప్పులు వచ్చినా హాస్పిటల్ కి రమ్మన్నారు. ఈ రోజు ఉదయం నుంచీ ఆమని కాస్త ముభావంగానే ఉంది.

"మధ్యాహ్నం నుంచీ మెల్లగా నొప్పులు మొదలయ్యాయి. ఇంక ఆలస్యం చేయకుండా హాస్పిటల్ కి తీసుకుని వచ్చాను. ఆమని అలా బాధ పడుతూ ఉంటే చూడలేకపోయాను నానమ్మ."

" డాక్టర్స్ చూసి కాన్పు ఈ రోజే అయిపోతుంది అని చెప్పారు. అత్తయ్య, మామయ్య కి తెలియచేశాను. వాళ్ళు వస్తున్నారు. "

" కాన్పు అయ్యాకా పుట్టింది ఎవరో తెలుసుకుని నీకు చెపుదాం అని ఆగాను. నానమ్మ..!! అదీ.. ఆమని కి ఏమీ కాదు కదా?? ఇప్పుడే నర్స్ చెప్పిందిలే ఆమని,బిడ్డ క్షేమం అని, అయినా నాకే కాస్త కంగారుగా ఉంది. అలానే పాప ఎవరి పోలికలో ఉంటుంది అంటావ్ ?? " అని అడిగాడు.

" ఒరేయ్ కన్నా..!! భయపడకు. కంగారు పడకు. అమ్మాయి క్షేమంగా ఉంటుంది అని డాక్టర్ చెప్పాక కూడా నువ్వు భయపడడం కరెక్ట్ కాదు. అలానే నేను వచ్చి చూసి చెప్తాను నీ కూతురు ఎలా ఉందో, ఎవరి పోలికలో ఉందో. "

" నాన్నా..!! నువ్వు నీ పాపని చూడడం కంటే ముందు ఆమనిని చూసి తన నుదిటి పై ముద్దుపెట్టి తనతో మాట్లాడి, తన ఆరోగ్యం ఎలా ఉంది అని అడిగి అప్పుడు పాపని దగ్గరికి. తీసుకో".

" తొమ్మిది నెలలు, నీ బిడ్డని కంటికి రెప్పలా మోసింది రా నీ భార్య. ఇప్పుడు ఆమనికి కావాల్సింది నువ్వు తనపై చూపించే, నువ్వు పంచే కొండత ప్రేమ. పాప వచ్చాక, సరికొత్త అనుబంధం నీ కూతురితో మీకు ఏర్పడుతుంది. అప్పుడు నువ్వు నీ భార్యతో గడిపే సమయం తగ్గుతుంది."

" అలా జరగకుండా. చూసుకో. ఆమనికి ఇది వరకూ నువ్వు ఇచ్చిన ఆనందం, సంతోషం అలానే తనతో ఒక స్నేహితుడిగా ఎలా మెలిగావో అలానే ఇకపై కూడా కొనసాగించు. పెళ్ళి తరువాత మీ జీవితం ఒకలా ఉంటుంది. ఆ తరువాత పిల్లలు వచ్చాక ఇంకోలా కాస్త బిజీగా మారుతుంది."

"అలాంటప్పుడు ఒకరికోసం ఒకరు సమయం కుదుర్చుకోవాలి. దాంపత్య జీవితంలో ఇదే ముఖ్యం. మీ బంధాన్ని ఇంకా బలపరుస్తుంది." అని చెప్పింది నిర్మలమ్మ.

"తప్పకుండా నానమ్మ. నిజంగా ఒకానొక సమయంలో నా జీవితం ఏమయ్యిపోతుంది అని నువ్వు భయపడి, నా గురించి ఆలోచించి నన్ను సరైన దారిలోకి తెచ్చి, నన్ను మామూలు మనిషిగా మార్చి, జీవితంలో నేను ఒక మంచి నిర్ణయం తీసుకునేలా చేశావు. నాకు ఆమనిని పెళ్ళి చేసుకోమని చెప్పి, నా జీవితం ఇంత అందంగా, ఆనందంగా మారేలా చేశావు. "అని అన్నాడు అజయ్.

"నేనేం చేశాను రా కన్నా .!! నేను ఎంత చెప్పినా నీ నుంచి ఒక పాజిటివ్ రెస్పాన్స్ రాకపోతే నా ప్రయత్నం వృధా అయ్యేదే కదూ.!!"

★★★

" నాలుగేళ్ళ క్రితం మన జీవితంలో జరిగిన ఒక దురదృష్టకరమైన సంఘటన నీకు అమ్మ –నాన్నని, నాకు కొడుకూ –కోడల్ని దూరం చేసింది. "

" అలా ఇద్దరూ ఒకేసారి నీ జీవితంలో నుంచి శాశ్వతంగా దూరం అయ్యే సరికి నువ్వు మందుకు బానిసవి అయ్యావు. డిప్రెషన్ లోకి వెళ్ళిపోయావు. నిన్ను అలా చూసే సరికి నా మనసు ఎంత బాధ పడిందో నాకు తెలుసు. "

" ఈ వయసులో కన్న కొడుకుని, ఇంటికి పెద్ద కొడుకుని పోగొట్టుకున్నాను. మనవడివి నిన్నుచూస్తే అమ్మ నాన్న చనిపోయారు అని వారి గురించే ఆలోచిస్తూ , నీ జీవితాన్ని ముందుకు సాగనివ్వకుండా మధ్యలోనే ఆపేశావు. "

" అలా నువ్వు ఉండద్దు , నిన్ను మార్చాలి,మాములు మనిషిని చేయాలి అని నీతోనే ఉంటూ అమ్మ నాన్న నీతో లేకపోయినా బ్రతకగలవు అని ధైర్యం చెప్పాను. "

" అమ్మ నాన్న చనిపోయాక , నువ్వు మందు తాగుతూ, ఇంట్లోనే ఉండిపోయి, నీ జీవితం మీద ప్రేమ లేకుండా , నీ మీద నీకు నియంత్రణ లేకుండా ఉండే సరికి నాకు చాలా బాధ వేసింది రా కన్నా."

" నీలాగే నాకు చిన్న వయసులో, 17 ఏళ్ల వయసులో అమ్మ నాన్న ఇద్దరూ దూరం అయ్యారు. అప్పటి దాకా అమ్మ నాన్నే లోకం అనుకున్న నేను ఒంటరిని అయిపోయాను అని అనిపించింది".

"నా ఆలోచనలని పట్టించుకోకుండా, నేను సంతోషంగా ఉన్నానా లేదా?? అనేది చూడకుండా మా అక్కలు, అన్నలు కలిసి నా పెళ్ళి మీ తాతయ్యతో కుదిర్చి, జరిపించారు. కనీసం అబ్బాయి నీకు నచ్చాడా?? బాగున్నాడా?? అని కూడా అడగలేదు. నా పెళ్ళి చేసి వాళ్ళ బాధ్యత తీరింది అని అనుకున్నారు".

"మీ తాతయ్య నా జీవితంలోకి వచ్చి, నన్ను అర్థం చేసుకుని నా జీవితంలో మళ్ళీ ఆనందాన్ని నింపారు."

"నా పెళ్ళైన కొత్తల్లో నేను చాలా ముభావంగా ఉండేదాన్ని. మీ తాతయ్య ని చూస్తేనే భయం వేసేది. నేను ఆయనతో కొన్ని రోజులు మాట్లాడలేదు. ఆయన దగ్గరికి కూడా వెళ్ళలేదు. "

"కాని మీ తాతయ్య ముందు నాతో స్నేహం చేశారు. జీవితం అంటే కష్టసుఖాల సంగమం. ఒక అనుబంధం, శాశ్వతంగా నిన్ను వీడి వెళ్ళిపోతే, ఆ దేవుడు ఇంకొక కొత్త అనుబంధాన్ని నీ జీవితంలోకి తీసుకుని వచ్చి, నీ జీవితాన్ని ఆనందంగా మారుస్తాడు అని చెప్పారు".

"తాతయ్య నన్ను అర్థం, చేసుకుని నాలో భయాలు పోగొట్టి, నా జీవితంలో ఆనందాన్ని నింపారు."

"తాతయ్య అలా నాతో స్నేహంగా మెలగడం మొదలు పెట్టాక, నాకు జీవితం పై ఆశ కలిగింది. నన్ను నేను ప్రేమించడం మొదలు పెట్టాను."

" నా జీవితం ఎలా ఉండాలి?? ఎలా ఉంటే బాగుంటుంది ?? అని అయన నన్ను దగ్గరికి తీసుకుని ఒక స్నేహితుడిగా మారి నాకు వివరించి చెప్పారు. ఆ సమయంలో అయన **నాకు** ఒక దేవుడిలా, నా జీవితాన్ని అందంగా మార్చిన మనిషిలా కనపడ్డారు. అయనని ప్రేమించడం, ఆరాధించడం మొదలుపెట్టాను. "

"ఆయనతో నా అనుబంధని బలంగా మార్చుకున్నాను. అలా చేశాక నా మీద నాకు ఒక నియంత్రణ వచ్చింది. నేను తాతయ్యతో స్నేహం చేశాక, నాకు తెలియనిది తెలుసుకుని ముందుకు వెళ్ళాను. తాతయ్య పంచే ప్రేమ ని పొందాను. ఏది మంచి ఏది చెడు అనేది అయన వివరించారు. మా ప్రేమ కి ప్రతిరూపంగా నాన్న ఇంకా బాబాయి పుట్టారు. "

"అమ్మ , నాన్న లేని జీవితం ఎలా?? అని అనుకున్న నాకు తాతయ్య అందమైన జీవితాన్ని ఇచ్చారు. అయన మంచితనం

నన్ను ఆయన్ని ప్రేమించేలా చేసింది. "

"అప్పుడప్పుడు నేను అయనపై చూపించే ప్రేమను చూసి 'ఇలా నన్ను ఎక్కువగా ప్రేమించడం సబబు కాదు. ఈ జీవితంలో ఏదీ శాశ్వతం కాదు. రేపు అనే రోజు ఏది జరిగినా, అది మంచైనా చెడు అయినా దాన్ని ఒకేలా స్వీకరించు.!! అని చెప్పారు."

"ఆయన అలా చెప్పినప్పుడు నాకు భయం వేసినా, ఆయన ఎంత ముందు చూపుతో ఆలోచించారో ఆయన ఈ లోకం విడిచి వెళ్ళాక కానీ అర్థం కాలేదు."

"ఇద్దరం ఒకరి కోసం ఒకరం ఎన్ని అవరోధాలు ఎదురైనా కలిసే బ్రతికాము. నా పిల్లలిద్దరిని చక్కగా పెంచి పెద్ద చేశాము. పెళ్ళి చేశాము. భర్త.. కొడుకులు కోడళ్ళు.. మనవడు.. మనవరాళ్లతో నా జీవితం మధురానుభూతులతో నిండింది, నా కుటుంబం సంపూర్ణం అయ్యింది అని అనుకున్నప్పుడు , గుండెపోటు మీ తాతయ్యని నా నుంచి తీసుకుని పోయింది. "

"మళ్ళీ నా జీవితంలో చీకటి రోజులు వచ్చాయి అని అనుకున్నాను. అప్పుడు నా కుటుంబం అంతా కలిసి నన్ను సంతోషపెట్టారు. "

"ముఖ్యంగా అజయ్. నువ్వు నన్ను ఆనందంగా ఉండేలా చూసుకున్నావు. తాతయ్య తో నేను గడిపిన క్షణాలని నీకు ఊహ తెలిసినప్పటి నుంచి వీడియోలుగా, ఫోటోలుగా తీసి అవే నాకు చూపించావు. నన్ను వదలకుండా నాతోనే ఉండిపోయావు.

తాతయ్య మన ఆలోచనల్లో, ఇకపై మన మనస్సులో ఉండిపోతారు అని **నాకు** తెలియచేశావు."

"ఆ మాటలు నేను మామూలు మనిషిగా మారడానికి బాగా ఉపయోగ పడ్డాయి. అలా మూడేళ్లు గడిచాయి. నేను మామూలు మనిషిగా మారిపోయాను. తాతయ్య లేరు అనే నిజానికి అలవాటు పడ్డాను."

"కానీ విధి ఆడిన వింత నాటకంలో నా పెద్ద కొడుకు, కోడలు ఒకే సారి దూరం అవ్వడంతో నువ్వు డిప్రెషన్ లోకి వెళ్లడం నాకు నచ్చలేదు. "

"తాతయ్య పోయినప్పుడు నాకు ఎంత భరోసా ఇచ్చావో, నన్ను ఎంత మోటివేట్ చేశావో అదే గుర్తు తెచ్చుకున్నాను. కన్న కొడుకు పోయాడే అని బాధ పడ్డా, నువ్వు ఏమైపోతావు అనే బెంగ నన్ను మరింత కలచివేసింది. "

"ఎలాగైనా నీ జీవితాన్ని మార్చి నీకూ తోడు వెతకాలి అని నిర్ణయించుకున్నాను. నిన్ను జాగ్రత్తగా చూసుకుంటూ ముందు నిన్ను మామూలు మనిషిగా మార్చాను. "

"నీకు తోడు కోసం వెతుకుతూ ఉంటే. ఆమని నా దగ్గరికి వచ్చి నిన్ను పెళ్ళి చేసుకుంటాను, నిన్నే చేసుకుంటాను.

ఇంకెవరిని చేసుకోను అని ఖచ్చితంగా చెప్పే సరికి ముందు ఆశ్చర్యపోయాను. "అని అన్నది నిర్మలమ్మ.

అప్పటి దాకా అజయ తన నానమ్మ చెప్పే మాటలు వింటూ ఉన్నా..

ఆమని, తను అజయ్ ని పెళ్ళి ఎందుకు చేసుకుంది అనే విషయం చెప్పే సరికి ఆశ్చర్యపోయాడు.

"నానమ్మ!! ఏం మాట్లాడుతున్నావ్ నువ్వు?? ఆమనినే వచ్చి నన్ను పెళ్లి చేసుకుంటానని చెప్పిందా?? ఈ విషయం నా దగ్గర ఎందుకు దాచావు??"అని అడిగాడు ఆశ్చర్యంగా.

"ఎందుకంటే నీకు తన గురించి చెప్తే ఈ పెళ్ళి నువ్వు చేసుకోవు అని ఆమని అనుకుంది. అసలు మీ అమ్మ నాన్నకి యాక్సిడెంట్ ఎలా అయిందో తెలుసా??"

"ఆక్సిడెంట్ జరిగిన రోజు ఆమని వాళ్లు ట్రావెల్ చేస్తున్న కార్ కి బ్రేక్ ఫెయిల్ అయ్యింది. అనుకోకుండా అప్పుడే నాన్నవాళ్లు ఉన్న వాళ్ళ కార్ కి ఎదురు వెళుతోంది."

"ఆమని వాళ్ళ కార్ మీదకి రావడం చూసి, మీ నాన్న ప్రయాణిస్తున్న కారు డ్రైవర్ స్టీరింగ్ ని పక్కకు తిప్పాడు. కానీ.. ఆ పక్కనే ఆగి ఉన్న లారీని నాన్న ప్రయాణం చేస్తున్న కార్ బలంగా ధీకొనింది. అమ్మ, నాన్న, డ్రైవర్ అక్కడికక్కడే చనిపోయారు. "

"మనమందరం కూడా కార్ వెళ్ళి లారీ కి గుద్దుకొని చనిపోయామని అనుకున్నాం. కానీ జరిగిన విషయం ఇది. అమ్మ నాన్న చనిపోయాక నువ్వు ఎంత బాధ పడుతున్నావో ఆమని తెలుసుకుని నిన్ను దూరంగా ఉంటూ, కళ్ళారా చూసింది. "

"ఆ తర్వాత నా దగ్గరికి వచ్చి, నాతో క్షమించమని చెప్పి 'అజయ్ ని పెళ్లి చేసుకుంటాను. మా ఇద్దరికీ **మంచి** జీవితాన్ని ప్రసాదించండి అమ్మమ్మ. అజయ్ ని ఆనందంగా, సంతోషంగా ఉంచుతాను. "

"మా కుటుంబం వల్ల అజయ్ జీవితం లో అమ్మ నాన్న ని చూడలేదు. తప్పు అనుకోకుండా జరిగింది. ఆ తప్పుని నేను సరిదిద్దుకుంటాను అని చెప్పేసరికి నేను కాదనలేకపోయాను.

తప్పు వాళ్ళ వల్ల కాలేదు, కానీ తను చాలా బాధపడింది. నన్నే కాదు, తన అమ్మ నాన్న ని కూడా ఒప్పించింది."

"నిజంగా ఆమని అప్పుడు నాకు మంచి మనసు ఉన్న అమ్మాయిలా కనిపించింది. ఈ కాలంలో చాలా మంది అమ్మాయిలు ఆమనిలా అర్థం చేసుకోవట్లేదు రా. అందుకే నీ జీవితం ఆమనిని పెళ్లి చేసుకుంటే బాగుంటుందని, నీ గురించి తనకి పూర్తిగా తెలుసు కాబట్టి ఆమని కి, నీకూ పెళ్లి చేశాను. "

"నిజంగా తనని జీవితంలోకి వచ్చినప్పటి నుంచి ఇప్పటి దాకా నిన్ను ప్రేమిస్తూ, నిన్ను అర్థం చేసుకుంటూ.. జీవితమంటే ఆనందాలమయం, మధురానుభూతుల సంగమం అని తెలియజేస్తూ ఉన్నది. "

"అందుకే అన్నాను ఇప్పుడు పాపని చూడడానికి వెళ్ళినప్పుడు ముందుగా ఆమని తో మాట్లాడు అని." అన్నది

నిర్మలమ్మ వస్తున్న కన్నీటిని తుడుచుకుని.

★★★

"నానమ్మ!! నిజంగా నా కూతురు పుట్టిన ఈ రోజున ఆమని గురించి నాకు తెలియని ఒక నిజాన్ని నాకు తెలియజేశావు. ఇకపై ఆమని నాకు ఇంకా గొప్పగా కనబడుతుంది. దయచేసి నాకు చెప్పినట్టు ఆమని కి చెప్పకు. "

"ఎప్పటికీ తన అనుకున్నట్టుగా ఆ నిజాన్ని నీలోనే దాచేయి. అలానే నేను అడగకపోయినా నాకు నిజం చెప్పి ఆమని నేను మరింత ప్రేమించేలా చేసేశావు." అని అన్నాడు అజయ్ చెమ్మగిల్లిన కళ్ళతో.

★★★

"సర్, మీరు వచ్చి బేబీని ఇంకా మేడం ని చూడొచ్చు".

అని చెప్పేసరికి ఈ లోకంలోకి వచ్చాడు అజయ్.

"నానమ్మ ! పాపని చూడడానికి వెళ్తున్నాను. నువ్వు త్వరగా బయల్దేరి హాస్పిటల్ కి వచ్చేయి. " అని అన్నాడు.

"నువ్వు వెళ్లి చూడు నాన్న. నేను వచ్చేస్తాను బాబాయితో కలిసి."అని అన్నది నిర్మలమ్మ.

కాల్ కట్ చేసి ఆనందంగా తన భార్యని, **కూతురుని** చూడడానికి వెళ్ళాడు అజయ్.

మనవడితో **మాట్లాడాక..**

"భగవంతుడా! నా కోరికను మన్నించు. వీరిద్దరూ ముగ్గురుగా మారారు. ఇకపై వీరి జీవితాలు ఇలాగే సాఫీగా సాగేలా, ఎటువంటి ఇబ్బందులు రాకుండా, **ఆనందంగా,** సంతోషంగా గడిచేటట్టు చూడు. "అని కోరుకుంది నిర్మలమ్మ.

★★★

"సర్...!! ఇదిగోండి మీ పాప. "అని చెప్పి సిస్టర్ పుట్టిన బిడ్డని తీసుకువచ్చి అజయ్ చేతిలో పెట్టబోయింది.

"ఒక్క నిమిషం సిస్టర్, ముందు నేను నా భార్య ఆమని తో మాట్లాడి ఆ తర్వాతే బిడ్డని చూస్తాను. అని చెప్పాడు అజయ్.

అజయ్ మాటలు విన్న ఆమని..

"అజయ్ ఏంటిది!! తొమ్మిది నెలల నుంచీ పుట్టబోయే బిడ్డ కోసం నువ్వు ఎంత ఆత్రుతగా ఎదురు చూశావు.??

మరి ఇప్పుడు పాప పుడితే ముందు నా దగ్గరికి రావడం ఏంటి?? ముందు పాపని చూడు అచ్చం నీలాగే ఉంది. "అని అన్నది ఆమని ఆశ్చర్యంగా.

"లేదు ఆమని. 9 నెలలు నీ కడుపులో

ఈ బిడ్డని మోశావు. ఈ క్రమం లో బరువు పెరిగావు.

నీ ఇష్టాలు, అభిరుచులు వదులుకున్నావు. నచ్చినవి తినాలి అని ఉన్నా, పాపకోసం నువ్వు తినలేదు. కొన్ని నీకు నచ్చక పోయినా పాప కోసం తిన్నావు. అందుకోసం నిన్ను నువ్వు నియంత్రించుకున్నావు.!! "అని అన్నాడు అజయ్ వస్తున్న కన్నీళ్ళని తుడుచుకుని.

" ఇప్పుడు నేను పాపని ఎత్తుకాని సింపుల్ గా నీకు థాంక్స్ చెప్తే సరిపోదు. నేను నిన్ను ఇలా దగ్గరికి తీసుకుని కాగిలించుకాని థాంక్యూ చెప్తే అప్పుడు నాకు ఆనందంగా ఉంటుంది. "అని అన్నాడు అజయ్.

ఆ మాటలు విన్న ఆమని, ఆనందంగా అజయ్ ని కౌగిలించుకుని.. మన ప్రేమకి ప్రతిరూపం ఈ భూమి మీదకి వచ్చేసింది అజయ్. మనము అమ్మానాన్న అయ్యాము అన్నది ఆమని ఏడుస్తూ.!!

కొన్ని క్షణాల పాటూ వారు ఇద్దరూ అలానే ఉండిపోయారు.

"ఇదిగో. పాపని ఎత్తుకో అజయ్." అని అన్నది ఆమని.

"నా జీవితం శూన్యం అనుకున్నప్పుడు నువ్వు వచ్చి ఆనందాన్ని ఇచ్చావు. మళ్ళీ ఇప్పుడు ఈ పాప మన జీవితంలోకి వచ్చి మన జీవితం ని పరిపూర్ణం చేసింది."అని అన్నాడు.

"అజయ్...!! ఏమయ్యింది నీకు?? కొత్తగా మాట్లాడుతున్నావు??

ఆర్ యూ ఒకే?? "అని అడిగింది ఆమని.

"నేను బాగానే ఉన్నాను. ఇప్పుడు నువ్వు నాకు ఇంకా అందంగా కనపడుతున్నావు ఆమని.!!" అన్నాడు పాపని తీసుకుని , ఆమని పక్కనే కూర్చుని పాపకి ముద్దు పెట్టి.

అజయ్ ఎందుకు అలా మాట్లాడుతున్నాడో అర్థం కాక ..పాపని అజయ్ ని మార్చి చూస్తూ ఉన్నది ఆమని.

★★★

ఆ మరుసటి రోజు..

"నానమ్మ.!! పాప ఎవరి పోలికలో ఉన్నదో చూసి చెప్పు??" అని అడిగాడు అజయ్ నిర్మలమ్మ చేతిలో పాపని పెట్టి.

"నాన్న అజయ్...!! పాప ఇద్దరి పోలికలతో ఉన్నది. "అని అన్నది నిర్మలమ్మ పాపని చూసి.

"అబ్బా..!! నానమ్మ అలా అనకు. నిజం చెప్పు?? పాప అచ్చం ఆమనీ లాగే ఉంది కదా?? "అని అన్నాడు.

"అమ్మమ్మ గారు...!! అజయ్ అలాగే అంటాడు కానీ.. పాప అచ్చం అజయ్ లాగే ఉంది కదా ?? " అని అడిగింది ఆమని.

" మీరిద్దరూ కాస్త ఆగండి రా అని పాపని చూసి , మీ ఇద్దరి పోలికల్లో ఉంది రా పాప." అని అంది నిర్మలమ్మ.

అజయ్, ఆమని సంతోషంగా నిర్మలమ్మని హత్తుకున్నారు.

"నానమ్మ..!! కొన్ని రోజులు నువ్వ మాతోనే ఉండి పాప తో

గడపాలి అని నేనూ, ఆమని అనుకున్నాము. "అని అన్నాడు అజయ్.

"తప్పకుండా. మీ తాతయ్య చెప్పినట్టు దేవుడు ఏది ఇచ్చినా తీసుకోవాలి. తప్పకుండా నా ముని మనవరాలితో గడుపుతాను. "అని అన్నది నిర్మలమ్మ.

వారిద్దరి అన్యోన్యతని , ఆలోచనలని చూసిన ఆమని అమ్మ నాన్న కూడా ఆమని, అజయ్ ని పెళ్ళి చేసుకోవడం సబబే అని అనుకున్నారు.!!

ఇకపై...వారి జీవితం మరిన్ని మధురానుభూతులతో నిండిపోతుంది..!!

తిరగబడ్డ ఉచ్చు

సత్య. ఎం
Ph: 8297529045

"ప్రియా ఎక్కడున్నావ్?" అని పిలుస్తూ వచ్చి హాల్ లో ఉన్న సోఫాలో కూర్చున్నాడు రవి.

"వస్తున్నానండి." అంటూ కిచెన్ లో నుండి వచ్చింది ప్రియ.

"నీకు కిచెన్ లో పని ఏంటి? వంట మనిషి ఉంది కదా నువ్వు ఎందుకు వెళ్ళావు?" అన్నాడు చెయ్యి పట్టుకుని పక్కన కూర్చోబెట్టుకుంటూ.

"మీకు ఇష్టమైనవి ఏంటో తెలుసుకుని, నేను చేసి మిమ్మల్ని సర్ప్రైజ్ చేద్దామని." అంది.

"నా పని తిండి తినే లాగ లేదు. బిజినెస్ లో ఒక పెద్ద సమస్య. నువ్వు నాకో సాయం చేస్తావా?"

"నేనా! నా వల్ల అయ్యేది అయితే నేను తప్పకుండా చేస్తాను. "

"నీ నగలు ఇస్తావా?" అన్నాడు చిన్నగా.

"అయ్యో! ఇంతేనా? ఉండండి." అంటూ బెడ్ రూమ్ లోకి వెళ్లి తన బీరువా ఓపెన్ చేసి, నగలన్నీ ఒక బ్యాగ్ లో పెట్టి తీసుకొచ్చి ఇచ్చింది.

"నేను మళ్లీ నెక్స్ట్ మంత్ విడిపించేస్తాను." అన్నాడు.

"ఇప్పుడు వాటి కంగారు ఏం లేదు లెండి. మీరు పెట్టినవే మీ అవసరానికి ఉపయోగపడకపోతే ఇంకెందుకు నాకు అవి."

"మేం పెట్టినవి కాదు. మీ అమ్మగారు వాళ్ళు పెట్టిన నగలు ఉన్నాయి కదా! అవి అడిగాను."

"అవి ఇక్కడ లేవు కదా! నేను అమ్మ వాళ్ళ ఇంటి దగ్గర వదిలేసి వచ్చాను. మీరు పెట్టినవే బోలెడు ఉన్నాయి." అంది.

చేతిలో ఉన్న బ్యాగ్ ని విసురుగా సోఫాలో పడేసి "ఇప్పుడు వెళ్లి ఆ నగలు తీసుకురా!" అన్నాడు కరుకుగా

"ఏదయితే ఏముంది. మీరు నాకు పెట్టినవే కదా! ఇవి పెట్టండి. నేను తర్వాత తీసుకొస్తాను అవి." అంది చిన్నగా

"ఇవి గోల్డ్ కాదు, రోల్డ్ గోల్డ్. వీటికి డబ్బులు ఇచ్చే రోజులు ఇంకా రాలేదు."

"ఏంటి!" ఆ గొంతులో ఆశ్చర్యం.

"అవును నువ్వు విన్నది నిజమే, ఇది గోల్డ్ కాదు రోల్డ్ గోల్డ్!" అన్నాడు నిర్లక్ష్యంగా

"మరి నాకు పెళ్లిలో పెట్టారు?"

"మేము బంగారం అని చెప్పామా? "

"అత్తయ్య గారు యాభై తులాలు పెడుతున్నాము. మీరు పాతికయినా పెట్టక పోతే మాకు పరువు పోతుంది అంటే, అమ్మ మెడలో సూత్రాల తాడు తో సహ ఉన్నదంతా నాకే ఇచ్చేసారు." అంది బాధగా.

"సరే ఇప్పుడు నీ సోది అంతా వినే టైం లేదు. నువ్వు మీ పుట్టింటికి వెళ్లి నీ బంగారం తీసుకుని రా." అన్నాడు.

"అదేంటి మీరు రోల్డ్ గోల్డ్ పెట్టారు. మా అమ్మ వాళ్ళు పెట్టిన బంగారం నేను మీకు ఇవ్వాలా? ఇప్పుడు నేను తీసుకురాను. చేను పెట్టుబడికి కావాలంటే బంగారం బ్యాంకులో పెట్టుకోమని చెప్పాను. ఇప్పుడు ఎలా అడుగుతాను?"

"ఏంటి చేను, చేను.. సరే ఒక పని చెయ్. అది పెట్టి డబ్బు తీసుకుందాం. ఆ పేపర్స్ తీసుకురా వెళ్లి." అన్నాడు.

అలా చూస్తూ ఉండిపోయింది.

"ముందు మీ వాళ్ళు ఏం చెప్పారే? భూమి నా పేరు మీద రిజిస్ట్రేషన్ చేస్తా అన్నారు. మళ్ళీ ఏమొచ్చిందో నీ పేరు మీద చేయించారు."

"మనకు పెళ్ళయిన తర్వాత మీది నాది ఏంటి?" అంది మాటలు కూడదీసుకుంటూ.

" నీ పేరు మీద ఉంటే ఇలాగే అడుక్కోవాలి. రా వచ్చి సంతకం పెట్టు అని. నా పేరు మీద ఉంటే నాకు ఆ బాధ ఉండదు కదా?"

"మన పెళ్లయి నెలా పది హేను రోజులైంది. ఏంటి అప్పుడే ఆస్తులు గొడవ."

"చూడమ్మాయ్! మావాడు బిజినెస్ లో లాస్ అయ్యాడు. నిన్ను పెళ్లి చేసుకుని, నీ ద్వారా వచ్చే డబ్బుతో వాడు బిజినెస్ డెవలప్ చేసుకోవాలి అనుకున్నాడు." అంది లక్ష్మి.

"అత్తయ్య ఆ మాట ముందే చెప్పి, దానికి ఇష్టమయిన వాళ్ళనే పెళ్లి చేసుకుంటే సరిపోయేది కదా?" అంది.

వెంటనే వచ్చి గట్టిగా చెంప మీద కొట్టాడు.

"మా అమ్మకి ఎదురు చెప్తావే నువ్వు?" అంటూ

"అమ్మా ఈరోజు మనం ఇల్లు ఖాళీ చేసి మన ఇంటికి వెళ్తున్నాం." అన్నాడు.

"వడ్డీ అయినా కట్టకుండా ఇంట్లోకి రానివ్వను అన్నాడు మర్చిపోయావా?" అంది లక్ష్మి.

"ఇదిగో దీని మెడలో ఉందిగా చైన్ అది తీసుకో. అది ఇచ్చి పది రోజులు టైమ్ అడుగుతాను.

"

ఆశ్చర్యంగా చూస్తుంది అంటే ఇది వీళ్ళ ఇల్లు కాదా! ఇద్దరూ చెరో పక్కకి వెళ్ళిపోయారు. అక్కడే సోఫాలో కూర్చుని ఉండిపోయింది.

వంటమనిషి సావిత్రి నీళ్లు తీసుకుని వచ్చి ఇచ్చింది.

"తాగమ్మా. ఇది వీళ్ళ ఇల్లు కాదమ్మా! రెంటుకు తీసుకున్నారు. నన్ను కూడా రెండు నెలలకే వంట మనిషిగా పెట్టుకున్నారు. వచ్చిన దగ్గర నుండీ వీళ్ళ మాటల బట్టి నాకు అర్థం అయ్యింది. నాకు తెలిసీ నీకు చెప్పలేకపోయాను తల్లి! ఎందుకంటే ఎప్పుడో ఒకప్పుడు నువ్వే తెలుసుకుంటావులే అని. ఇప్పటి నుండీ నిన్ను బాధ పెట్టడం ఎందుకు అనిపించింది.."

"ఈ అబ్బాయి బిజినెస్ లో ఎప్పుడో లాసయ్యాడట. ఇప్పటి వరకూ ఈ ఇల్లూ, పెళ్ళిలో ఖర్చులూ అన్నీ నీ కట్నం డబ్బుతోనే. ఇప్పుడు నువ్వు ఇచ్చే డబ్బులతో కూడా బిజినెస్ చేస్తాడని నమ్మకం ఏం లేదు. తాగి తందనాలు ఆడతాడు." అంది.

అలా కూర్చుని ఉండిపోయింది ప్రియ.

"ఆలోచించుకో డబ్బు వీళ్ళ చేతికి అందితే నిన్ను వదిలించుకుంటారు జాగ్రత్త. "అని అక్కడ నుండి వెళ్ళిపోయింది సావిత్రి.

ఎంతసేపు కూర్చుందో కూడా టైం తెలియదు.

"ఏంటి నీ బట్టలు సర్దుకోవా నడు వెళ్ళాలి." అన్నాడు.

లోపటికి వెళ్ళి బీరువాలో తన బట్టలన్నీ తీసి బ్యాగుల్లో సర్దుకుని సోఫాలో పడి ఉన్న రోల్డ్ గోల్డ్ నగల కూడా తీసి తను లగేజ్ లో పెట్టుకుంది. బట్టలు తప్ప మిగిలినవి ఏవి వీళ్ళవి కావా! ఆశ్చర్యంగా ఇల్లంతటినీ పరిశీలనగా చూస్తోంది.

"ఎంతసేపు రా" బయటనుంచి అరుస్తున్నాడు.

డిక్కీ లో వాళ్ళ బ్యాగులు పెట్టి, **కొడుకు** పక్కన వెళ్ళి కూర్చుంది లక్ష్మి. వెనక సీట్లోనే బ్యాగ్ లు పెట్టుకుని పక్కనే సర్దుకుని కూర్చుంది ప్రియ.

ఒక చిన్న ఇంటి ముందు ఆగింది కారు. ఆవిడ దిగి తాళం తీసి, కొడుకు డిక్కీలోంచి లగేజ్ తెస్తుంటే లోపల పెట్టుకుంది. కారు దిగి నుంచుని చూస్తోంది ప్రియ.

"ఏంటి లోపలికి రావా? తీసుకెళ్ళి మీ ఇంట్లో దింపేయాలా?" అన్నాడు.

తన లగేజ్ తీసుకుని ఆ ఇంట్లో అడుగు పెట్టింది. లైన్ గా రెండు గదులు. ఎవరైనా వస్తే కూర్చోవడం పడుకోవడం అన్నీ ఇక్కడే. ఏం జరుగుతుందో అర్థం కావట్లేదు. బ్యాగులు ఎక్కడ పెట్టుకోవాలో తెలియలేదు. ముందు గదిలోనే ఒక వారగా పెట్టింది.

"ఇదిగో పసుపు తాడు ఇది మెడలో కట్టుకుని ఆ బంగారం గొలుసు తీసి ఇయ్యి." అంది లక్ష్మి.

మాట్లాడకుండా పసుపు తాడు తీసుకుని., గొలుసు తీసి ఇచ్చింది.

"అమ్మా నేను కారు ఇచ్చేసి, రెడ్డి గారికి డబ్బు కట్టేసి వస్తాను." అని వెళ్ళాడు.

అంటే కారు కూడా ఇతని సొంతం కాదా? అలా అక్కడ నేల మీద కూర్చుని ఉండిపోయింది.

"అలా కూర్చుంటే వంట ఎవరు చేస్తారు? ఇక్కడ ఏం పని మనుషులు లేరు." అంది వ్యంగ్యంగా లక్ష్మి.

ఆ మాటకి ఈ లోకంలోకి వచ్చి ఆ గదిలోకి వెళ్ళింది. ఆ గది మడ్డి కొట్టుకుపోయింది. చెంగు బిగించి వంటగదిని శుభ్రం చేసి, ఒక వారగా సంచిలో ఉన్నవి చూసి, ఆ ఇంట్లో మిగిలిన సరుకులు కూరలు తెచ్చినట్టున్నారు అనుకుని వంట చేసింది.

"అమ్మ నాకు భోజనం పెడితే నేను బయటకి వెళ్ళాలి. ఏది ఇది ఎక్కడ ఉంది?" అంటూ లోపలికి వచ్చాడు రవి.

"మహారాణి గారు గది సర్ది వంట చేసింది." అంది.

"అలాగే మన కుటుంబాన్ని కూడా, ఆస్తంతా అమ్ముకొచ్చి సరి చెయ్యమను." అన్నాడు.

మాట్లాడకుండా కిచెన్ లోనే వండినవి కింద పెట్టింది.

కూర్చుని వడ్డిస్తుంటే భోంచేస్తూ "ఇదిగో చెప్తున్నాను పెళ్ళయ్యాక అన్ని సర్దుకుపోవాలి. వెళ్లి నువ్వు నీ బంగారం తీసుకురా, చేను కూడా అమ్మకం పెట్టమని మీ నాన్నకు చెప్పు." అన్నాడు.

"ఇప్పుడు చేను అమ్మకం ఎందుకు? బంగారం అయితే తీసుకొచ్చి ఇస్తాను. చేను మాత్రం ఇప్పుడు అమ్మొద్దు. అది అమ్మేస్తే నాన్న వాళ్ళు ఎలా బ్రతుకుతారు." అంది లక్ష్మి.

"అది నీకు ఇచ్చేశారు. నీకు ఇచ్చేసాక కూతురు ఆస్తి మీద బ్రతుకుతారా వాళ్ళు?" అన్నాడు చెయ్యి కడుగుకుంటూ.

"బార్య ఆస్తి మీద మీరు బతకాలని అనుకుంటున్నప్పుడు, వాళ్ళ ఆస్తి మీద వాళ్లు బతికితే తప్పేముంది. అది వాళ్ళదే నా పేరు మీద పెట్టారు అంతే. " అంది.

"నీ పెళ్ళానికి మాటకి మాటకి సమాధానం వచ్చురా.."

"అదే చూస్తున్నాను ప్రొద్దుట డోస్ సరిపోలేదనుకుంటా. మర్యాదగా చెప్పింది విని ఇంటికి వెళ్లి అవి పట్టుకుని రా, తీసుకురాను అంటే అక్కడే ఉండిపో, నీ మీద అందరికీ ఎలా చెప్పాలో అలా చెప్తాను. నీ బ్రతుకు నాశనం అయిపోతుంది గుర్తుపెట్టుకో.." అన్నాడు హెచ్చరిస్తున్నట్టు.

"రెడీ అవ్వ బస్సు ఎక్కిస్తాను." కనీసం భోంచేసి వెళ్ళు అని కూడా ఎవరూ అనలేదు. తీసుకువెళ్లి బస్సు ఎక్కించాడు. పట్టుకెళ్లిన బ్యాగ్ లు అన్నిటి తోటి ఇంట్లోకి వస్తున్న కూతురుని చూస్తూ.

"వస్తున్నట్టు ఫోన్ చేస్తే బస్టాండ్ కి నాన్న వచ్చేవారు కదరా! అయినా నువ్వు బస్ కి ఎందుకు వచ్చావు. అల్లుడుగారు కార్ ఏమైంది?" అంది సరళ.

"చెప్తాను అమ్మా. " అని వెళ్లి ఫ్రెష్ అయ్యి వచ్చి.

"అమ్మా నీకు చేత్తో స్ట్రాంగ్ కాఫీ పెట్టవా?"అంది ప్రియ.

ఏదో అయింది అని అర్థమైంది కాఫీ పెట్టి తీసుకొచ్చి పక్కనే కూర్చుంటూ

"ఏమైందిరా?" అంది.

సత్యం లోపలికి వస్తూ ,"నువ్వు ఎప్పుడొచ్చావురా? అల్లుడు గారు ఏరి?"అన్నాడు.

"నాన్న వాళ్ళ కంపెనీ లాస్ లో ఉంది. ఇప్పుడు నా బంగారం, భూమి అమ్మేసి ఆ బిజినెస్ కి పెట్టుబడి పెడతాను అంటున్నారు. నన్ను తెమ్మని పంపించారు." అంది.

"పెళ్లైన వెంటనే పిల్లకిచ్చినవి అమ్మేస్తాడా! రెండు నెలలు కూడా కాలేదు." అన్నాడు.

"అమ్మా మీరు చూసిన ఆ ఇల్లు వాళ్ళ సొంతం కాదు. ఒక రెండు గదుల ఇంట్లో ఉంటున్నారు."

"అదెంత్రా సొంతిల్లు అనే కదా ఇల్లు చూపించారు! అంత బంగారం పెట్టారు!"

"ఆ బంగారమేనా.. ఇదిగో" అంటూ వెళ్లి బ్యాగ్ ఓపెన్ చేసి దాంట్లో నుంచి బ్యాగ్ తీసి పట్టుకొచ్చి.

"ఇవన్నీ రోల్డ్ గోల్డ్ నాన్న." అంది.

"ఇంత మోసమా ఉండు. ఈ పెళ్లి కుదుర్చిన మధ్యవర్తి కి ఫోన్ చేస్తాను."

"ఊరుకోండి ఎవరికి చేయొద్దు. పిల్ల సంసారం వీధిలో పెడతారా? అయ్యిందేదో అయ్యింది. బంగారం అమ్మేసి ఇవ్వండి. ఒకవేళ బిజినెస్ ఏమైనా నిజంగానే లాస్ లో ఉందేమో!"

"నీకు ఇంకా నమ్మలనిపిస్తుందా అమ్మ!"

"అనిపించకపోతే ఏం చేయాలి రా! పెళ్ళయ్యి రెండు నెలలు కూడా అవ్వకుండా మొగుడిని వదిలిపెట్టి వచ్చేసింది. అని అందరూ రకాలుగా మాట్లాడుకుంటారు తెలుసా?"

"వాళ్ళ మాటల కోసం ఉన్నదంతా వాళ్ళ చేతిలో పెట్టేసి, మీ ఇద్దరు ఎలా బతుకుతారమ్మా."

"మాదేముందమ్మా. మేము ఎక్కడైనా బతికేస్తాం. మేమిద్దరమే కదా! రెండిళ్ళు పాచి పని చేసినా మా బ్రతుకు వెళ్ళిపోతుంది."

"అంటే నేను ఒక్కదాన్నే మీకు భారమా అమ్మా. నేను ఉంటేనే మీరు బ్రతకలేరా?" అంది భాదగా.

"అలా కాదురా" అన్నాడు సత్యం, ప్రియ తల మీద చేయి వేసి.

"సరే నాన్న అలాగే అనుకున్నా, అన్ని అమ్మి ఇచ్చేద్దాం. అప్పుడు కూడా బిసినెస్ కి ఇంకా కావాలంటే, ఇవ్వక పోతే నాకు డైవర్స్ ఇస్తే అప్పుడూ నేను మీకు భారమే అవుతానుగా.. నేను ఉద్యోగం చేయాలనుకుంటున్నాను నాన్న."

"అల్లుడు ఏమంటాడో, ఇప్పుడు ఇవన్నీ ఇవ్వలేదు అంటేనే పెద్ద గొడవ చేస్తాడేమో!"

"దానికి భయపడి నేను వెళ్ళి వాళ్ళ ఇంట్లో ఒక మనిషిలా కాకుండా, వాళ్ళకు పని చేస్తూ, అడిగినప్పుడు డబ్బులు పట్టుకు వెళ్తూ బ్రతకాలా? మిమ్మల్ని రోడ్డు మీదకు లాగి, నాకు మీకూ కూడా మనశ్శాంతి లేకుండానే బ్రతకాలా? .."

"మీతో పాటు ఉంటూ ఉద్యోగం చేసుకుంటూ మిమ్మల్ని చూసుకోవడం నాకు సంతోషంగా ఉంటుంది. మీకు ఏది సంతోషంగా ఉంటుందో చెప్పండి అదే చేస్తాను."

"చూస్తూ చూస్తూ కూతురు కాపురం పోతుందంటే ఎవరికన్నా బాధే కదరా నలుగురు నాలుగు రకాలుగా అంటారు. "

"అంటే వాళ్ళ కోసం మనం చచ్చిపోయినా పర్లేదా నాన్న?"

ఆ మాటకి సమాధానం లేదా తండ్రి దగ్గర. మధ్యవర్తి మాటలు నమ్మి ఉన్నందంతా ఊడ్చి ఇచ్చాడు. పిల్ల సుఖంగా ఉంటే అది బాధ లేదు. కానీ, ఇప్పుడు కూతురు జీవితం ఎలా అని ఆలోచిస్తున్నాడు.

"ఎవరికో సమాధానం చెప్పాల్సిన అవసరం మనకెంటి నాన్న. కష్టపడి నన్ను చదివించారు. నా పెళ్లి కోసం ఇల్లు అమ్మేశారు. ఇప్పుడు అతని బిజినెస్ కోసం భూమి అమ్మేసి.. ఆ తర్వాత నేను, మీరు కూడా ఎక్కడ ఉంటాం. ఆ డబ్బులు అయిపోయే వరకే నన్ను చూస్తాడు. ఆ తర్వాత నన్ను చూస్తాడు అనే నమ్మకం నాకైతే లేదు."

"కానీ తెల్లారి లేచి బయటికి వెళ్తే నలుగురు నాలుగు రకాలుగా మాట్లాడుకుంటారురా."

"ఏమని చెప్పుకుంటారు అమ్మా? పెళ్ళయిన రెండు నెలలకి మొగుడిని వదిలి పెట్టేసింది. ఎవర్నో ప్రేమించి ఉంటుంది, అందుకే ఇలా చేసింది. బంగారం లాంటి సంబంధం. ఇలాగేగా చెప్పుకునేది. విడిపోవాలి అని నిర్ణయం తీసుకోవడానికి మనసు చాలా ఆలోచిస్తుందమ్మా. అది

వాళ్లకి అర్థం కాదు. తేలిగ్గా అనేస్తారు విడాకులు తీసుకుంటున్నారని, దాంట్లో ఉన్న కష్టం వాళ్లకి ఏం తెలుసు.”

“మనం తెలిసేలాగా చెప్పినా నమ్ముతారా? ఈ రోజుల్లో ఇలాంటివన్నీ ఎక్కడ ఉన్నాయి అంటారు. “

“అందుకే నేను అతని మీద కేసు పెట్టబోతున్నాను. అందరు ఆడపిల్లలు ఇలా భయపడి బయట పెట్టకపోతే వాళ్ళ బాగోతం ఎవరికి తెలుస్తుంది. రేపు ఇంకొక ఆడపిల్ల జీవితం నాశనం చేస్తారు. ఎవరు ఎన్ని మాటలు అన్నా నేను కచ్చితంగా నిలబడాలని అనుకుంటున్నాను నాన్న. నేను దారిలోనే రెండు మూడు జాబులకి అప్లై చేశాను. నేను జాబ్ చేస్తాను. మనకి ఏ లోటు లేకుండానే బ్రతకచ్చు. మనం పట్నం వెళ్ళిపోదాం.. భయపడుతున్నారా నాన్న.”

“లేదురా నా కూతురికి సపోర్ట్ గా నిలబడాలి అనుకుంటున్నాను.”

ఈ కథ ఇక్కడితో ముగిసినా, ప్రియా జీవితం విడాకులతో మళ్ళీ మొదలవుతోంది.

రెండు ముళ్లు – నాలుగడుగులు

నూతలపాటి నాగేశ్వర రావు

9490742134

పల్లెటూరి వాతావరణం మార్పుకు మనసు అంగీకరించక శివరామ సుబ్బయ్య పుట్టి పెరిగిన పల్లెటూరులో శేష జీవితం వెళ్ళ బుచ్చాలనుకున్నాడు. అది మూడు నాళ్ళ ముచ్చటే అయింది. భార్య నాంచారమ్మ మరణించడంతో ఒంటరి జీవితం కొనసాగించడం కష్ట తరంగా మారడంతో, మనసు రాయి చేసుకొని, గత అనుభవాలను మరచి, న్యూ ఢిల్లీలో నివసిస్తున్న తన ఏకైక కుమారుడు సుబ్బారావు వద్ద అయిష్టంగానే అతి కష్టంగా కొన్నాళ్లు ఊపిరి బిగబట్టి కాలక్షేపం చేశాడు.

అలా ఎన్నో రోజులు సాగలేదు. తనకు కావలసిన మందులు అయిపోయాయని ముందుగా చెప్పాలని, తను వండిన కూరలే తినాలని, కాఫీ, టీలు నిషిద్ధమని, జిహ్వ చాపల్యాన్ని నియంత్రించుకోవాలని, పగలు నిద్ర కూడదని, ఖాళీగా ఉండకూడదని, చెప్పిన పనులన్నీ మారు మాటలాడకుండా చెయ్యాలని, శనివారం ఉపవాసం తప్పని సరని, కోడలు సరోజ ఆదేశించే, విధించే ఆంక్షల గిరిలో ఇమడలేక, భరించలేక తన ఊరికి సమీపంలో ఉన్న వృద్ధాశ్రమునికి చేరుకున్నాడు.

వయోభారం ఎక్కువైపోతోంది. మరొక రెండు సంవత్సరాలు గడిస్తే శతవసంతం పూర్తవుతుంది. అప్పటిదాకా బతుకు తానో, లేదోనని, మాటి మాటికి ఎడమ చేతి వేళ్ళను ముక్కు కింద పెట్టుకొని శ్వాస చూసుకుంటూ కాలంతో కాలక్షేపం చేస్తున్నాడు శివరామ సుబ్బయ్య.

ఉద్యోగ విరమణ సమీపించడంతో మానసికంగా సుబ్బారావు సిద్ధమవుతున్నాడు. సరోజకు అత్యంత ప్రీతిపాత్రుడు. జీవనం సుఖంగా గడిపేస్తున్నాడు. ప్రభుత్వ ఉద్యోగం తన మేధస్సు వల్ల, సరోజ వంటి భార్య తండ్రి శివరామ సుబ్బయ్య వల్లేనని మురిసి పోతుంటాడు.

పడక సుఖం నుండి సర్వం సమయానికి, రుచిగా, శుచిగా శుభ్రంగా అన్నిటినీ సమకూరుస్తుంది. ఉదయం కళ్ళు తెరవగానే తన బుగ్గలపై ముద్దుల వర్షం కురిపించగానే తనను

ఎక్కడా కనని, వినని, చూడని లోకాలకు తీసుకువెళ్తుంది. బెడ్ కాఫీ చేతికొస్తుంది. వయసు పైబడుతున్నప్పటికీ యవ్వన జీవితాన్ని ఆస్వాదిస్తూ ఆరాధిస్తూ తరతరాల వారసత్వంగా ఏక మగ సంతానానికి కారకుడయ్యాడు.

అత్త, మామ, బావమరిది ఢిల్లీ వచ్చి నెలల తరబడి తన ఇంట్లో గడుపుతుంటే సంతోష పరవశుడై పోతుంటాడు సుబ్బారావు. ఆఫీసులో ఉద్యోగం, ప్రమోషన్లు, రెండవచేతి సంపాదన బాగానే ఉండటంతో, అద్దె ఇంట్లో ఉండే ప్రమాదం తప్పింది. సరోజ తప్ప మరొకరు తనకు అంత ముఖ్యం కాదు. ఎవరితోనూ అనుబంధం అవసరం కనిపించక, ఆప్యాయతల కోసం పరితపించక, తాను అనుభవిస్తున్నదే సుఖమైన జీవన మని కాలం గడిపేస్తున్నాడు. శ్రీధర్ చదువు గూర్చి కూడా పట్టడు. సరోజే సర్వస్వం అయినపుడు తన మెదడుకెందుకు శ్రమ కలిగించాలి. గతకాల స్మృతులకు ప్రాధాన్యత ఇవ్వని జీవితం కొనసాగించడం సుబ్బారావు నైజం.

ప్రశ్నించే వారికి సమాధానం చెప్పక చిరునవ్వుతో మిత సంభాషణను అలవరచుకున్న ఫలితం. తనకు IIT ముంబయిలో సీటు వచ్చిందని శ్రీధర్ చెప్పేవరకు కొడుకు చదువు గూర్చి సోయలేని సుబ్బారావు నవ్వుతో సమాధానమిచ్చాడు. సరోజ చక్కెర డబ్బా మూత తీసి కాస్త గుప్పెట్లోకి తీసుకొని శ్రీధర్ నోటి నిండా కుక్కి ఆనందాన్ని, సంతోషాన్ని తెలిపింది.

శ్రీధర్ చదువు ఎప్పటికి పూర్తవుతుంది. భర్త ఉద్యోగం చివరి అంకంలో ఉంది. మిగిలిన కాలాన్ని తన ఎడమ చేతిని బాగా వినియోగించమని ఒత్తిడి చేస్తోంది. అప్పులు లేకుండా శ్రీధర్ చదువు పూర్తి అవుతుంది. సాఫ్ట్ వేర్ ఉద్యోగం వస్తే లెక్కించడానికి రెండు చేతి వేళ్ళు నొప్పి పుట్టేంత డబ్బు సంపాదిస్తాడు. తన భోగాలకు, విలాసాలకు అధికారాలకు ఎలాంటి ధోకా ఉండదనే సంతోషం సరోజను ఉక్కిరి బిక్కిరి చేస్తుంది.

సుబ్బారావు జడ పదార్థం. ఆలోచనలు లేకుండా సరోజవైపే చూస్తూ ఉన్నాడు. కాలం ఎవరికోసం ఆగదనే విషయం తెలుసు. సరోజకు మాత్రం కాలం గిర్రున తిరిగి కొడుకు చదువు పూర్తి కావాలి పెద్ద ఉద్యోగం చేయాలి సంపాదనంతా తన చేతిలో పెట్టాలి. ఆలోచనల మెరుపు సరోజ మెదడులోకి వచ్చింది.

★★★

శివరామ సుబ్బయ్యకు వయసు పెరుగుతున్నా అన్ని పనులు తనకు తానే చేసుకోవడం. పక్క గదిలో ఉన్న షణ్ముఖంకు సాయపడుతూ కాల చక్రాన్ని బలవంతంగా తిప్పుకుంటున్నాడు. అనారోగ్యం తనకు గుర్తుకురావడం లేదు. కొడుకు, కోడలు, మనుమడిని తలచుకుంటే మెదడు మొద్దు బారిపోతుంది. పాత తరం మనిషి కావడంతో మనసుకు మందులేదని నిశ్చయించుకొని, తోటి వృద్ధులతో కాల క్షేపం చేస్తున్నాడు. మనసులో ఆలోచనలు ఆగడం లేదు. నియంత్రించుకోవడం అసాధ్యంగా ఉంది.

భార్య నాంచారమ్మ అభిప్రాయం తెలుసుకోకుండానే సుబ్బారావుకు సరోజతో వివాహం నిశ్చయించి, జరిపించాడు. వియ్యపువారు లాంచనాలు తమకు ఇవ్వాలని మనసులో ఉన్న భేషజానికి వదులుకున్నాడు. కొడుకు ఢిల్లీలో ఉద్యోగం ముందు శివరామ సుబ్బయ్య కంటికి మిగిలినవేవీ పెద్దదిగా కనిపించలేదు. వివాహం తదుపరి కానీ సరోజ అసలు రూపం తెలిసిరాలేదు. మనసు ఎంత సముదాయించుకున్నా, దిగ మ్రింగి నిబ్బరంగా ఉండడం తన తరం కావడం లేదు. నాంచారమ్మ చెప్పే ధైర్యపు మాటలు కూడా పని చేయలేదు.

సరోజకు భర్త ఉద్యోగమొక్కటే కనిపిస్తోంది. అత్తమామలు లెక్కలో లేరు.ఇంట్లో ఉన్నది కొద్ది రోజులైనా నాలుగు తరాలకు సరిపడా గుర్తుండే సరోజ ప్రవర్తనశివరామయ్య, నాంచారమ్మలు గుండె దిటవు చేసుకొని ఊపిరి బిగబట్టి పదహారు రోజుల పండుగ దాకా భరించారు .

సరోజ, సుబ్బారావులు ఢిల్లీకి వెళ్లిపోవడంతో సుడిగుండాల నుండి బయటపడినట్లు ఊపిరి పీల్చుకొన్నారు శివరామ సుబ్బయ్య, నాంచారమ్మలు.

పెళ్లి సంబంధం ఖాయపరచుకొనే ముందు అటు ఏడు తరాలు ఇటు ఏడు తరాలు చూడమన్నారు. విషయం చెబితే కసురుకోవడమేగాని, వాస్తవాన్ని పెడచెవిన పెట్టడం వల్లే కదా మనం ఇన్ని కష్టాలు భరించాల్సి వస్తుందన్న నాంచారమ్మ మాటలకు అంతేనంటావా? ఎవరి అభిప్రాయం వారిదని శివరామ సుబ్బయ్య తేలికగా తీసుకున్నంతగా లేదు వాస్తవం.

★★★

ఉన్నట్టుండి గొంతు నొప్పితో దగ్గడం కఫం ఎర్రగా కనపడడంతో శివరామ సుబ్బయ్యలో కంగారు, భయం మొదలయ్యాయి నూరు వసంతాలు నిండక మునుపే అలా జరగడానికి వీలు లేదని, మనుమడి వివాహం కళ్లారా చూడాలనే ఆశ నెరవేర్చు కోవాలని, మనసులో మాటను కొడుకు సుబ్బారావుకు సుదీర్ఘమైన ఉత్తరం ద్వారా తెలియ చేసి జవాబుకై ఎదురుచూస్తూ, అనారోగ్యంతోనే కాలం వెళ్లబుచ్చుతున్నాడు శివరామ సుబ్బయ్య.

కొడుకు పెళ్లి ప్రతిపాదన సరోజ మనసుకు నచ్చలేదు. ఆలోచనలో పడింది. కుమారుడికి ఎప్పుడైనా పెళ్లి చేయాల్సిందే, మామయ్య కోరిక మన్నించి వివాహం జరిపిస్తే బ్యాంకు లాకర్లలో బాండ్లు, బంగారం, ఎకౌంటులో మూలుగుతున్న డబ్బు శివరామ సుబ్బయ్య ఇస్తానన్న విషయమే పెళ్లి వైపు మొగ్గు చూపుతోంది. సదరు ప్రతిపాదన భర్త సుబ్బారావు ముందు, ఉంచితే చిరునవ్వు తప్ప మరొక సమాధానం రాలేదు, వస్తుందని సరోజ ఆశించలేదు.

ఐఐటి మొదటి సెమిస్టర్ పూర్తయి సెలవులకు ఇంటికి వచ్చిన శ్రీధర్ వద్ద పెళ్లి ప్రస్తావన తెస్తే, కోపమంతా పోగుచేసి అమ్మపై మాటల తూటాలతో చెలరేగిపోవడం, కొడుకు ప్రవర్తన సరోజ కళ్లు బయర్లు కమ్మి ఆందోళనతో సోఫాపై వాలింది. ఇప్పుడే తన మాట వినకపోతే, ఉద్యోగం... సంపాదన... ఆలోచిస్తుంటే మెదడు మొద్దు బారడం మొదలైంది.

★★★

నువ్వే అబ్బాయిని ఒప్పించాలని సరోజ మాటలు సుబ్బారావు మెదడుకు ఏం చేయాల్లో, ఎలా చేయాల్లో బోధపడటం లేదు. మొదటి సంవత్సరం చదువు కూడా పూర్తి కాకుండా వివాహం చేయటం ఎంటని ప్రశ్నించడం మాని, శ్రీధర్ ని వివాహానికి ఒప్పించే ప్రయత్నం మొదలు పెట్టాడు.

మారు మాట్లాడకుండా నాన్న చూసి ఖాయం చేసిన సరోజను వివాహం చేసుకున్నాడు సుబ్బారావు. శ్రీధర్ తన మాట కాదంటాడా? అదీకాక తన వైవాహిక జీవితంలో మొట్ట మొదటి సారి సరోజ తనకు పెద్ద బాధ్యత అప్పజెప్పింది. దాన్ని నిలబెట్టుకోవాలి. ఆలోచనలతో సుబ్బా రావు గదిలో ఉన్న శ్రీధర్ దగ్గరకు వెళ్ళి భుజంపై చేయి వేశాడు.

మా నాన్న ఖాయం చేసిన సంబంధం మారు మాట్లాడకుండా చేసుకున్నాను. గత అనుభవాలు, గత స్మృతులు శ్రీధర్ కు చెప్పడం పూర్తి చేశాడు. శ్రీధర్ మౌనంగా చికాకుగా తన భుజంపై వేసి ఉన్న తండ్రి చేతులను విసురుగా తోసేసి అక్కడనుండి బయటకు వచ్చి, బ్యాగ్ సర్దుకొని ఇంటి బయటకు వెళ్ళిపోయాడు. సోఫాలో కూర్చున్న సరోజ హాల్లోకి వచ్చిన సుబ్బారావు వెళ్ళిపోతున్న శ్రీధర్ ని చూస్తూ నిశ్చేష్టలయ్యారు.

★ ★ ★

కోపం తాత్కాలికం, రోజులు గడిచేకొలది కోపం ఆవిరవుతుందని, తన మాట తప్పక వింటాడని సరోజకు రోజు రోజుకి నమ్మకం ఏర్పడుతోంది. చిన్నప్పటినుండి తన మాట ఎన్నడూ కాదనలేదు. ధైర్యంతో సంబంధాలు వెదకడం ప్రారంభించింది. ఆస్తిపరులైన అమ్మాయి కోసం అన్వేషణ ఫలితమే కోనసీమలో పది ఎకరాల కొబ్బరి తోట, బెంగళూరులో విల్లా, కేజీకి పైగా బంగారం, బోలెడంత చరాస్థికి ఏకైక వారసులైన సుజాత. శ్రీధర్ కు సరైన జోడనే నిర్ణయానికి వచ్చింది సరోజ. మిగిలిన లాంఛనాలు ఖాయం చేసుకొని మామయ్య గారైన శివరామ సుబ్బయ్యకు ప్రేమ ఆప్యాయతల వ్యవసాయ భూమిలో పండిన అక్షరాల అత్తరులతో కూడిన ఉత్తరం భర్త సుబ్బారావుతో రాయించింది.

ఉత్తరమందుకున్న శివరామ సుబ్బయ్య ఆనందంతో రోజంతా ఏమీ తినకుండా, తాగకుండానే సమయం గడిపేసాడు.

వివాహ ప్రతిపాదన మెల్లగా, సౌమ్యంగా శ్రీధర్ కు తెలియజేసింది. వీడియో కాల్లో సుజాతను చూసి పెళ్ళికి తల ఊపడం, తల్లి మాట జవదాటని కుమార రత్నాన్ని చూసిన సరోజకు గర్వంగా అనిపిస్తోంది.

కుమారుని అంతరంగాన్ని గమనించకుండా పెళ్ళికి తగు ఏర్పాట్లు మొదలు పెట్టింది సరోజ.

మనవడి వివాహం చూసి ప్రశాంతంగా తనువు చాలించవచ్చనే ఆశతో శివరామ సుబ్బయ్య డిల్లీలోని కొడుకు ఇంటికి వచ్చాడు. సరోజ ఆంక్షలకు తలవంచుకొని మౌనంగా మనసులో

సమర్థించుకొని ఊపిరి బిగ పట్టుకుని ఉన్నాడు. గతంలో రౌద్రం, కటువుగా ప్రవర్తించే సరోజ తీరులో మార్పు గోచరిస్తోంది. శివరామ సుబ్బయ్యకు కాసింత కొత్తగా అనిపిస్తోంది. సరోజ అవసరం అలాంటిది మరి.

★★★

శ్రీధర్ తో బాటు తన స్నేహితుడితో కలసి పలకరింపులు లేకుండా ఇంట్లోకి ప్రవేశించి రెండో అంతస్తులోని గదిలోకి వెళ్తూ ఉండడం, చివరి మెట్టు ఎక్కే వరకు కళ్ళు ఆర్పకుండా గమనిస్తున్న శివరామ సుబ్బయ్య మనసులో కలిగిన సందేహానికి సమాధానం దొరికీ దొరకనట్లుగా ఉంది.

శ్రీధర్ ఆలోచనలు, అతడి మనసులో కలుగుతున్న సంతోషం మరెవ్వరికి తెలిసే అవకాశం లేదు. తెలుసుకోవాలనే శ్రద్ధ సరోజ, సుబ్బారావులకు గాని లేదు. శివరామ సుబ్బయ్యకు మాత్రం శ్రీధర్ ని పలకరించాలని, మాట్లాడాలనిపించినా సాధ్య పడడంలేదు.

శ్రీధర్ ముఖంలో పెళ్ళికళ తప్పినట్లుంది. సరోజకు ఇవన్నీ పట్టించుకునే సమయం, ఓపిక లేదు. దృష్టంతా తనకు సొంతం కానున్న ఆస్తి మాత్రమే. శ్రీధర్ తన స్నేహితుడి కోసం, ఇంటికి సమీపంలోని హోటల్ రూం బుక్ చేశాడు.

★★★

పెళ్ళి సంబరానికి వస్తున్న బంధు మిత్రులను కళ్యాణ మండపం ప్రధాన ద్వారం

దగ్గర నిలబడి సుబ్బారావు స్వాగతిస్తున్నాడు. సరోజ కళ్యాణ వేదిక వద్ద హడావుడిగా ఉంది.

శివరామ సుబ్బయ్య కళ్యాణ వేదికకు మూలన వాలు కుర్చీలో కూర్చుని శ్వాస గట్టిగా పిలుస్తూ వదులుతూ కూర్చున్నాడు.

ముహూర్తం సమీపించడంతో కళ్యాణ వేదిక పైకి సుజాతను తోడ్కుని పెళ్ళి పీటపై కూర్చోబెట్టారు. చూపరుల దృష్టంతా సుజాత వైపే ఉంది. పౌరోహితులు పూజా కార్యక్రమాలు నిర్వహిస్తున్నారు.

కొద్దిసేపటికి శ్రీధర్ ను కళ్యాణ వేదిక పైకి తీసుకుని వచ్చి పెళ్ళి పీటలపై కూర్చోబెట్టారు. పెళ్ళికొడుకు మొహంలో జీవ కళ కనిపించకపోవడంతో అసలు సంసారానికి పనికి వస్తాడా అని బంధు, మిత్రుల మధ్య గుస గుసలు వినిపిస్తున్నాయి.

ఇద్దరి మధ్య యవనికను ఇద్దరు అవివాహిత యువతులు పట్టుకొని పెళ్ళి కుమార్తె అందాన్ని చూస్తున్నారు. మంత్రాలు ఆధ్యాత్మిక ఊహ లోకంలోకి తీసుకెళ్తున్నాయి. వివాహ ముహూర్తం సమీపించడంతో జీలకర్ర బెల్లం అద్దిన తమలపాకులను పౌరోహితుడు శ్రీధర్, సుజాతల చేతికి యవనిక కింద నుంచి అందించాడు.

ఒకరికి మరొకరు కనిపించకుండా యవనిక కింద నుండి ఒకరి తలపై మరొకరు ఉంచండని చెప్పి, కుడిచేతిని పైకి ఎత్తి పౌరోహితుడు సైగ చేయగానే, మంగళ వాయిద్యాలతో మండపం మారు మోగిపోతోంది.

శ్రీధర్ చెయ్యి సుజాత తలపై పెట్టినట్టుగా అనిపించలేదు. సుజాత తల ఎత్తి చూడటానికి చేసిన ప్రయత్నం ఫలించక పక్కకు తిరిగి చూస్తోంది. పక్కనున్న బంధువు ఏమైంది? ఏం జరిగిందని సైగలు చేస్తోంది.

అకస్మాత్తుగా శ్రీధర్ నిలబడటం, తన స్నేహితుడు బలరాం పక్కకు వచ్చి నిలబడటం జీలకర్ర బెల్లం అద్దిన తమలపాకు బలరాం తలపై అద్దాడు. జరిగిన పరిణామానికి వేదికపై ఉన్నవారంతా అవాక్కయ్యారు. సరోజకు అక్కడ ఏమి జరుగుతుందో అర్థం కాక భర్త సుబ్బారావు వైపు చూస్తోంది. లిప్త పాటులో తలంబ్రాల పళ్ళెంలో ఉంచిన తాళిని తీసుకొని బలరాం మెడలో శ్రీధర్ రెండు ముడులు వేసేటప్పటికి, అక్కడ ఉన్న మత్తయిదువు శ్రీధర్ చేతిని పట్టుకుని కిందకు గుంజింది.

వేదికపై మూలగా కూర్చొని గమనిస్తున్న శివరామ సుబ్బయ్య మెదడులో గతంలో కలిగిన సందేహానికి సమాధానం అనాగరికంగా తోచడంతో, అప్రయత్నంగా కళ్ళు మూత పడుతూ, హృదయ స్పందన తగ్గుతూ, కనిపించని ఊపిరి క్రమ క్రమంగా వెళ్ళి పోతోంది. నూరు వసంతాలు ముందే ముగిశాయి.

సుజాత నిలబడి శ్రీధర్ వైపు ఆర్ద్రత నిండిన కళ్ళతో చూస్తూ నిలబడింది. అర్థం చేసుకోవడానికి సమయం పట్టింది. సరోజ, సుబ్బారావులు శ్రీధర్ వైపు చూస్తున్నారు. ఏం జరిగిందో బోధపడేలోగా శ్రీధర్, బలరాంలు కలిసి నాలుగు అడుగులు వేసి వేదిక నుండి కిందకు దిగి, కళ్యాణమండపం ప్రధాన ద్వారం వైపు నడక సాగడం, సరోజ కళ్ళలో మసక బారిన నలుపు తెలుపు రంగుల ఇంద్రధనస్సు కనిపిస్తూ ఉంది.

SUPPORTS

- PUBLISH YOUR BOOK AS YOUR OWN PUBLISHER.

- PAPERBACK & E-BOOK SELF-PUBLISHING

- SUPPORT PRINT ON-DEMAND.

- YOUR PRINTED BOOKS AVAILABLE AROUND THE WORLD.

- EASY TO MANAGE YOUR BOOK'S LOGISTICS AND TRACK YOUR REPORTING.